સ...સ...સિરિયલ કિલર્સ

એક કોયડો ગુનાખોરીનો

પ્રફુલ શાહ

મુખ્ય પ્રાપ્તિસ્થાન

નવભારત સાહિત્ય મંદિર

જૈન દેરાસર પાસે, ગાંધી રોડ, અમદાવાદ - ૩૮૦ ૦૦૧

૨૦૨, પેલિકન હાઉસ, ગુજરાત ચેમ્બર ઑફ કૉમર્સના કંપાઉન્ડમાં,
આશ્રમ રોડ, અમદાવાદ - ૩૮૦ ૦૦૯

☎ (૦૭૯) ૨૨૧૩૯૨૫૩, ૨૨૧૩૨૯૨૧
૯૮૨૫૦ ૩૨૩૪૦

e-mail : info@navbharatonline.com
www.navbharatonline.com
fb.com/NavbharatSahityaMandir

S...S...SERIAL KILLERS

by Praful Shah

Navbharat Sahitya Mandir

AHMEDABAD

2023

ISBN No. : 978-93-95339-94-0

પ્રથમ આવૃત્તિ : મે, 2023

લાસ્ટ કવર ફોટો: કલાશ્રી બર્વે ગાયકવાડ

પ્રકાશક

મહેન્દ્ર પી. શાહ

નવભારત સાહિત્ય મંદિર

જૈન દેરાસર પાસે, ગાંધી રોડ, અમદાવાદ-૩૮૦૦૦૧

ફોન: (૦૭૯) ૨૨૧૩૯૨૫૩, ૨૨૧૩૨૯૨૧

E-mail : info@navbharatonline.com

Web : www.navbharatonline.com

fb.com/NavbharatSahityaMandir

મુખપૃષ્ઠ : વી રામાનુજ

www.vramanuj.com

મુદ્રક

અંબિકા મુદ્રણાલય

અમદાવાદ

અર્પણ

પ્રિય મિત્ર અને કચ્છના નામાંકિત પત્રકાર અને તંત્રી

વિપુલ વૈદ્યને

ઘાતકી સિરિયલ કિલર : મન-મગજમાં છે શું?

એક વ્યક્તિ દ્વારા ત્રણ કે વધુ ખૂન થાય એને અમેરિકામાં સિરિયલ કિલર કહેવાય છે. અમેરિકાની વ્યાખ્યાને શા માટે માપદંડ ગણવાની? કારણ કે મોસ્ટ ડોક્યુમેન્ટેડ સિરિયલ કિલરની યાદીમાં અમેરિકા ટોચ પર છે, ૩૨૦૪ સિરિયલ કિલર્સ સાથે. એના પછીના ક્રમે આવનારા ઇંગ્લૅન્ડ (૧૬૬), સાઉથ આફ્રિકા (૧૧૭), કૅનેડા (૧૦૬), ઇટાલી (૯૭), જાપાન (૯૬), જર્મની (૮૫), ઑસ્ટ્રેલિયા (૮૧) અને આઠમા ક્રમે ભારત (૮૦) છે. રશિયા (૭૩) અને ચીન (૫૭)માં આંકડો ઓછો છે. એનું કારણ કદાચ મીડિયા પર સખત અંકુશ પણ હોઈ શકે.

સિરિયલ કિલર્સ એટલે સમાજ માટે ફફડાટ અને કાયદો-વ્યવસ્થાના સ્થાપકો માટે શિરદર્દ. અનેક અભ્યાસમાં સિરિયલ કિલિંગ માટે મનોરોગ (સાઇકોપથી)ને દોષિત ગણાવાય છે. એક અભ્યાસ મુજબ આ ઘાતકી મનોરોગમાં ૬૦ ટકા કેસ વારસાગત હોય છે. આનો સીધો અર્થ એ થાય કે સિરિયલ કિલર ઉછેર-સંસ્કારસિંચનનું નહીં, પણ વારસામાં મળેલા ડીએનએનું ફરજંદ છે. મનોરોગી અપરાધીવૃત્તિ મગજની ઇમોશનલ સિસ્ટમમાં ઘટતી કનેક્ટિવિટી સાથે જોડાય છે. અમુક મામલામાં શોષિત કે હડધૂત થયેલું બાળપણ પણ ખૂંખાર વિલન બનીને સામે આવે છે.

ચાર વર્ષમાં ૩૦ નિર્દોષોને અકારણ મારી નાખનારા કુખ્યાત અમેરિકન સિરિયલ કિલર ટેડ બાન્ડીના અમુક ઉચ્ચારણ આવા ગુનેગારોની માનસિકતા છતી કરે છે : "મને કોઈ બાબતનો રંજ કે પસ્તાવો નથી", "મને સમજાતું નથી કે લોકો મિત્રો શા માટે બનાવે છે. મને એ પણ સમજાતું નથી કે લોકો એકમેક ભણી શા માટે આકર્ષાય છે. સામાજિક સંબંધ કે આદાનપ્રદાન પાછળનો હેતુ મારે ગળ ઊતરતો નથી."

હા, સિરિયલ કિલરના વ્યક્તિત્વ, સ્વભાવ, રીતભાત અને વર્તન ઘણાં વિચિત્ર કે અસામાન્ય હોય છે એ આપણે 'સ...સ... સિરિયલ કિલર્સ – એક કોયડો ગુનાખોરીનો'માં અલગ અલગ કેસમાં જોઈ શકીશું. સિરિયલ કિલરની અંદરનો શેતાન ગમે ત્યારે જાગી જાય. એના માટેનું ટ્રીગર પૉઇન્ટ શું હશે? અકારણ

ક્રૂર હત્યાથી એની સહજ સંવેદના કેમ એકદમ શૂન્ય થઈ જતી હશે?

દાયકાઓથી માનસશાસ્ત્રીઓ સિરિયલ કિલર્સનો અભ્યાસ કરી રહ્યા છે. અમુક તર્ક, તારણ અને તારતમ્ય મળ્યાં, પણ એનાથી બધા સહમત થતા નથી, તો એક કેસનાં તારતમ્ય બીજા કેસમાં ખોટાં પડે છે.

સિરિયલ કિલર્સના વ્યક્તિત્વ, મોડસ ઓપરેન્ડી અને સમાજ પરનો પ્રભાવ 'સ...સ... સિરિયલ કિલર્સ'ની વિશિષ્ટતા છે. માનસશાસ્ત્ર અને અપરાધશાસ્ત્રમાં દિલચસ્પી ધરાવનારાઓ માટે આ પુસ્તક ઉપયોગી બનશે, તો સામાન્ય વાચકો માટે આમાં અકલ્પ્ય રોમાંચ, રહસ્ય અને આંચકા છે.

૨૦૦ વર્ષ જૂના ગૌરવપ્રદ અખબાર 'મુંબઈ સમાચાર'માં આ અભ્યાસપૂર્ણ વિષય પર કામ કરવા મળ્યું હતું એ બદલ તંત્રી-મિત્ર નિલેશ દવેનો આભાર માનું એટલો ઓછો છે.

'સ...સ... સિરિયલ કિલર્સ' સાડા ત્રણ-ચાર દાયકા જૂના મિત્ર, પત્રકાર અને કચ્છના 'દિવ્ય ભાસ્કર' અને 'કચ્છ મિત્ર'ના ભૂતપૂર્વ તંત્રી વિપુલ વૈદ્યને અર્પણ કર્યું છે. વિપુલભાઈ અફલાતૂન ક્રાઇમ રિપોર્ટરમાંથી તંત્રીપદ સુધી પહોંચ્યા. એમની પાસે અખબારમાં પ્રગટ થયેલા સમાચાર ઉપરાંતની માહિતીનો ભંડાર ચોંકાવી દે તેવો છે.

અમદાવાદના નવભારત સાહિત્ય મંદિર સાથેનો સંબંધ-વિશ્વાસ એક પછી એક પુસ્તક દ્વારા વધુ મજબૂત થતો જાય છે. આ પળે વડીલ મહેન્દ્રભાઈ શાહ, મિત્ર સમાન રોનકભાઈ શાહ અને કુણાલભાઈ શાહનો સસ્મિત આભાર.

સૌથી મોટો આભાર મારા વાચકમિત્રોનો.

પ્રફુલ શાહ

મો. 9869600200

Email : prafulshah1@gmail.com

લેખક-પરિચય

પ્રફુલ શાહ : મૂળ રાજવી કવિ કલાપીના ગામ લાઠીના વતની. ચાર દાયકાથી મુંબઈનાં ગુજરાતી પત્રકારત્વ આલમમાં સક્રિય પ્રફુલ શાહ હજારો લેખ અને કેટલીય લોકપ્રિય કૉલમ લખી ચૂક્યા છે. 'જન્મભૂમિ', 'ગુજરાત સમાચાર', 'મિડ-ડે' અને 'સમાતંર પ્રવાહ' જેવાં નામાંકિત અખબારોમાં મહત્ત્વપૂર્ણ જવાબદારી સફળતાથી નિભાવી છે. એશિયાના બે દાયકા જૂના ઐતિહાસિક અખબાર 'મુંબઈ સમાચાર'માંથી નિવૃત્ત થયા. હવે ફુલટાઇમ પુસ્તક ઉપરાંત ફિલ્મ-વેબ શો લેખનમાં પ્રવૃત્ત. અત્યારે 'મુંબઈ સમાચાર'માં 'વિશ્વના વીર યોદ્ધા' તથા 'ગુજરાતનો જલિયાવાલાં બાગ કાંડ' અને 'દિવ્ય ભાસ્કર'માં 'ક્રાઇમ ઝોન' નામક કૉલમ લખે છે. સાથોસાથ સિનેમાના ઊંડા અભ્યાસી. આસપાસના સાચુકલા માનવીની જીવતી-જાગતી પ્રેરણાદાયક વાતોને ઊંડા સંશોધન અને રસપ્રદ શૈલીમાં રજૂઆત એ એમની વિશેષતા છે.

૨૦૧૯ના ઑગસ્ટમાં તેમના નામે અનોખો વિક્રમ નોંધાયો : માત્ર ૧૫ દિવસમાં તેમની સંકલ્પના અને સંશોધનવાળી બબ્બે વેબ મૂવી 'બારોટ હાઉસ' અને 'પોષમ પા' Zee-5 પર રિલીઝ થઈ. કોઈ ગુજરાતી તો ઠીક, ભારતીય લેખક કે પત્રકાર આવું સિદ્ધ કરી શક્યા નથી. પાંચ આંતરરાષ્ટ્રીય ફિલ્મ ફેસ્ટિવલ અટેન્ડ કરી ચૂકેલા પ્રફુલભાઈએ 'અજબ ગજબ કસબ' અને 'એક પટરાણી, એક ખટપટરાણી' નામના નાટક લખ્યાં છે.

ટીવી સિરિયલમાં 'સ્વપ્ન કિનારે' (ગુજરાતી-૧૦૦ જેટલા એપિસોડ), 'જીવન-જ્યોતિ' (૧૩ એપિસોડ) અને 'રજની' સહિતની કેટલીક સિરિયલમાં લેખન કર્યું છે. છોગામાં 'ધ વ્હાઇટ લૅન્ડ' (ગુજરાતના નાના રણના અગરિયાઓની વેદના-સંઘર્ષ પર આધારિત કથાનક), 'ફાધર્સ ડે' (નવલકથા પર આધારિત) અને ગુરખા સૈનિક વિષ્ણુ પ્રસાદ શ્રેષ્ઠ પર બાયોપિક ફિલ્મમાં એમની કલમની કમાલ છે.

પ્રફુલ શાહનાં પુસ્તકો

* 'દશ્યમ્-અદશ્યમ્' (નવલકથા – દૈનિક અખબારમાં ધારાવાહિક, ગુજરાતી, હિન્દી અને અંગ્રેજીમાં)
* 'ફાધર્સ ડે' (અંગ્રેજી-હિન્દી)
* 'યુદ્ધ કેસરી' (મહારાષ્ટ્ર રાજ્ય ગુજરાતી સાહિત્ય અકાદમી પુરસ્કાર)
* 'સરનામાં ઝિંદાદિલીનાં' (પ્રેરક વ્યક્તિત્વ)
* 'અગ્નિજા' (ડૉક્યુ-નોવેલ)
* 'ઇતિહાસ પાછળનો ઇતિહાસ'
* 'દાદલો' (નવલકથા – દૈનિક અખબારમાં ધારાવાહિક, ગુજરાતી અને અંગ્રેજીમાં)
* 'બ્રેકિંગ ન્યૂઝ' (નવલકથા – ગુજરાતી-અંગ્રેજી-હિન્દીમાં)
* 'ગૉલ્ડફિશ' (નવલકથા – ગુજરાતી-હિન્દી-અંગ્રેજીમાં)
* 'લાઇફ IM પૉસિબલ' (ડૉક્યુ-નોવલ – ગુજરાતી, અંગ્રેજી, હિન્દી અને મરાઠી)
* 'ડિયર કુકુ' (સસ્પેન્સ નવલકથા – ગુજરાતી અને અંગ્રેજીમાં)
* 'ફાઈલ-K' (સસ્પેન્સ નવલકથા – ગુજરાતી, મરાઠી અને અંગ્રેજીમાં)
* 'વીજળી અને ટાઇટેનિક' (બે ભયંકર દરિયાઈ કરુણાંતિકાની અભ્યાસપૂર્ણ છણાવટ)
* 'ગ્રેટ રોબરી' (સત્ય અને લૂંટ કથાઓ)
* 'સ...સ... સિરિયલ કિલર્સ'
* 'અપરાધીની'

અનુક્રમ

૧

રામન રાઘવન

મુંબઈ એટલે સપનાંનું શહેર. મસ્તીનો મુકામ. મહત્ત્વાકાંક્ષાનું ઍરપોર્ટ. આમાં ક્યારેક રંગમાં ભંગ પાડે સિરિયલ બ્લાસ્ટ્સ કે રાજકીય બંધ, પરંતુ મુંબઈ ખરેખર ફફડાટ વચ્ચે જીવ્યું હોય કે ઉચ્ચક જીવે ઊંઘ્યું (કે જાગ્યું) હોય તો વર્ષ ૧૯૬૮માં.

ચોમેર ફફડાટ હતો કે કોઈ ઘાતકી ખુલ્લેઆમ માતેલા સાંઢની જેમ રસ્તા પર ફરી રહ્યો છે. રાતના અંધારામાં મન ફાવે એનાં ઢીમ અત્યંત ક્રૂરપણે ઢાળી દે છે. એનો ભોગ બનનારા મોટા ભાગના ગરીબ, ભિખારી કે ફૂટપાથ પર ઊંઘનારા કમનસીબો. એ બધાનો વાંક? રામ જાણે.

'મુંબઈ ડર કી બાંહો મેં' ફિલ્મ બની શકે એવો માહોલ હતો. કોઈ કહેતું કે એ કૂતરો બનીને આવે છે. કોઈ બબડાટ કરતું કે એ તો અચાનક માખી બનીને ઊડી જાય છે.

કોઈકે એને માણસમાંથી શ્વાન બની જતાં જોયો. એટલે ક્યાંક માણસોનો પગરવ સાંભળીને શ્વાન દોડ્યો, તો એને ખૂની માનીને લાકડી લાકડીએ ઢીબી નખાયો. કોઈકે દાઢીવાળાને જોયો અને બે-ત્રણ દાઢીવાળા અકારણ એવા પિટાઈ ગયા કે ન પૂછો વાત. આ સાથે જ વાળંદની દુકાનોએ દાઢી કઢાવી નાખનારાઓની લાઇન લાગવા માંડી. અત્યારે ભલે હસવું આવે, પણ ત્યારે કોઈને આમાં કંઈ અજુગતું નહોતું લાગતું.

ગલી ગલી, મહોલ્લા મહોલ્લા અને રસ્તે રસ્તે વધારાના વાયર ખેંચીને રાતે લાઇટ થવા માંડી. જાણે દિવાળી આવી, પણ ક્યાંય ઉત્સાહ નહીં, ઉજવણી નહીં. સંતાપ અને અજંપા વચ્ચે એક પછી એક ટીમ રાતે ચોકી ભરવા માંડી. 'જીવવું હોય તો જાગવું પડશે'ની વાત સૌએ વિના વાદ-વિખવાદ સ્વીકારી લીધી. જીવ પડીકે બંધાયો હતો એટલે ચોમેર જાણે ભાઈચારાનું ઘોડાપૂર ફરી વળ્યું હતું.

મજાની વાત તો એ હતી કે આ વ્યક્તિનુ ં નામ પડતાં જ ભલભલાને પરસેવો વળી જતો, પણ આ ગભરાયેલા લોકો તોફાની છોકરાવને શાંત પાડવા પાછા એના જ નામનો ડારો આપતા હતા. ખૂબ મોટો આભાર ભગવાનનો કે એ સમયે

ટીવી ન્યૂઝ ચૅનલો નહોતી. ઇન્ટરનેટ નહોતું અને વૉટ્સએપ નહોતું, નહીંતર એમના અતિશયોક્તિભર્યા કવરેજને પાપે મુંબઈમાંથી મોટી હિજરત શરૂ થઈ ગઈ હોત, પરંતુ ટીવી ન્યૂઝ ચૅનલોની ખોટ ભરવા માટે અફવા બજાર ખૂબ જોરમાં હતી. જેટલાં મોઢાં એટલી વાત.

મોટા ભાગના ચાલીવાળા, બિલ્ડિંગવાળા દરવાજા, બારી અને બાલ્કની એકદમ બંધ રાખતા કે જેથી કોઈ ચૂપચાપ અંદર ઘૂસી ન જાય. આ બધા સાથે એક સ્થળે રાતવાસો કરતા. ઊંઘ તો ક્યાંથી આવે, પણ ભયના લખલખા વચ્ચે બીતાં બીતાં ઝોકાં ખાઈ લે. આનાથી તદ્દન વિપરીત અમુક વિસ્તારોમાં રાત પડે સ્ત્રીઓ અને છોકરીઓને ઘરની અંદર લગભગ પૂરી દેવાનું બનતું હતું. મહિલા મંડળ ઘરની અંદર કેદ હોય, બહારથી લાગે તાળું. પુરુષો ટુકડી બનાવીને બહાર વારાફરતી પહેરો ભરે, પણ સાવ ચૂપચાપ. એકદમ નીરવ શાંતિ. વાત એવી પણ ચગી હતી કે જો એ ખૂની નીકળે અને એની નજર આપણા પર પડે તો ગયા જાનથી. કલ્પના કરો કે ગલીએ ગલીએ લાઇટ હોય, પણ ક્યાંય કોઈ ચહલપહલ કે તસુભાર અવાજ સુધ્ધાં ન હોય. નાનાં નાનાં અને કાચાં ઝૂંપડાંથી લઈને બહુમાળી ઇમારતો સુધી રામન રાઘવનનો ભય ઝળૂંબે. ઘર બહાર વધારાની જાળી અને તોતિંગ તાળાં લાગી ગયાં. પુરુષ બહાર જતી વખતે રોજ એકનો એક આદેશ આપે : સાબદા રહેજો, અજાણ્યા માટે દરવાજો ખોલતાં નહીં. ફૂટપાથ પરના પાણીપૂરી અને ભેળવાળાની ચમકદમક સાવ ખોવાઈ ગઈ. જાણે એકદમ અઘોષિત સંચારબંધી, સાંજ પડે રસ્તા સાવ સૂમસામ. થિયેટરમાં રાતના શોમાં કાગડા, સૉરી, ચામાચીડિયાં ઊડે. અમુક સિનેમાઘરોમાં તો લાસ્ટ શો જ બંધ.

પથ્થર કે લોખંડના વજનદાર સળિયાના મરણતોલ ફટકા મારીને રાતની મીઠી ઊંઘ માણનારાઓને કાયમ માટે સુવડાવી દેતા પાગલનો ખોફ એવો ખતરનાક હતો કે ન પૂછો વાત. એક પછી એક ખૂનને પગલે હોબાળા, સનસનાટી અને ફફડાટને પગલે મુંબઈના સીઆઇડી (ક્રાઇમ)ના તત્કાલીન ડેપ્યુટી પોલીસ કમિશનર રમાકાંત કુલકર્ણીએ તપાસની બાગડોર સંભાળી લીધી. આ સાથે જ ઘાસની ગંજીમાંથી સોય શોધવા જેવી કપરી કામગીરી બજાવવા માટે પોલીસે શહેરભરમાં વ્યાપક શોધખોળ ઝુંબેશ આદરી દીધી.

૧૯૬૮ના ઑગસ્ટ મહિના જેવું મુંબઈ ફરી ક્યારેય ન જોવા મળ્યું. આભાર ઈશ્વરનો. આ ૧૯૬૮ના ઑગસ્ટમાં જ રમાકાંત કુલકર્ણીએ ડેપ્યુટી કમિશનર ઑફ પોલીસ સીઆઇડી (ક્રાઇમ)નો હોદ્દો સંભાળ્યો હતો. આ પદ પર આવનારા તેઓ સૌથી યુવાન અધિકારી હતા. પરંપરા તો એવી હતી કે પીઢ પોલીસ ડિટેક્ટિવને

જ આ પદ પર મુકાય, પણ કુલકર્ણી નવા પદ પર બરાબર ગોઠવાય ત્યાં જ કોઈક પાગલ ખૂનીના જીવલેણ કારનામાએ હાહાકાર મચાવી દીધો હતો શહેરમાં.

સમગ્ર મુંબઈને, પ્રજાને અને પોલીસદળને 'ન ભૂતો ન ભવિષ્યતિ' જેવો અનુભવ કરાવનારો આ શખસ એટલે રામન રાઘવ ઉર્ફે કાનપટ્ટી માર. એનું હથિયાર અલગ, મોડસ ઓપરેન્ડી હટકે અને વ્યક્તિત્વ? વાત જ ન થાય.

❖

૧૯૬૮ના ઑગસ્ટમાં રમાકાંત એસ. કુલકર્ણીએ ડેપ્યુટી કમિશનર ઑફ પોલીસ સીઆઇડી (ક્રાઇમ)નો હોદ્દો સંભાળ્યો. આ હોદ્દા પર આવનારી સૌથી નાની વયની વ્યક્તિ તરીકેની ખુશાલી અનુભવે એ અગાઉ જ શહેરમાં હાહાકાર મચી ગયો. સાવ બિનઅનુભવીને મહત્ત્વનો હોદ્દો સોંપાયાની ટીકાઓ વચ્ચે આવી ઉપાધિ. શહેરમાં એક પછી એક ખૂન...

કમકમાટી ઉપજાવે એવી ક્રૂરતા સાથે... જનતામાં વધતા ગભરાટ સાથે આક્રોશ ઊકળતો હતો.

શહેરના પરામાં ગરીબોના કે મધ્યમવર્ગના માણસોની ધડાધડ હત્યા થતી હતી. સ્થાનિક પોલીસ સ્ટેશનમાં ફરિયાદ નોંધાતી હતી, તપાસ શરૂ થતી હતી અને બસ તપાસ શરૂ થવા સાથે જ ઠપ્પ થઈ જતી હતી. સતત ટેન્શન અને પ્રેશરમાં વધારો થતો જતો હતો. પ્રજામાં મચેલા હોબાળા અને ફફડાટ વચ્ચે તપાસનો દોર સીઆઇડીને સોંપાયો. ટેન્શન આવ્યું રમાકાંત કુલકર્ણીને માથે.

રમાકાંત કુલકર્ણીની ટીમ કેટલાક મહત્ત્વના તારતમ્ય પર આવી.

(૧) મોટા ભાગના શિકાર ઝૂંપડાંમાં, કાચાં મકાનમાં રહેતા અને તેમના માટે પોતાના પેટનો ખાડો પૂરવાનુંય મુશ્કેલ હતું.

(૨) બધા મૃતકો ઊંઘમાં હતા ત્યારે જ વજનદાર સાધન માથામાં ફટકારાયું હતું.

(૩) મોટા ભાગની હત્યામાં શિકાર તરત નિશ્ચેતન થઈ ગયા હતા.

(૪) હત્યા પાછળ ચોક્કસ હેતુ નહોતા.

(૫) મૃતકો પાસેથી ખૂનીને નજીવો લાભ મળ્યો હશે.

આ બધા તારતમ્યમાં હત્યારાની કાર્યપદ્ધતિ ઊભરીને બહાર આવતી હતી. સદ્ભાગ્યે એ સમયના અમુક જૂના પોલીસ ઑફિસરો અને પત્રકારોને આવા જૂના કિસ્સા સાંભળ્યા. ૧૯૬૫-૬૬માં મુંબઈ શહેરના પૂર્વના પરામાં આબેહૂબ આવી જ રીતે હત્યાઓ થઈ હતી.

આ રસપ્રદ અણસારને પગલે બધા કેસની વિગતો ભેગી કરાઈ. ફરી એક

હકીકત નીચે લીટી દોરાઈ કે બધા શિકારોને માથામાં જ ઈજા પહોંચાડાઈ હતી.

કુલ ૧૯ માણસો પર હુમલા થયા અને નવ જણે દમ તોડી દીધો હતો, પરંતુ પોલીસનું નસીબ બે ડગલાં આગળ કે બચી ગયેલા નસીબદારોમાંથી એકેય પાસે એવી માહિતી નહોતી કે જેથી ખૂનીનું વર્ણન મળે કે કોઈ જાતના સગડ મળે.

આમ છતાં સીઆઇડીને એવી માહિતી મળી કે ખૂનીએ શિકાર કરેલા મોટા ભાગના પાણીની પાઇપલાઇન પાસેના ઝૂંપડામાં રહેતા બદનસીબ હતા.

'ડ્યુએટ લાઇન' તરીકે જાણીતી આ પાઇપલાઇન આસપાસ ખૂની ફરતો હોવાની ચોક્કસ માન્યતા સાથે પોલીસ ટુકડી 'ડ્યુએટ લાઇન'ની આસપાસ ફરતી રહેતી અને કોઈ શકમંદ નજરે પડે તો ઝડપી લે.

ત્યારે પોલીસ ટુકડીએ એક શકમંદને પકડ્યો હતો. તેણે પોતાનું નામ આપ્યું હતું 'રામન રાઘવ'. આને પગલે પોલીસે જૂના રેકોર્ડ તપાસ્યા અને વધુ ઉપયોગી માહિતી મળી. આ રામન રાઘવનાં અન્ય ઘણાં નામ હતાં. સિંધી દલવાઈ, વેલુસ્વામી, અન્ના તલવાઈ અને તમ્બી. અગાઉના નવ નાના-મોટા કેસમાં એ ગુનેગાર સાબિત થઈ ચૂક્યો હોવાથી પોલીસના રેકોર્ડમાં એના ફિંગર પ્રિન્ટ પણ મોજૂદ હતા. મોટા ભાગની પ્રોપર્ટી બાબતની મારામારીમાં એ ગુનેગાર ઠર્યો હતો, પણ એક કેસ કંઈક ગંભીર પ્રકારનો હતો.

આ કેસમાં તેની સામે લૂંટ સાથે હત્યાના આરોપ મુકાયા હતા, પણ માત્ર લૂંટમાં જ ગુનેગાર ઠરતાં આ રામન રાઘવને પાંચ વર્ષની સજા પણ થઈ હતી. પોલીસને રામન રાઘવનું નામ તો મળ્યું, પણ એના સુધી પહોંચાશે ક્યારે? અને પહોંચવું કેવી રીતે?

પરંતુ ૧૯૬૫-૬૬ના હુમલા અને હત્યામાં તો કોઈ નક્કર પુરાવાને અભાવે માત્ર પૂછપરછ બાદ રામન રાઘવને છોડી મુકાયો હતો. જો ત્યારે જ સજ્જડ પુરાવા કે સાક્ષી મળી ગયા હોત તો?

પોલીસની આ મૂંઝવણમાં ભયંકર ચિંતા ઉમેરતી હતી મુંબઈની સ્થિતિ. પોલીસની સતર્કતા અને સક્રિયતા છતાં કંઈક અકળ કારણસર શહેરમાં જુદી જુદી અફવાઓ દાવાનળની જેમ ફેલાઈ રહી હતી. પોલીસને સમજાતું નહોતું કે અફવાઓ કોણ ફેલાવી રહ્યું છે અને એના પર અંકુશ મેળવવો કઈ રીતે? કોઈક માટે રામન રાઘવ ભેદી હતો, ચમત્કારિક શક્તિ ધરાવતો હતો, એ બિલાડી બની જતો હતો, એ પોપટ બની જતો હતો, એ અદશ્ય થઈ જતો હતો, એ ગમે ત્યાં કોઈને દેખાયા વગર પહોંચી જતો હતો.

આ બધું વાંચીને આજે ભલે હસવું આવે, પણ ત્યારે તો લોકોનું હસવું તો ઠીક, બોલવું અને ચાલવું બંધ થઈ ગયું હતું. મોટા ભાગના અખબારો આ બધી

વાતો છાપ્યે રાખતા હતા, જેથી ગભરાટ અને ગણગણાટ વધતા જતા હતા.

ખુદ પોલીસવાળા દિવસ-રાત રઝળપાટ કરતા ત્યારે તેમને રસ્તાની બંને બાજુ ગભરાયેલા, ડઘાયેલા અને ફફડતા લોકોનાં ટોળાં નજરે પડતાં હતાં. સૌને પોતાના જીવની ફિકર હતી. સ્વજનોની, સંતાનોની ચિંતા હતી. આ ટેન્શન અને સજાગ નાગરિક બનવાના ઉત્સાહમાં લોકો ટીમ બનાવીને ફરતા રહે. હાથમાં લાકડી, ડંડો કે એવું કંઈક હોય જ.

શહેરભરમાં બે હજાર પોલીસવાળાના ચોકીપહેરા છતાં આવા ટોળાના ગાંડપણ અને સલામતીની ઘેલછામાં નવાણિયા કુટાઈ જતા હતા. રસ્તામાં ખૂણેખાંચરે ઊંઘતા ભિખારીઓ આવા લોકોની અડફેટે ચડી જતા. ખૂબ ભાઈબાપા કરીને પોતાની નિર્દોષતા સાબિત કરવાના સંનિષ્ઠ પ્રયાસો છતાં આવા બની બેઠેલા 'રક્ષકો'એ એક સાધુને લોહીલુહાણ કરી નાખ્યો. આ ટોળાના આગમનની ચહલપહલથી થયેલા અવાજથી ઊંઘમાંથી જાગીને એક શ્વાન ભાગ્યો, તો કોઈકે બૂમ પાડી કે જુઓ જુઓ ખૂની શ્વાન બની ગયો. હા, મેં મારી સગી આંખે જોયું અને બધા પડી ગયા બિચારા ચોપગાની પાછળ અને લાકડીએ લાકડીએ ઝૂડીને એના રામ રમાડી દીધા.

એક તરફ સાંઢની જેમ ખૂની ખુલ્લેઆમ ફરતો હતો. એક પછી એક ખૂન કરતો હતો. પ્રજામાં ભયંકર ડર હતો, જેમાં રોજબરોજ વધારો થતો જતો હતો. પોલીસે ખૂનીને પકડવાના પ્રયાસોની સાથે સાથે અફવાબાજીને નાથવાની હતી અને જનતાના મનમાંથી ડરને જડમૂળથી નાબૂદ કરવાનું ભગીરથ કાર્ય કરવાનું હતું.

જનતાના ભયંકર ફિટકાર, અખબારોની આકરી ટીકા અને રાજકારણીઓના અસહ્ય દબાણ વચ્ચે પોલીસે એક ખંધા, ક્રૂર અને પાગલ કહી શકાય એવા સિરિયલ કિલરને પકડવાનો હતો, પણ કઈ રીતે પકડવો એને?

રામન રાઘવ... રામન રાઘવ... રામન રાઘવ... મુંબઈભરમાં એક જ નામની ચર્ચા, એ જ ફફડાટ. આ વ્યક્તિ પાસે ચમત્કારિક શક્તિથી લઈને શેતાનની તાકાત હોવાનો દાવો કરનારા ગલીએ ગલીએ મળી આવતા હતા.

રમાકાંત એસ. કુલકર્ણી ડેપ્યુટી કમિશનર ઑફ પોલીસ સીઆઇડી (ક્રાઇમ)નો હોદ્દો વ્યવસ્થિતપણે સંભાળે ત્યાં જ રામન રાઘવ નામનું ગ્રહણ નડ્યું. ખૂનની પરંપરામાં વપરાયેલી મોડસ ઓપરેન્ડી પરથી સિનિયર પોલીસવાળાએ રિપોર્ટરોને સંભળાવ્યું કે ૧૯૬૫-૬૬માં પૂર્વ મુંબઈમાં આવી રીતે જ હત્યાઓ થઈ હતી. કુલ ૧૯ હુમલામાં નવ મોત થયાં હતાં, પણ કોઈએ હુમલાખોરને જોયો નહોતો, પરંતુ 'ડ્યુએટ લાઇન' પાઇપલાઇન આસપાસ શંકાસ્પદ રીતે ફરતા રામન રાઘવ નામના માણસને પકડીને છોડી મુકાયો હતો. એ અઠંગ ગુનેગાર હતો અને પાંચ

વર્ષની જેલ પણ કાપી આવ્યો હતો. પણ અત્યારે શોધવો ક્યાં?

આને પગલે પોલીસવાળા રામન રાઘવના જૂના બધા કેસની ફાઇલ ફેંદી વળ્યા. તેના ફિંગર પ્રિન્ટ અને ફોટા મળી આવ્યા.

આ જ સમયે ડિટેક્ટિવ ઇન્સ્પેક્ટર એસ. એસ. વાકટકરનો અતીત મહામૂલો બનીને આગળ આવ્યો. ભૂતકાળમાં મુલુંડ પોલીસ સ્ટેશનના ઇન્ચાર્જ તરીકે તેમણે રામન રાઘવની પૂછપરછ કરી હતી. વાકટકરનો રામન રાઘવ વિશેનો ટૂંકો ને ટચ અભિપ્રાય કંઈક આવો હતો : ખૂબ મીંઢો છે, માહિતી કઢાવવી અશક્ય. વધુ રસપ્રદ માહિતી એ મળી કે રામન રાઘવ પાસેથી નાની ડાયરી મળી હતી જેમાં અમુક આકૃતિ સામે 'ખતમ' લખાયું હતું.

વાકટકરના જણાવ્યા મુજબ મુલુંડના એ કેસમાં હત્યાનો મામલો સાબિત ન થતાં કોર્ટે તેને છોડી મૂક્યો હતો. પોલીસે તેને બે વર્ષ સુધી મુંબઈમાંથી તડીપાર કર્યો હતો. આ બે વર્ષના તબક્કામાં શહેરમાં એવી કોઈ હત્યા થઈ નહોતી. આ માહિતી પોલીસવાળા માટે હવે વધુ મહત્ત્વની હતી.

આ સાથે પોલીસે ભૂતકાળમાં રામન રાઘવને મળી હોય તેવી વ્યક્તિઓની યાદી બનાવી. આ બધા માટે લુકઆઉટ નોટિસ જાહેર કરાઈ. આટલું કરીને હાથ પર હાથ મૂકીને બેસી રહેવાનો સમય નહોતો. પોલીસવાળા શહેરભરમાં ફરી વળ્યા. એમનું ધ્યેય એક જ હતું. રામન રાઘવને મળનારી વ્યક્તિને શોધવાનું.

પાંચ-પાંચ દિવસ અનેક પોલીસવાળાની આકરી જહેમત બાદ મળી સફળતા. આ યાદીમાંની મંજુલાબાઈ દળવી નામની ઘરકામ કરતી બાઈ પોઈસર ગામમાં મળી. ભૂતકાળમાં રામન રાઘવ આ મંજુલાબાઈના પડોશમાં રહ્યો હતો, પણ મંજુલાબાઈએ 'રામન રાઘવ' નામ સાંભળ્યું નહોતું. તેણે તો ફોટો જોઈને કહ્યું કે, 'આ તો અન્ના છે, અન્ના. એ અહીં એકલો જ રહેતો હતો.'

જોકે મંજુલાબાઈને એ ખબર નહોતી કે અન્ના કામકાજ શું કરતો હતો. અચાનક તેમને એક વાત યાદ આવી. એક સવારે કૂવામાંથી પાણી ભરીને પાછી ફરી રહી હતી ત્યારે અન્નાને આવતો જોયો. અન્નાને ઊભો રાખીને મંજુલાબાઈએ સવાલ કર્યો કે, 'આટલા વહેલા ક્યાંથી આવો છો?' અન્નાએ સહજપણે જવાબ આપ્યો કે, 'થોડું કામ હતું એટલે બહાર ગયો હતો.' આટલું બોલીને એ મોચી ચાલ તરફ જતો રહ્યો. હા, મંજુલાબાઈ સમ ખાઈને કહેતી હતી કે, 'પોલીસ પાસેના ફોટામાં દેખાય છે એ અન્ના જ છે.'

એ જ સમયે પોલીસનો જોશ વધારી દે એવા એક વધુ વાવડ મળ્યા. તાજેતરમાં થયેલા ખૂનના સ્થળેથી મળેલા અંગૂઠાના નિશાન જૂના ગુનેગાર રામન રાઘવના જ છે.

શહેરભરમાં કાળો કેર વર્તાવનારો કાતિલ રામન રાઘવ હોવા વિશે પોલીસને હવે લેશમાત્ર શક નહોતો, પરંતુ મુંબઈ જેવડા વિશાળ શહેરમાં ચોક્કસ સરનામું ન ધરાવતા માણસને શોધવો ક્યાં? પરંતુ એ વધુ ખૂન કરે એ પૂર્વે એને પકડી પાડવાનું પોલીસ માટે અનિવાર્ય હતું.

❖

૧૯૬૮ની ૨૭મી ઑગસ્ટની સવારે ૩૯ વર્ષીય સબ ઇન્સ્પેક્ટર એલેક્સ ફિઆલ્હો પોતાની વર્દીમાં સજ્જ થઈને નોકરીએ જવા નીકળ્યા ત્યારે તેમને ખબર નહોતી કે ૪૨ ઝૂંપડાવાસીઓનો જીવ લેનારો હત્યારો હવે ક્યાં ત્રાટકશે? આની સાથે પોલીસવાળા પર જબરદસ્ત દબાણ વધતું હતું કે આ નિર્મમ ખૂનીને રોકો. એને પકડીને જેલ ભેગો કરો.

ભેંડી બજારસ્થિત પોલીસ ક્વાર્ટરથી ડોંગરીસ્થિત ઑફિસે જવા નીકળેલા એલેક્સના ગજવામાં સિરિયલ કિલર મનાતા શખસનો ફોટો હતો. દિમાગના કમ્પ્યૂટરમાં એની વિગતો હાજર હતી. ચાલતી વખતે ચકોર પોલીસની નજર ચકળવકળ થતી હતી. એલેક્સ બરાબર જાણતા હતા કે આ તો ઘાસની ગંજીમાંથી સોય શોધવાથી પણ કપરું કામ છે, પરંતુ ખોળિયું પોલીસનું એટલે મન, મગજ અને આંખ સાવ શાંત ન બેસે.

બસની રાહ જોતા સ્ટોપ પર ઊભેલા એલેક્સની નજર સામેથી આવતા માણસ પર પડી. વ્યવસ્થિત કદ-કાઢી, બ્લુ બુશશર્ટ અને ખાખી ચડ્ડી... એલેક્સ ફિઆલ્હોના મગજમાં ઘંટડી વાગી. વધુ જરાય વિચાર્યા વગર સબ-ઇન્સ્પેક્ટરના પગ ગતિમાં આવવા તલપાપડ થઈ ગયા, પણ એ ઊભા રહી ગયા.

એ માણસ એલેક્સ ફિઆલ્હો પાસેથી પસાર થયો ત્યારે એની નજર વર્દીવાળા ઉપર પડી. એ બાબત એલેક્સના ધ્યાનમાં આવી. એ માણસે ફરી કતરાતી નજરે એલેક્સ ભણી જોયું. બીજી નજરથી પોલીસવાળાના મનમાં શંકા જાગી.

એલેક્સ એ માણસની પાછળ પાછળ ચાલવા માંડ્યો. આગળ એ માણસ અને એની પાછળ પાછળ એલેક્સ. થોડો સમય પીછો કર્યા બાદ ફિઆલ્હોએ એ માણસને રોક્યો અને 'કામ છે' કહીને નજીકના મકાન પાસે આવવા જણાવ્યું.

હવે એલેક્સ ફિઆલ્હોના ધ્યાનમાં આવ્યું કે એ માણસના હાથમાં ભીની છત્રી હતી, પરંતુ એ દિવસે પોતાના વિસ્તાર (દક્ષિણ મુંબઈ)માં તો વરસાદ નહોતો પડ્યો, એવું એલેક્સને સાંભરી આવ્યું. આથી એલેક્સે એ માણસને પૂછ્યું કે, 'તું ક્યાંથી આવે છે?' જવાબ મળ્યો, 'મલાડ (મુંબઈનું એક ઉપનગર) કે ચિંચોલી સે આયા.'

એ માણસ પાસે અડધાં રીમવાળાં ચશ્માં અને દરજીના આંગળામાં પહેરવાની અંગૂઠી હતી. એલેક્સ ફિઆલ્હોને લાગ્યું કે, કંઈક તો ગરબડ છે, આને જવા ન દેવાય. તેમણે પોલીસ સ્ટેશને ફોન કરીને જીપ મગાવી. જીપ આવી એટલે એ માણસને જીપમાં બેસી જવા જણાવ્યું. કોઈ જાતની પૂછપરછ કે અચકાટ વગર એ બેસી ગયો. ચાલતી જીપે એ માણસનું ધ્યાન ચૂકવીને એલેક્સ ફિઆલ્હોએ ગજવામાંના ફોટોગ્રાફ પર ફરી નજર કરી. એમની આંખમાં ચમક અને ચહેરા પર સંતોષના ભાવ આવી ગયા. છતાં લેશમાત્ર ઉતાવળ કર્યા કે ઉત્તેજિત થવાનું એલેક્સને પાલવે એમ નહોતું. ખૂબ જ સંવેદનશીલ કેસ હતો અને લેશમાત્ર બફાટ થાય તો આવી જ બને.

એલેક્સ ફિઆલ્હો એ શખસને પોલીસ સ્ટેશન લઈ ગયા પછી ફિંગર પ્રિન્ટ એક્સપર્ટને બોલાવ્યા. આ નિષ્ણાતે અભિપ્રાય આપ્યો કે આ માણસના ફિંગર પ્રિન્ટ આપણી પાસેના ફિંગર પ્રિન્ટ સાથે મળતા આવે છે.

આ સાથે જ સબ-ઇન્સ્પેક્ટર એલેક્સ ફિઆલ્હોએ ઇતિહાસ રચ્યો. સિરિયલ કિલર રામન રાઘવની ધરપકડ કરીને!

૧૯૬૮ની ૨૭મી ઑગસ્ટ અને મંગળવારની સાંજે આકાશવાણીએ પોતાનો નિયમિત કાર્યક્રમ રોકીને મહત્ત્વની જાહેરાત કરી કે, અંતે મુંબઈના કુખ્યાત સિરિયલ કિલર રામન રાઘવને પોલીસે ઝડપી લીધો છે. ઘણા શ્રદ્ધાળુઓએ આ સમાચારને વિઘ્નહર્તા ગણેશની કૃપા સમજી લીધી, કારણ કે ૨૭મીની સવારે રામન રાઘવના આતંક હેઠળ ગણેશોત્સવની શરૂઆત થઈ હતી, પણ સાંજ પડ્યે તો રામન રાઘવન પકડાઈ ગયો. ગણપતિ બાપ્પા મોર્યા.

આ બ્રેકિંગ ન્યૂઝ દાવાનળની જેમ દેશભરમાં ફેલાઈ ગયા. આજની જેમ સવારના અખબારો સાથે આવતા ઈવનિંગરની જેમ નહીં, પણ ખરેખર બપોરે પ્રગટ થતાં સાંધ્ય દૈનિકોએ રામન રાઘવની ધરપકડના સમાચાર બરાબરના ચમકાવ્યા અને અખબારોની નકલો ગરમ ગરમ ભજિયાંની જેમ વેચાઈ ગઈ એ કહેવાની જરૂર ખરી?

આને પગલે જ્યાં પોલીસ કમિશનર અને ક્રાઇમ બ્રાન્ચ (સીઆઇડી)ની ઑફિસ આવેલી છે એ ક્રોફર્ડ માર્કેટ પાસે મોટી ભીડ જમા થઈ ગઈ. બધાને સિરિયલ રામન રાઘવની એક ઝલક જોવી હતી. કેવો લાગે છે એ ભયંકર ચમત્કારી, શક્તિશાળી શેતાન?

રામન રાઘવ પકડાયાનો ઉત્સાહ, આનંદ એટલો બધો કે તત્કાલીન પોલીસ કમિશનર ઇમૅન્યુઅલ સુમિત્રા મોડકે તરત જ એલેક્સ ફિઆલ્હોનું સન્માન કર્યું. તેમણે ફિઆલ્હો માટે ઑન ધ સ્પોટ ઇનામ જાહેર કર્યું, રૂપિયા એક હજારનું.

ધરપકડના સમાચારથી જનતા શાંત પડી, હાશકારો અનુભવ્યો. પોલીસ માટે એક નિરાંત આવી, છોગામાં નવી ઉપાધિ લાવી. હવે રામન રાઘવ પાસેથી ઘણું ઘણું ઓકાવવાનું હતું અને કબૂલ કરાવવાનું હતું.

અગાઉના અનુભવને આધારે પોલીસને ખબર હતી કે હવેનું કામ આસાન નથી. ઘણા રીઢા ગુનેગાર પકડાઈ ગયા પછીક સાવ મોઢું જ સીવી લે. ગમે તેટલી મારપીટ, મનામણાં કે સમજાવટ કામ ન લાગે. રામન રાઘવના મામલામાં એવું થવાનાં એંધાણ મળવા માંડ્યાં હતાં. સીધા સવાલ, આકરા સવાલ, ગોળ ગોળ સવાલ, પણ પરિણામ મોટુંમસ શૂન્ય. મોઢું ખોલે એ બીજા. આવા સનસનાટીભર્યા કેસમાં તો પ્રજા અને પત્રકારો વધુ ને વધુ માહિતી મેળવવા તલપાપડ હોય. આમેય અગાઉ મુલુંડમાં ધરપકડ વખતે ઇન્સ. એસ. એમ. વાકટકરે રામન રાઘવ સાથેના કડવા અનુભવ બાદ અભિપ્રાય આપ્યો જ હતો, 'ખૂબ મીંઢો છે, માહિતી કઢાવવાનું અશક્ય.'

રામન રાઘવ બે દિવસ સુધી કંઈ જ ન બોલ્યો. પોલીસ પાસે ધીરજ ધરવા સિવાય છૂટકો નહોતો, પરંતુ અખબારો અને જનતા હવે આકરા બનવામાં હતા. રાબેતા મુજબ કાનાફુસી શરૂ થઈ ગઈ કે ભયંકર હોબાળાને પગલે દબાણ હેઠળ પોલીસે નિર્દોષ કે ભળતાને જ પકડીને જેલભેગો કરી દીધો લાગે છે.

એકદમ અનુભવી અને કાબેલ એવા ચાર પોલીસ અધિકારી એક જ માણસ પાસે કંઈક બોલાવવા માગતા હતા, પણ અત્યાર સુધી સફળતા હાથ લાગી નહોતી. રામન રાઘવ જાણે વાકટકર, બાસીલ કાણે, દલવી અને પેંડસે નામના ચાર વર્દીધારીની પરીક્ષા લઈ રહ્યો હતો. સ્થિતિ એટલી હદે પહોંચી ગઈ કે ખુદ નાયબ પોલીસ કમિશર રમાકાંત કુલકર્ણીએ ભગવાનને પ્રાર્થના કરી કે આ રામન રાઘવ બોલતો થાય તો સારું.

❖

પછી તો માંડ માંડ બોલતા થયેલા રામન રાઘવે જે કંઈ કર્યું-બતાવ્યું એ પોલીસની કલ્પના બહારનું હતું.

આતંકનું ભયંકર વાતાવરણ સર્જનારો 'ચમત્કારિક' અને 'શૈતાની શક્તિ-ધારક' રામન રાઘવ ૧૯૬૮ની ૨૭મી ઑગસ્ટે સબ-ઇન્સ્પેક્ટર એલેક્સ ફિઆલ્હોના પ્રતાપે પકડાઈ ગયો. ભારે હાશકારા સાથે અનેકના મોઢામાંથી એક જ વાત નીકળી : ગણપતિ બાપ્પા મોરયા...

પોલીસ માટે એક વિઘ્ન પૂરું થયું કે એ પકડાઈ ગયો. બીજું નવું વિઘ્ન ઊભું થયું કે આ સિરિયલ કિલર મનાતા માણસ મોઢામાં મગ ભરીને બેસી ગયો હતો.

પબ્લિકને શું કહેવું? પ્રેસને શો જવાબ આપવો? અને છેવટે અદાલતમાં શું કહેવું?

દરેક માણસ છેલ્લે કરે છે, એ સીઆઇડી ક્રાઇન બ્રાન્ચના નવા અને યુવાન નાયબ કમિશનર રમાકાંત કુલકર્ણીએ પણ કર્યું : ઈશ્વરને પ્રાર્થના અને ભગવાને જાણે કુલકર્ણીની વાત સાંભળી લીધી હોય એવું કંઈક બન્યું ખરું.

પૂછપરછમાં રામન રાઘવની પદૂડી કાઢી નાખવાના ઇરાદે બેસી ગયેલા એસ. એસ. વાકટકર, એસ. પેન્ડસે, બાસીલ કાણે અને પેંડસે બે આખા દિવસ બોલ બોલ કરતા રહ્યા અને શૂન્ય પરિણામને પ્રતાપે એમના હોશકોશ ઊડી ગયા અને અંતે કંટાળીને રામન રાઘવને સવાલ પુછાયો, 'વૈસી કોઈ ચીજ હૈ જો પાને કે લિએ તુમ બેતાબ હો?'

તરત જ જવાબ મળ્યો, 'મુરઘી.'

આ સાથે જ પોલીસવાળા કામે લાગી ગયા. નજીકની રેસ્ટોરાંમાંથી ગ્રેવીવાળી ચિકનની ડિશ તાત્કાલિક મંગાવી. એ ભૂખ્યા ડાંશની જેમ ડિશ પર તૂટી પડ્યો અને આંગળા સુધ્ધાં ચાટી ગયો.

પોલીસે ફરી પૂછ્યું, 'ઔર કુછ ચાહિએ?'

ફરી એ જ જવાબ, 'મુરઘી.'

પોલીસે નવેસરથી એ પ્રમાણે કર્યું અને રામન રાઘવે પણ.

ભરપેટ ખાવાથી કે પસંદગીનું ભોજન મળ્યાથી રામન રાઘવ ખૂલ્યો અને ખીલ્યો. હવે તેણે માથામાં નાખવાનું તેલ, દાંતિયો અને અરીસો માગ્યાં. થોડી સમજદારીભરી નારાજગી સાથે નફ્ફટાઈપૂર્વક એ બોલ્યો કે, મને તો રૂપજીવિનીને બોલાવવી ગમે, પણ મને લાગે છે કસ્ટડીમાં કાયદો એની મંજૂરી નહીં આપે.

સુગંધી કોપરેલ તેલ આવ્યું. રામન રાઘવે હાથમાં તેલ લઈને આખા શરીર પર મસાજ કર્યું. તેલની સુગંધનાં વખાણ કર્યાં. માથાના વાળ ઓળ્યા બાદ તેણે અરીસામાં પોતાનું મોઢું જોયું અને પોતાની જાત પર જ ખુશ થઈ ગયો. લાંબો સમય અરીસામાં જોતો રહ્યો પછી એકદમ ટટ્ટાર બેસી ગયો અને જાણે પોતે કોઈ શહેનશાહ હોય એમ બોલ્યો, 'હવે બધું કહી દેવાનો મને ઉપરથી હુકમ થયો છે! બોલો, હવે તમારે શું જાણવું છે?'

રસાકસીભરી મેચમાં સ્લીપમાં ઊભેલા ચપળ ફિલ્ડરની જેમ રામન રાઘવની નજીક ઊભેલો પોલીસ અધિકારી બોલી પડ્યો, 'મર્ડર્સ (હત્યાઓ)ની વાત જાણવી છે.'

અમુક પળોની સ્મશાનવત્ શાંતિ બાદ રામન રાઘવ એકદમ મદ્રાસી લહેજામાં બોલ્યો, 'મર્ડર્સ? હું તમને બધેબધું કહી દઈશ. એક વાહન મગાવો, એક હથિયારધારી ગાર્ડ અને બે સાક્ષી હાજર કરો, કાયદા મુજબ એ બધાની જરૂર પડશે.'

અત્યાર સુધી હોશ ગુમાવી બેઠેલા પોલીસવાળા હવે જોશમાં આવી ગયા, 'પહેલાં એ જણાવ કે તારું હથિયાર ક્યાં છુપાવ્યું છે?'

રામન રાઘવે જરા સ્વસ્થપણે જવાબ આપ્યો, 'હા, હા, એ પણ બતાવીશ. 'ખતમ' કરવા માટે વાપરેલો લોખંડનો આંકડો બતાવીશ. આરે કૉલોનીનાં ઝાડી-ઝાંખરાંમાં સંતાડેલા છરી-ચાકુ અને બીજી ચીજો પણ બતાવીશ?'

...અને જાણે રામન રાઘવ કોઈ બાદશાહ કે શહેનશાહ હોય એમ તેની એક-એક ફરમાઈશ પૂરી થઈ. ગણતરીની પળોમાં તો રામન રાઘવને લઈને પોલીસની ગાડી મારતી સ્પીડે પરા તરફ દોડવા માંડી. જાણે કંઈ જ બન્યું ન હોય કે પોતે કંઈ ખોટું ન કર્યું હોય એમ રામન રાઘવ નિર્લેપભાવે ચૂપચાપ બેઠો હતો, પરંતુ પોલીસના મન-મગજમાં નિરાંત સાથે ઉત્તેજના હતી, જિજ્ઞાસા હતી.

હાઈવે પર દોડતી ગાડી ગોરેગામના આરે રોડ અને વેસ્ટર્ન એક્સપ્રેસના જંક્શન પર પહોંચી એટલે રામન રાઘવે માર્ગદર્શન આપ્યું કે જોગેશ્વરી તરફ વળી જાઓ. એ રોડથી થોડે દૂર પહોંચતા તેણે ગાડી રોકાવી અને બધાને નીચે ઊતરવા કહી દીધું. પછી રામન રાઘવ કાંટાળી વાડ તરફ આગળ વધ્યો. નાનકડા જાનવરની જેમ સરકીને વાડ પાસે ગયો અને કાંટાળી ઝાડી-ઝાંખરાંમાં હાથ નાખીને તેણે લોખંડના લાંબા સળિયા જેવું કંઈક ખેંચી કાઢ્યું. આનો ઉલ્લેખ તે 'આંકડા' તરીકે કરતો હતો. હકીકતમાં આ 'આંકડો' એક વજનદાર સળિયો હતો, જે એક તરફથી ચારેક ઇંચ વાળવામાં આવ્યો હતો અને બીજો છેડો અણિયાળો હતો. એના પર સુકાયેલા લોહીના ડાઘા હજી દેખાતા હતા. આ વજનદાર હથિયારથી તે ઊંઘતા માણસની કાનપટ્ટી પર એવો જોશભેર પ્રહાર કરતો કે મીઠી ઊંઘ માણતો ગરીબ માણસ ચૂં કે ચાં કર્યા વગર કાયમી નિદ્રામાં પોઢી જતો હતો. હકીકતમાં તો પાંચ-સાત કિલો વજનનો આંકડો અને એમાં ભળતું રામન રાઘવનું ખુન્નસ એટલે મૃતકને જરાય હલવાનો મોકો સુધ્ધાં નહોતો મળતો. આ દૃશ્યની કલ્પના સુધ્ધાંથી આપણને કમકમાટી ઊપજે જ, પણ આ હત્યારો કેવી લાગણી અનુભવતો હશે?

હા, તો આંકડા અને અન્ય પરચૂરણ હથિયારો કાઢી બતાવ્યા બાદ રામન રાઘવે પોલીસ પાર્ટી સમક્ષ ઝાડીમાંથી બીજું એક પોટલું કાઢ્યું. લોહીથી ખરડાયેલા ખાખી કપડાના આ પોટલાની અંદર એક સ્ક્રૂ ડ્રાઇવર, ટૉર્ચ, ગમચો, છરીઓ અને લોખંડની કોશ હતાં.

આ ગમચા અને આંકડા પાછળ માની ન શકાય એવી વાર્તા હતી. ખુદ રામન રાઘવે પોલીસને જણાવ્યા મુજબ આ ગમચો તેણે ઝૂંપડામાં ડબલ મર્ડર કર્યા બાદ ચોરી લીધો હતો.

આ આંકડો રામન રાઘવે ખાસ જોગેશ્વરી જઈને એક લુહાર પાસે બનાવડાવ્યો હતો. આના માટેનો સળિયો તેણે પોતાના જૂના મિત્ર માઇકલ પાસેથી લીધો હતો.

કોણ હતો આ માઇકલ? ખુદ માઇકલે પોલીસને જણાવ્યું કે, હું તંબી (રામન રાઘવ)ના ગામવાળો છું. મુંબઈની મિલમાં પહેલી વાર માઇકલ અને તંબીની મુલાકાત થઈ. આ મિલમાં થોડો સમય તંબીએ કામ કર્યાનું માઇકલને સાંભરતું હતું. પછી તંબી એકદમ ગાયબ જ થઈ ગયો હતો. એ સમયે તંબી પોતાના કોઈ મિત્ર સાથે રહેતો હતો. એનો આ મિત્ર પછી હત્યા કરાયેલી સ્થિતિમાં મળી આવ્યો હતો.

માઇકલ અને તંબી ફરી કેવી રીતે મળ્યા એ રસપ્રદ છે. એક સાંજે તંબી સીધો માઇકલના ઘરે જઈ પહોંચ્યો. સામાન્ય વ્યવહાર મુજબ માઇકલે પૂછપરછ કરી કે, 'તું ક્યાં રહે છે અને શું કરે છે હમણાં?' તંબીએ જવાબ આપ્યો કે, 'પોતે હમણાં જ ગામથી પાછો ફર્યો છે અને રહેવાની કોઈ વ્યવસ્થા ન હોવાથી ઝૂંપડું બાંધવું છે.' પોતાનું ઘર બાંધવાના નામે તેણે માઇકલ પાસેથી કોશ કે પરાઈ માગી. માઇકલે લોખંડના સળિયા જેવી પરાઈ આપતાં તાકીદ કરી કે કામ પતતાં જ પાછી આપી જવાનું ભૂલતો નહીં.

પછી માઇકલ તો પોતાના રૂટિનમાં ખોવાઈ ગયો, પરંતુ એ જાણતો ન હતો કે આ પરાઈમાંથી કેટલું ભયંકર હથિયાર બનવાનું છે. જે અનેકના અત્યંત ક્રૂરતાથી જીવ લેશે.

માઇકલ તો પોતાના ગામવાળા તંબી અને પરાઈના પાછા આવવાની રાહ જોતો હતો. ત્યાં ત્રણેક દિવસ બાદ ફરી એ દેખાયો. તેણે રસ્તામાં રમતા બાળકોને જોઈને તેમને બે જૂની ફાઉન્ટન પેન અને બિલોરી કાચ આપ્યો. એ સમયે માઇકલ પોતાની દીકરી વાયોલેટ સાથે ચાની ચુસકી લેતો હતો. વાયોલેટે રામન રાઘવને પૂછ્યું કે, 'ચા પીશો?' એને ઉદ્ધતાઈભર્યો જવાબ મળ્યો કે, 'હું ખ્રિસ્તીએ બનાવેલી ચા પીતો નથી.' આનાથી ડઘાઈ ગયેલા માઇકલે પરાઈ પાછી આપવાની યાદ અપાવી તો રામન રાઘવ ધૂંઆપૂંઆ થઈને જતો રહ્યો. બિચારા માઇકલને સમજાયું જ નહીં કે રામન રાઘવના મનમાં હતું શું? એ આવી રીતે કેમ વર્તે છે? પરાઈ પાછી આપશે તો ખરો ને?

❖

મુંબઈ આખાને ફફડતું કરી મૂકનારો રામન રાઘવ સબ-ઇન્સ્પેક્ટર એલેક્સ ફિઆલ્હોને પ્રતાપે પકડાયો. બે દિવસના અકળાવનાર મૌન બાદ ત્રીજા દિવસે મોઢું ખોલ્યું અને પૂરેપૂરી સચ્ચાઈ જાણી પોલીસને દોરી જવા લાગ્યો. એની

નિખાલસતા ચોંકાવનારી હતી. તેણે કબૂલાત કરવામાં કંઈ જ બાકી ન રાખ્યું. એક-એક હકીકત બયાન કરી દીધી. દરેક સંતાડેલી ચીજવસ્તુ અને હથિયાર બતાવી દીધાં. અત્યાર સુધી હરફ સુધ્ધાં ન ઉચ્ચારનારો કાતિલ હવે શા માટે કબૂલાતબાજી પર ઊતરી આવ્યો? આ તો અપરાધશાસ્ત્રીઓના અભ્યાસ, ચિંતન અને મનની બાબત હતી, પણ આજ સુધી કોઈને જવાબ મળ્યો નથી.

રામન રાઘવ અપરાધજગત તરફ કઈ રીતે વળ્યો? આના સ્પષ્ટ જવાબો હજી કોઈ પાસે નથી છતાં એના વિશે ઉપલબ્ધ માહિતીને આધારે કંઈક અણસાર મેળવવાનો પ્રયાસ કરી જોઈએ.

વિવિધ અહેવાલો મુજબ રામન રાઘવની માતા નાની ઉંમરે સ્વર્ગવાસી થઈ ગઈ હતી. એનો ઉછેર સાવકી માતાએ કર્યો. ઉછેર શું, અત્યાચાર કર્યો. એકાદ ભૂલ થાય એટલે સળગતા લાકડાથી માર પડે ને પડે જ.

રામન રાઘવને નાનપણથી ચોરીની આદત પડી ગઈ હતી. બાળપણમાં જ એના લગ્ન ભાણી ગુરુઅમ્મા સાથે નક્કી થઈ ગયાં હતાં. જોકે ખરાબ સોબતને લીધે વિવાહ અગાઉ જ રામનની ધરપકડ થઈ અને જેલની સજા થઈ. કેદની સજા પૂરી કરીને બહાર આવ્યો. આ સાથે આંચકો લાગ્યો કે ગુરુઅમ્મા અન્ય કોઈને પરણી ચૂકી છે અને એક બાળકની માતા બની ચૂકી છે. ત્યાર બાદ ગામના ડાહ્યા માણસોએ ભેગા થઈને અન્ય એક મહિલા સાથે રામન રાઘવનાં લગ્ન નક્કી કર્યાં, પરંતુ એ પણ છેહ આપીને બીજા પુરુષની બની ગઈ. અન્ય અહેવાલ મુજબ રામન રાઘવનાં લગ્ન થયાં, પણ એ પછી માથે વીજળી ત્રાટકી : પત્ની તો પ્રેગનન્ટ હતી. અન્ય કોઈનું બાળક પોતાના માથે મરાયાનો વિષાદ ઘેરી વળ્યો.

એક પછી એક આંચકા. ઘરમાંય બહેન પાર્વતી સિવાય કોઈ બચ્યું નહોતું. કરવું શું એની દ્વિધામાં ભારતનાં હજારો ગામડામાં રહેતા યુવાનો જે નિર્ણય લે છે એવું જ કંઈક રામન રાઘવે કર્યું : ચલો, મુંબઈ.

૧૯૪૭ના ઑગસ્ટ મહિનામાં આઝાદીનો આનંદ મનાવાતો હતો ત્યારે રામન રાઘવે મુંબઈમાં પગ મૂક્યો. મહામહેનતે લોઅર પરેલની કમલા સિલ્ક મિલમાં આછીપાતળી નોકરી મળી ગઈ. રોટલાનું તો થયું, પણ ઓટલાનો હજી મેળ ખાતો નહોતો.

એક સાથી કામદાર સાથે દોસ્તી થઈ ગઈ. વાતમાંથી વાત નીકળી અને રામન રાઘવનો પ્રૉબ્લેમ સોલ્વ થઈ ગયો. એ સાથી મિલમજૂરના ઘરે પેઇંગ ગેસ્ટ તરીકે રહેવા માંડ્યો. શાંતિ અનુભવી કે હાશ, હવે વાંધો નહીં આવે, પરંતુ આ હાશકારો લાંબું ન ટક્યો. નાદુરસ્ત તબિયતને લીધે રામન રાઘવ એક

રાતે મિલમાં ન જઈ શક્યો, પણ મિત્ર નોકરીએ ગયો. રામન રાઘવને એકલો જોઈને એના મિત્રની પત્નીનું દિલ આવી ગયું, પરંતુ રામન રાઘવને દોસ્ત સાથે દગાબાજી મંજૂર નહોતી એટલે તેણે રૂમની અંદર જવાને બદલે બહાર સૂઈ રહેવાનું મુનાસિબ માન્યું.

આ પ્રામાણિકતા બદલ શાબાશી કે ઇનામને બદલે તેને ભળતું જ ફળ મળ્યું. મિત્રની પત્નીએ રામન રાઘવે પોતાની સાથે બળજબરીનો પ્રયાસ કર્યાનું આળ મૂક્યો. આ સાથે જ માથેથી છત છિનવાઈ ગઈ.

રામન રાઘવ એકદમ હચમચી ગયો કે પોતાની સાથે કંઈ ને કંઈ અજુગતું કેમ થઈ રહ્યું છે? એ એકદમ ગુમસૂમ રહેવા માંડ્યો. મિત્રના ઘર બાદ તેણે કમલા મિલની નોકરીને પણ રામ રામ કરી દીધા. લોઅર પરેલ વિસ્તાર છોડ્યા બાદ તે કુર્લા જતો રહ્યો. અહીંની નવભારત સિલ્ક મિલમાં નોકરી મેળવી, પરંતુ જાણે ઈમાનદારી પરથી સાવ વિશ્વાસ ઊઠી ગયો હોય એમ તે ભળતા જ માર્ગે નીકળી પડ્યો. ચોરીચપાટી શરૂ કરી અને ધીરે ધીરે તેણે પોતાના જેવા લોકોને ભેગા કરીને એક ટોળકી બનાવી. આ ટોળીનું એક જ કામ : તક મળે ઘરફોડી કરવાનું.

આ ચોરીબાજીમાં સ્થિર ન થાય ત્યાં ફરી ન બનવાનું બની ગયું. લગભગ ૧૯૫૬ની વાત છે. ચેમ્બુરના એક બંગલોમાં પોતાની ગેંગ સાથે ચોરી કરવા ગયો, પણ તેના હાથે એક ખૂન થઈ ગયું. આ ગંભીર અપરાધને લીધે આખી ટોળી એકાએક હવામાં ઓગળી ગઈ.

મહામુસીબતમાંથી છૂટવાનો સંતોષ ભ્રમ સાબિત થયો. ટોળકીનો એક સાગરીત પકડાઈ ગયો. તેણે આપેલી માહિતીને પ્રતાપે રામન રાઘવ પણ પકડાઈ ગયો. ફરી થઈ પાંચ વર્ષની સખત મજૂરી સાથેની કેદ.

❖

રામન રાઘવ ૧૯૬૧માં જેલમાંથી બહાર આવ્યો ત્યારે મનમાં એક ગાંઠ વાળી લીધી હતી કે હવે ગુનાખોરી જ આચરવી અને એ પણ કોઈના સાથ-સહકાર વગર. સાવ એકલે હાથે.

અજાણતાં, અકસ્માતે કે આવેશમાં ચેમ્બુરમાં ચોરી કરતી વખતે રામન રાઘવના હાથે કે એની ટોળકીના હાથે એક વ્યક્તિની હત્યા થઈ, પણ અદાલતમાં એ ગુનો સાબિત ન થઈ શક્યો. ચોરી અને હુમલાના ગુનાની સજા કાપ્યા બાદ બહાર નીકળ્યો ત્યારે મનમાં મક્કમતા હતી : એકલો જાને રે...

છથી સાત કિલો વજનનો જોરદાર સળિયો લઈને રાતે શહેરના મધ્યમવર્ગીય

અને ગરીબ વિસ્તારોમાં ફરકતા રામન રાઘવની દરેક હત્યામાં મોડસ ઓપરેન્ડી એકસરખી જ રહેતી. શિકારના લમણામાં સળિયાથી જોરદાર ફટકો મારે. કમનસીબ મોઢામાંથી ચૂં કે ચાં ન કરી શકે. લોહીલુહાણ થઈ જાય અને એ મરી ગયો એમ માનીને ચોકસાઈ કરવાની દરકાર કર્યા વગર રામન રાઘવ આગળ જતો રહેતો. એને ગળા સુધી ખાતરી હતી કે પાછળ લોહીના ખાબોચિયામાં પડેલા માણસના રામ રમી જ ગયા છે, પણ એ રામે કેટલાંકને બચાવી પણ લીધાં હતાં.

૧૯૬૬ સુધી લમણા પર વજનદાર હથિયાર ઝીંકીને મુંબઈના પૂર્વના પરામાં ૨૨ માણસોની ભેદી હત્યા થઈ હતી. આમાં શંકાને આધારે રામન રાઘવની ધરપકડ સુધ્ધાં થઈ હતી, પરંતુ પૂરતા પુરાવાને આધારે એ સજામાંથી બચી ગયો હતો. જેલમાંથી છૂટ્યો ત્યારે એના વાળ ઘણા લાંબા હતા. ઘાટકોપરથી ટ્રેનમાં બેસીને એ તળેગાંવ સ્ટેશને પહોંચ્યો. અહીં થોડા દિવસ બાદ કેટલાક દારૂડિયા સાથે ઝઘડો-મારામારી કરવાના મામલામાં પોલીસે ફરી એને ઝડપી લીધો. આ વખતે થઈ ૧૮ મહિનાની સજા. એ કેદના કપાતા દિવસો સાથે વાળ અને મૂછ નાના થતા ગયા અને દાઢી સાવ ગાયબ જ થઈ ગઈ.

૧૯૬૮ની પહેલી મેના રોજ એ જેલમાંથી છૂટીને મુંબઈ આવતી ટ્રેનમાં બેસી ગયો. કર્જત સ્ટેશને ઊતરીને એ ભાંડુપ ભણી પગપાળા ચાલવા માંડ્યો. ભૂતકાળમાં ભાંડુપમાં રહ્યો હોવાથી કદાચ એ ત્યાં ગયો હશે, પરંતુ ભાંડુપમાં એ વધુ ન રહ્યો.

...કારણ કે પશ્ચિમના પરામાં કોઈકની જિંદગી પૂરી થવાને આરે હતી. ૧૯૬૮ની છઠ્ઠી જુલાઈએ જોગેશ્વરીમાં ઝૂંપડામાં રહેતા અપરિણીત શિક્ષકને એક દિવસ અગાઉ પાંચમી જુલાઈએ પગાર મળ્યો હતો. ન જાણે રામન રાઘવને કોઈ ગંધ આવી ગઈ કે તેણે યોગાનુયોગ પસંદગી કરી, પણ એ ઉર્દૂ ટીચર હાફીઝભાઈનું આવી બન્યું. ખૂબ મોડી રાત સુધી રામન રાઘવ હાફીઝભાઈના ઝૂંપડા પાછળ સંતાઈ રહ્યો. એ રાહ જોતો હતો કે શિકાર ઊંઘી જાય એટલે એને કાયમ માટે સુવડાવી દેવો. છેક પોણા ત્રણ વાગે હાફીઝભાઈ ઊંઘી ગયા એટલે બિલ્લીપગે પાછળનો દરવાજો ખોલીને રામન રાઘવ ઝૂંપડામાં ઘૂસ્યો અને લમણા પર સળિયો ઝીંકી દીધો. ચીસ સુધ્ધાં પાડ્યા વગર હાફીઝભાઈ લોહીથી લથબથ થઈ ગયા. ખતમ થઈ ગયા હતા. એક માણસનો જીવ લઈને એને મળ્યું શું? રોકડા રૂપિયા ૨૬૫, એક કાંડા ઘડિયાળ, એક ટૉર્ચ, થોડાં કપડાં અને પિશાચી આનંદ. સૂરજ માથે આવવા સુધી હાફીઝભાઈ બહાર ન આવતાં પડોશીઓએ ઝૂંપડાના દરવાજાને ધક્કો માર્યો ત્યારે આ ખૂનની સૌને ખબર પડી.

આ હત્યા બાદ રામન રાઘવે બારેક દિવસ આરામ કર્યો. આ દરમિયાન

તેણે જોગેશ્વરીના લાલચંદ નામના લુહારને દસ રૂપિયા ચૂકવીને 'આંકડા' તરીકે ઓળખાતું હથિયાર બનાવી લીધું. આની પરાઈ તે પોતાના મિત્ર માઇકલ પાસેથી લઈ આવ્યો હતો. આ પરાઈ પર પકડ માટે મૂઠ લગાવડાવી હતી.

આ નવા જીવલેણ આંકડાથી સજ્જ રામન રાઘવે બાર દિવસ બાદ બીજો શિકાર પસંદ કર્યો. એ કમનસીબ હતા ગોરેગાંવમાં રહેતા ૬૦ વર્ષના પહેલવાન કમ મકાન દલાલ દ્વારકાદાસ પ્રસાદ યાદવ. ૧૮મી જુલાઈએ કરેલી આ હત્યામાંથી એને શું મળ્યું? એક ઝભ્ભો, થોડા રાંધેલા ભાત, કાચી શાકભાજી અને દસ પૈસા. હા, માત્ર રોકડા દસ પૈસા! ભાત-શાકભાજી તો એ લાશની બાજુમાં બેસીને જ ખાઈ ગયો અને ઝભ્ભો ફાડીને પોતાના માટે લંગોટી બનાવી લીધી.

આ હત્યાના સ્થળે પહોંચીને પોલીસ થોડીઘણી ગેરમાર્ગે દોરવાઈ હતી. સાવ ગરીબ અને વયોવૃદ્ધની કોઈ હત્યા શા માટે કરે? લૂંટવા જેવું તો કંઈ હતું જ ક્યાં? પોલીસવાળાને થયું કે મદનલાલ દ્વારકાપ્રસાદ યાદવની હત્યા પાછળ ચોક્કસ જૂની અદાવત કારણભૂત હોવી જોઈએ. પોલીસ આ થિયરી પર કામે લાગી ગઈ અને રામન રાઘવ તો નિરાંતે શાક-ભાત પચાવવા ટહેલતો રહ્યો.

લગભગ બાવીસેક દિવસ બાદ ફરી રામન રાઘવના પગ રોકાઈ ગયા દહીસરમાં. દહીસરના રાવલપાડા વિસ્તારમાં એની નજર રૂપા પર પડી. પોતાના પતિ દેવરામ સાથે વાત કરતી રૂપાએ ઘરેણાં પહેર્યાં હતાં. એ રામન રાઘવની નજરમાં આવી ગયું. એ ભીખ માગવાને બહાને નજીક પહોંચી ગયો, પણ દેવરામે એને ધુત્કારી ભગાડી દીધો. પરંતુ મોડી રાતે અંધારું ઓઢીને રામન રાઘવ એમના ઝૂંપડામાં ઘૂસી ગયો. સદ્ભાગ્યે રૂપા બીજા રૂમમાં હતી. દેવરામને મારી નાખ્યા બાદ તેને રૂા. ૫૦ મળ્યા. સવારે લોકોને દેવરામની લાશ મળી એ પહેલા રામન રાઘવ મરતાં મરતાં બચી ગયો.

થયું એવું કે દેવરામના ઘરથી પચાસેક મીટર દૂર પહોંચ્યો હશે ત્યાં એને જોઈને શ્વાન ભસવા માંડ્યા. બેફિકરાઈથી માણસોના જીવ લેનારો હત્યારો શ્વાનથી ડરીને નાળામાં કૂદીને સંતાઈ ગયો.

દેવરામના એક સગાંસંબધી લક્ષ્મણની ઊંઘ પણ શ્વાનોના ભસવાથી ઊડી ગઈ. આંખ ખોલીને જોયું તો દૂર કંઈક પડછાયાનું હલનચલન જોયું હશે, કોઈ ચોર-મવાલી હશે એમ માનીને લક્ષ્મણભાઈ ચાદરની સોડ તાણીને ઊંઘી ગયા.

ફરી શાંતિ છવાઈ ગઈ અને શ્વાસ હેઠા બેસી ગયા. રામન રાઘવ નાળામાંથી બહાર નીકળીને ફરી ઝૂંપડીમાં પાછો ફર્યો. આ વખતે અનાયાસે તેના પગ સુકરિયા લાકડિયાના ઝૂંપડાં તરફ વળ્યા. કોઈક કામસર સુકરિયા બહાર ગયો હતો અને ઝૂંપડીમાં તેની યુવાન પત્ની શાંતાબાઈ બે બાળકો સાથે ઊંઘતી હતી.

એક બાળક બે વર્ષનું હતું, તો બીજું માત્ર ૧૪ દિવસનું. ગણતરીની પળોમાં ત્રણેય ચિરનિદ્રામાં પોઢી ગયાં હતાં. આ કિસ્સામાં રામન રાઘવની હેવાનિયત હદ ઓળંગી ગઈ. તેણે મૃત મહિલાના શબ સાથે સંભોગ કર્યો!

❖

સિરિયલ કિલર રામન એકદમ લોહી-તરસ્યો થઈ ગયો હતો. ૧૯૬૮ની આઠમી જુલાઈએ જોગેશ્વરીમાં ઉર્દૂ શિક્ષક હાફીઝભાઈ, ૧૮મી જુલાઈએ ગોરેગાંવના ૬૦ વર્ષીય પહેલવાન કમ મકાન દલાલ દ્વારકાદાસ પ્રસાદ યાદવ પછી દહીસરના દેવરામ અને એ જ રાતે શાંતાબાઈની તેમનાં બે માસૂમ સંતાનો સાથે કરપીણ હત્યા!

એક આદમખોર ભૂરાયો થયો હતો. માણસ ગંધાય, માણસ મારું બોલ્યા વગર એ એક પછી એક નિર્દોષોનો ખાતમો બોલાવતો જતો હતો.

મસ્તીમાં જીવતું બિન્ધાસ્ત મુંબઈ ભયથી ધ્રૂજી રહ્યું હતું. ન જાણે મોત કઈ પળે, કયા ખૂણેથી, કેવું રૂપ લઈને આવશે? ઘણાં તો સાંજ પડે એ સાથે જ ઘરભેગા થઈને અંદરથી આગળિયા વાસી દેતા હતા.

રસ્તા પર જાણે કરફ્યુ લદાઈ ગયા. સિનેમાઘરોમાં એક જ ફિલ્મ ચાલતી હતી સન્નાટા! અને દુકાવાળા, ફેરીવાળા તો ગ્રાહકની રાહ જોવાને બદલે અજાણ્યા-વણનોતર્યાં આગંતુકના ભયે વહેલાસર ઘરે જતા રહેતા હતા : જાન બચી તો ગ્રાહક બહોત.

ખૌફ-ડરના ઘોડાપૂર અને સામૂહિક સ્વયંભૂ સાવધાની વચ્ચે દહીસરથી ગોરેગાંવ વચ્ચેના હત્યાગ્રસ્ત વિસ્તારોમાં પોલીસોની ચહલપહલ એકદમ વધી ગઈ. ખુદ પોલીસ કમિશનરે રસ લઈને ઠેકઠેકાણે રાત માટે ખાસ બંદોબસ્ત કર્યો. આ વિશેષ ટુકડીમાં એક સબ-ઇન્સ્પેક્ટર, વીસ-વીસ કૉન્સ્ટેબલ અને એક ગંધપારખું શ્વાનને તહેનાત કરી દેવાયા. ગલીએ શાંત-નીરવ રાતમાં વધારાના લાઇટના દીવા બળતા હતા. જાણે જીવજંતુય ડરી ગયા હોય એમ બળબળતા બલ્બ એકલા પડી ગયા હતા. છતાંય કોઈ ફરિયાદ કરતું નહોતું કે ઇતના સન્નાટા ક્યું હૈ, ભાઈ? નાગરિકો જૂથ બનાવીને એક હાથમાં ટૉર્ચ અને બીજા હાથમાં લાકડી, સળિયા કે પાઇપના ટુકડા લઈને ફરતા હતા. આવી ટુકડીઓ વારાફરતી સાંજના છથી સવારના સાત સુધી ચોકીપહેરો કરતી હતી. આ ઉત્સાહમાં કેટલાય નવાણિયા કુટાઈ ગયા, પણ એની ફિકર કોને હતી?

ભલે ચકલુંય ન ફરકી શકે, પણ રામન રાઘવન ફરક્યો ખરો. ૧૫મી ઑગસ્ટે કાંદીવલીના પારેખનગરમાં વધુ એક કમનસીબ વ્યક્તિ આ સિરિયલ કિલરનો

શિકાર બની ગઈ. આથી શહેર પોલીસ માટે સિરદર્દ ખૂબ વધી ગયું. આ સાથે ખાખી વર્દીધારીઓ રામન રાઘવની જનૂની શોધમાં શહેરભરમાં પથરાઈ ગયા.

પોલીસની દોડધામ અને જનતાની સતર્કતા-ઉજાગરા છતાં ન જાણે રામન રાઘવ ફરી સફળ થયો. આ વખતે તેણે વ્યૂહ બદલી નાખ્યો. ઝૂંપડપટ્ટીવાસીઓને છોડીને હવે તે ચાલીવાળા તરફ વળી ગયો. ૨૨મી અને ૨૩મી ઑગસ્ટે વધુ બે માણસોના જીવ ગયા. શું આ ઘાતકી હત્યારાને રોકવાનો કોઈ રસ્તો નહોતો! એને નાથનારું કોઈ જ નહોતું?

૨૪મી ઑગસ્ટે કદાચ રામન રાઘવ શુકન જોઈને નીકળ્યો નહીં હોય. બિલ્લીપગે એ બોરીવલી પૂર્વના દત્તપાડામાં પહોંચ્યો. એના પગ અને નજર પવાર પરિવારના રામચંદ્ર અને શોભનાના ઘર તરફ વળ્યા. અંધારાનો લાભ લઈને એ ઘરમાં તો ઘૂસ્યો, પણ જીવલેણ હથિયાર ઉગામીને હુમલો કરે એ પહેલાં એકાદની આંખ ખૂલી ગઈ. આ સાથે બંનેએ બૂમાબૂમ અને કાગારોળ મચાવી દીધી. માંડ માંડ રામન રાઘવ જીવ બચાવીને નાસી છૂટ્યો.

છતાં 'શોલે'ના 'અંગ્રેજો કે જમાને કે જેલર' બનતા અસરાનીની જેમ 'હમ નહીં સુધરેંગે'માં માનનારો રામન રાઘવ લેશમાત્ર વિચલિત ન થયો. ૨૫મી ઑગસ્ટની રાતે તે બોરીવલી છોડીને પાડોશી ઉપનગર કાંદીવલી પહોંચી ગયો. પણ ખબર નહોતી કે પોતાના પાપનો ઘડો હવે ભરાઈ જવામાં છે. ભલભલા પુરુષોને ઘડીના છઠ્ઠા ભાગમાં નિષ્પ્રાણ કરી નાખનારા રામન રાઘવને એક મહિલા ભારે પડી ગઈ. સિંધી દલવાઈ તરીકે પણ ઓળખાતો રામન રાઘવ એ રાતે મંજુલા દળવીને ઘરે પહોંચીને કંઈ કરી ન શક્યો. કોણ જાણે કેવી રીતે પણ આ મંજુલાતાઈએ તો રામન રાઘવને ઓળખી ગયાં હોય તેમ એવી બૂમાબૂમ કરી કે ઘાતકી સિરિયલ કિલર ઉંદરડાની જેમ રફુચક્કર થઈ ગયો. કદાચ રામન રાઘવને જોયા બાદ જીવતાં બચનારામાં મંજુલાતાઈ દળવી એકલી જ હતી. ત્યારે હત્યારાએ આની ફિકર ન કરી, પણ આગળ જતાં આ બાબત ખૂબ ભારે પડવાની હતી.

જોકે ઉંદરની જેમ રામન રાઘવ દરની અંદર સંતાઈ ન રહ્યો. એ કાંદીવલી છોડીને બાજુના મલાડ પહોંચી ગયો. ચિંચોલી વિસ્તારમાં આવેલા માંડલિક તબેલાના મૅનેજર ઇબ્રાહીમ પટેલ પર એની કાતિલ નજર અગાઉથી ઠરેલી હતી, પરંતુ ઇબ્રાહીમ પટેલના જીવવાના દિવસો બાકી હશે એટલે રામન રાઘવને રસ્તામાં બે નવા શિકાર મળી ગયા : દુલાર અને લાલચંદ. અત્યંત જોરાવર ઘાતકી 'આંકડા'ના હુમલામાં બંનેના રામ રમી ગયા. દુલારના ગજવામાંથી એને મળ્યા સાત પૈસા.

પ્રજાની જાગૃતિ, પોલીસના ઉજાગરા, શિકારોનું જાગી જવું, બૂમાબૂમ કરવી અને બચી જવા પાછળ કંઈક આગમનાં એંધાણ હતાં, પણ રામન રાઘવને ક્યાં કોઈ વાતની પડી હતી? દરેક વસ્તુ અને વ્યક્તિનો એક અંત હોય છે, પણ એ હાથવેંતમાં હતો? કેવી રીતે? ક્યાં આવ્યો આ લોહિયાળ પરંપરાનો અંત?

❖

મુંબઈ પર ત્રાટકેલા સૌથી ખૂનખાર સિરિયલ કિલર રામન રાઘવ એક પછી એક હત્યા કર્યે જતો હતો. પોલીસની દોડધામ સાથે તાણ વધતી હતી. આમ જનતાની તકેદારી સાથે ફિકર વધતી હતી. સૌનાં મોઢાં પર એક જ સવાલ : આ ખૂની પકડાશે ક્યારે?

પોલીસને કેટલીક કડી અને સગડ મળ્યા હતા અને તેઓ તપાસના માર્ગે આગળ વધતા હતા, પરંતુ ત્યાં સુધી આદમખોર વાઘ છૂટો ફરતો રહે એ કેમ ચાલે? રોજ સવારે પોલીસ સ્ટેશનમાં યમરાજ ફોનની બેલ વગાડે જ.

એવામાં આવી ૧૯૬૮ની ૨૬મી ઑગસ્ટ. મુંબઈના પશ્ચિમના પરા કાંદીવલીના પારેખનગરની ઝૂંપડપટ્ટીમાં એક વયોવૃદ્ધ પૂજારી શ્રદ્ધાળુઓને એકદમ તલ્લીન થઈને 'રામચરિત માનસ' સંભળાવતા હતા. ત્યાર બાદ ભક્તોની વિદાય બાદ ઘરમાં જે થોડું ઘણું ખાવાનું હતું તે ખાઈને ખાટલામાં ઊંઘી ગયા.

બીજા દિવસે પૂજારીજી નિયત સમય વીતવા છતાં બહાર ન નીકળ્યા અને પડોશીઓ અંદર તપાસ કરવા ગયા. ખાટલામાં પૂજારીનો નિશ્ચેતન દેહ પડ્યો હતો. કાન પાસેના સુકાઈ ગયેલા લોહીની આસપાસ માખીઓ ન જાણે શેનું ગણગણ કરતી હતી. ખાટલા પર લાશની બાજુમાં તેની રુદ્રાક્ષની માળા, કંઠી અને સાવ જૂના થઈ ગયેલાં ચશ્માં ગમગીન વાતાવરણમાં ઉમેરો કરતાં હતાં.

સ્થાનિક રહેવાસીઓ અને પોલીસની દોડધામ ફરી શરૂ થઈ. આ ઘટનાથી ગણેશોત્સવ બગડવાની ચર્ચાને વેગ મળ્યો, પરંતુ ૨૭મી ઑગસ્ટની સવારે જાણે વિઘ્નહર્તા મદદે આવી ગયા હોય એમ સબ-ઇન્સ્પેક્ટર એલેક્સ ફિઓલ્હેને બ્લુ શર્ટ, ખાખી ચડ્ડી, કેનવાસના કાદવથી ખરડાયેલા બૂટ અને કપડાં પર લોહીના આછાપાતળા ડાઘાવાળો ઇસમ દેખાયો. તેમણે પોતાના ગજવામાંથી ફોટો કાઢીને જોયો અને આંખમાં ચમક આવી ગઈ. એકદમ સ્વસ્થપણે તેમણે રામન રાઘવને પકડી પાડ્યો.

આ સિરિયલ કિલરે ન પ્રતિકાર કર્યો કે ન કર્યો ભાગવાનો પ્રયાસ. પકડાતી વખતે રામન રાઘવને ખ્યાલ સુધ્ધાં નહોતો કે એના પંજામાંથી બચી ગયેલા મંજુલાતાઈ દળવીની માહિતી અને વર્ણને તેને જેલભેગો કરી દીધો.

આ સમાચાર દાવાનળની જેમ ફરી વળ્યા. હાશ, હાશ, હાશ. વચ્ચે રામન રાઘવે મોઢા પર તાળું મારી દેતાં પોલીસતંત્રની ગભરામણ વધી ગઈ. શાબાશીનાં પુષ્પો મેળવ્યા બાદ નામોશીનાં ડફણાં ખાવાનો વારો આવશે કે શું? જો રામન રાઘવ કંઈ ન બોલે તો આમજનતા અને ખાસ તો અખબારવાળા કાગારોળ મચાવી દેશે કે પોલીસ ખોટા માણસને પકડીને મામલો શાંત કરવા માગે છે.

પૂરા દિવસથી વધુ સમય મૂંગા મૂંગા બેસી રહ્યા બાદ સામેથી માગીને ચીકન, ઈંડાં, માછલી, કેળાં, દૂધ અને પરાઠા જેવી વાનગીઓ ઠાંસી ઠાંસીને જમ્યો. હાથપગ પર તેલથી માલિશ કર્યું. માથામાં તેલ લગાડ્યું, માથું ઓળ્યું. પછી બાદશાહ સલામતની જેમ બોલ્યો. બધેબધું કહી દેવાનો મને ઉપરથી હુકમ મળ્યો છે. ચાલો મારી સાથે!

પછી રામન રાઘવ પોલીસની જીપને લઈ ગયો. એક-એક જગ્યાએ પોતે મૂકેલું હથિયાર અને કપડાં તેણે પોલીસને બતાવ્યાં. આ પાશવી હત્યારો આટલો બધો સરળ અને સીધો કેવી રીતે હોઈ શકે એ પોલીસની સમજમાં આવતું નહોતું.

રામન રાઘવને પકડી પાડ્યાના અનેરા આનંદ અને હાશકારાની લાગણી પછી એની બે-બે દિવસની ચુપકીદીનું ટેન્શન અને પછી બધેબધું બતાવી દીધાનો આઘાત. ત્યાર બાદ આ હત્યારો ત્રણ-ત્રણ દિવસ સુધી પોતાના ગુનાની કબૂલાત કરતો રહ્યો. તેણે હિન્દીમાં કરેલું કબૂલાતનામું એટલું ભયંકર હતું કે પોલીસ માટે પણ એ અસાધારણ-અસહ્ય હતું. સદ્ભાગ્યે કોઈને ઊલટી ન થઈ, બાકી હકીકતો કલ્પના બહારની હતી.

હત્યાની કબૂલાતની એની સહજતાએ સૌને સ્તબ્ધ કરી દીધા. કબૂલાતનામું હિન્દીમાં ટાઇપ કરતા માણસ તરફ જોઈને એ બોલ્યો, 'એ ટાઇપ કરે છે એટલી જ આસાનીથી હું માણસોને મારતો હતો...' પોલીસ આંચકામાંથી બહાર આવે એ અગાઉ રામન રાઘવ ન સમજાય એવું બોલ્યો, 'કાનૂન કી સરકાર કા ઉપર સે હુકમ હોને કે બાદ હમારા ફિટિંગ હો જાતા હૈ ઔર આદમી ખતમ!'

રામન રાઘવ ઉર્ફે સિંધી દલવાઈએ કરેલું કબૂલાતનામું લખવું કે વાંચવું ખૂબ મુશ્કેલ છે, તો પોતાનો સ્વાનુભાવ વર્ણવનારો એ કાળા માથાનો માનવી કેટલો વિચિત્ર, ભેજાગેપ, વિકૃત અને જુગુપ્સાજનક હશે! એ સમયના ડેપ્યુટી પોલીસ કમિશનર સીઆઇડી (ક્રાઇમ) રમાકાંત કુલકર્ણીએ 'ફૂટ પ્રિન્ટસ ઑન ધ સેન્ડ્સ ઑફ ક્રાઇમ' નામક પુસ્તકમાં રજૂ કરેલી રામન રાઘવના ચોંકાવનારા કબૂલાતનામાના અંશ જોઈએ :

'મારું નામ સિંધી દલવાઈ છે. હું મદ્રાસ (હવે તામિલનાડુ) રાજ્યના તીરીનાવેલ્લી જિલ્લાના અબાસ મંચાર તાલુકાના ચીરાંગનાલુર ગામનો વતની છું. ૧૯૫૦માં હું

મુંબઈ આવ્યો. હું છાશવારે મિલમાં મજૂરી કરતો હતો. ક્યારેક નાની પરચૂરણ ચોરી પણ કરી લેતો હતો. એક વખત હું રસ્તામાં ચાલી રહ્યો હતો ત્યારે પોલીસે મને પકડી લીધો. ચોરી માટે મને છથી સાત વાર જેલમાં મોકલ્યો હતો. ખૂનના મામલામાં પણ મને એક વાર જેલ મોકલાયો હતો. ૧૯૬૬માં ચોરી કરતી વખતે મેં ખૂન કર્યું એવા આરોપસર મારી ધરપકડ કરાઈ હતી, પણ હત્યાની કબૂલાત ન કરી. મહિના બાદ મને જેલમાંથી છોડી મુકાયો. પછી બે વર્ષ માટે મને મુંબઈથી તડીપાર કરી દેવાયો હતો અને હું પુણે જતો રહ્યો.

મેં પુણે, વડગાંવ, દેહુ અને તળેગાંવમાં ચોરીઓ શરૂ કરી દીધી. તળેગાંવના ઘરમાંથી ચોરી કરતી વખતે મને એક હથિયાર મળી આવ્યું. તળેગાંવમાં ટી સ્ટૉલ પર મેં પ્યોર (સ્પેશ્યલ) ચાનો ઑર્ડર આપ્યો, પણ દુકાનદારે ઘણું પાણી નાખીને ચા સાવ પાતળી કરી નાખી એટલે મેં એ માણસની હત્યા કરવાનું નક્કી કરી લીધું, પણ હું હત્યા કરવા જાઉં એ પહેલાં મને પકડી લેવાયો. મારી વિરુદ્ધ ચોરીનો ખોટો કેસ ઊભો કરીને વડગાંવની અદાલતમાં ઊભો કરી દેવાયો, જ્યાં મને દોઢ વર્ષની સજા થઈ. ૧૯૬૮માં હું બોરીવલી આવ્યો. બે-ત્રણ દિવસમાં મેં ઘણી ચોરીઓ કરી અને આઠ આના કે એકાદ રૂપિયો અને થોડી ચીજવસ્તુ મળી. પછી એક વાર ચોરીમાંથી ૫૦ રૂપિયા મળ્યા અને મેં મારા માટે કપડાં સીવડાવ્યાં હતાં. દહીસર રોડમાં પુલ નજીકની હાર્ડવેરની નાનકડી દુકાનમાંથી મને મોટરના હેન્ડલનો સળિયો મળ્યો અને તેમાંથી આંકડો બનાવવા હું જોગેશ્વરી લઈ ગયો. અમદાવાદ રોડ (હાઈવે) પાસે પોઇસર ખાતે મેં એક મહિલા અને એક બાળકને ઝૂંપડાની અંદર અને પુરુષને બહાર સૂતેલા જોયા. મેં એ માણસને માથા પર ફટકાર્યું અને એ ચીસાચીસ કરતો જાગી ગયો. હું ફરીથી એના માથા પર મારતો રહ્યો. એ પડીને મરી ન ગયો ત્યાં સુધી. છોકરી 'દાદા દાદા'ની બૂમો પાડવા માંડી. હું મારું હથિયાર ઉપાડીને ભાગી ગયો ત્યાંથી, મને કંઈ ન મળ્યું.'

અમદાવાદ રોડ પર મલાડ બાજુ મેં એક ઝૂંપડું અને કેટલાક તબેલા જોયા. એક દાઢીધારી મુસલમાન છાપરા હેઠળ સૂતેલો હતો. ત્યારે રાતના ત્રણેક વાગ્યા હશે. ઝૂંપડાનો દરવાજો બંધ હતો, પણ અંદરથી આગળિયો મરાયો નહોતો. અંદર જતી વખતે મેં તેના માથા પર લોખંડનો સળિયો ફટકાર્યો. એ દાઢીવાળો ઘટનાસ્થળે જ મરી ગયો. એના ડાબા હાથ પરની કાંડા ઘડિયાળ મેં કાઢી લીધી. ભીંત પર લટકતા એના ઝભ્ભામાં મને થોડા પૈસા મળ્યા એટલે ઝભ્ભો મારા દફ્તરમાં મૂકી દીધો. મને એક બાટલીમાં થોડી સિંગ, ટૉર્ચ અને છત્રી મળ્યાં. આ બધું હું મલાડના જંગલમાં લઈ ગયો. ઝભ્ભો ફંફોસતા મને ૧૦૦

રૂપિયાની એક નોટ, ૧૦ રૂપિયાની ૧૬ નોટ અને બે રૂપિયાનું પરચૂરણ મળ્યું. રેલવેનો પાસ અને પાકીટ પણ મળ્યાં. ઝભ્ભો ફાડીને મેં હાથરૂમાલ બનાવી લીધા. પાકીટ ફેંકી દીધું અને રોકડ રકમ મલાડના મારવાડીને ત્યાં જમા કરાવી દીધી. આ મારવાડી પાસેથી રોજના રૂ. ૨૦ ઉપાડીને મેં આ જમા રકમ પૂરી કરી નાખી અને પછી ૭૫ રૂપિયાની લોન લીધી.

થોડા દિવસ બાદ મલાડમાં તબેલા પાસે એક ઝૂંપડું જોયું. પાછળના ભાગમાંથી ચડીને મેં અંદર ડોકિયું કર્યું. એક મહિલા બાળકને પાઉડરનું દૂધ પીવડાવી રહી હતી. તેના ગળામાં સોનાના હાર પર મારી નજર પડી. એ હારની વચ્ચે એકાદ ઇંચનો કાળો મણકો હતો. વહેલી સવારના ચાર વાગ્યા સુધી એ મહિલા સૂતી જ નહીં એટલે નિરાશા સાથે હું પાછો જતો રહ્યો. પછી ત્રણ-ચાર દિવસ હું એ ઝૂંપડા પાસે ગયો, પણ એ મહિલા જાગતી જ મળે. પાંચમે દિવસે એ ઊંઘતી મળી. એની નજીકની પાટ પર એનો પતિ ઊંઘતો હતો. દરવાજો બંધ કરવા બાંધેલી દોરી મેં છરીથી કાપી નાખી અને હાથમાં લોખંડના સળિયા સાથે હું અંદર પ્રવેશ્યો. બંનેની પાટ વચ્ચે હું ઊભો રહ્યો અને સળિયો પતિના માથા પર ફટકાર્યો અને એ મરી ગયો. પછી મેં મહિલા પર હુમલો કર્યો અને તે ચીસાચીસ કરવા માંડી. એનું બે મહિનાનું બાળક પણ રડવા માંડ્યું. મેં બાળકને બે-ત્રણ ફટકા માર્યા અને એ મરી ગયું. મહિલા પણ મરી ચૂકી હતી. મહિલાએ ચીસ પાડી એટલે પડોશમાંથી કોઈ આવ્યું હતું કે નહીં એ જોવા હું બહાર આવ્યો, પરંતુ મને કોઈ દેખાયું નહીં. લોખંડનો સળિયો બહાર જ રાખીને હું ઝૂંપડામાં પાછો ગયો. ત્યાં મેં રંગનો ડબ્બો જોયો. પહેલાં મેં એ ડબ્બો ઉપાડવાનું અને મહિલા સાથે સહયશન કરવાનું વિચાર્યું પછી નિર્ણય ફેરવીને પહેલાં મહિલા સાથે સહયશન કરવાનું અને પછી ડબ્બો ઉપાડવાનું નક્કી કર્યું. મેં એનો હાર ગજવામાં મૂક્યો અને કેરોસીન-દીવો એના ઓશીકા નજીક મૂક્યો. અચાનક ઝૂંપડામાં લાઇટ ચાલુ થઈ ગઈ. લાઇટ જોઈને એક મહિલા દોડતી આવી. એ નજીક આવી એટલે હું બાજુમાં હટી ગયો, પણ તેણે મને જોયો અને મેં તેને જોઈ. એ સિત્તેરેક વર્ષની હશે. ઝૂંપડામાં લોહી જોઈને એ બૂમ પાડવા માંડી. હું ભાગી ગયો, મારું હથિયાર અને છત્રી ત્યાં જ છોડીને. બીજા દિવસે હું હથિયાર-છત્રી પાછા લેવા આવ્યો ત્યારે બંને ગાયબ દેખાયા. પેલો હાર કાચનો બનેલો હતો. કાચનો હાર મેં મારવાડીને આપી દીધો.

પછી હું મલાડના ચિંચોલીમાં રહેતા મારા ખ્રિસ્તી મિત્ર માઇકલને મળ્યો. મેં તેને કહ્યું કે, 'મારું હથિયાર ખોવાઈ ગયું છે, તો તારી પાસે હોય તો મને કોયતો આપ. હમણાં પૈસા નથી. હું તને પછી આપી દઈશ.' માઇકલે મને ચારેક

ફૂટ લાંબો લોખંડનો સળિયો આપ્યો. ત્રણ-ચાર દિવસ બાદ મેં એક યુવાનને કાંદીવલીના હનુમાનનગરની ઝૂંપડીમાં ઊંઘતો જોયો. મેં એને મારી નાખવાનું વિચાર્યું, પણ એ રાતે એવું કરી ન શક્યો.

બીજા દિવસે મેં એના ઝૂંપડાના દરવાજા નીચે બોગદા જેવું ખોદી નાખ્યું અને હું અંદર પ્રવેશ્યો, એના માથા પર ફટકાર્યું અને એ મરી ગયો. એની કાંડા ઘડિયાળ કાઢીને મેં ગજવામાં મૂકી દીધી. ત્યાં પડેલું એક મોટું બૉક્સ તોડ્યું તો અંદર પચાસેક પુસ્તકો મળ્યાં અને પાંચ પૈસાનો સિક્કો અને ઑપરેશન કરવા ડૉક્ટરો દ્વારા વપરાતાં સાધનો ધરાવતી નાની પેટી અને ત્રણ-ચાર ફાઉન્ટન પેન મળી. એના શર્ટના ખિસ્સામાંથી મને પાંચ રૂપિયા મળ્યા. એક વાસણમાં ડાલડા ઘી હતું. ઘીના વાસણમાં લોટ ભેળવીને મેં સાથે રાખી લીધું. મેં સ્ટવ અને ઑપરેશનનાં સાધનોની પેટી લઈ લીધી, જે મેં મારવાડીને આપી દીધી. એની ઘડિયાળ વીસ રૂપિયામાં વેચી નાખી. એ રકમ લઈને હું જોગેશ્વરી આવ્યો અને કોયતામાંથી 'આંકડો' બનાવડાવ્યો.

ત્રણ-ચાર દિવસ બાદ અન્ય ઝૂંપડામાં મેં એક માણસને ઊંઘતો જોયો. આંકડાના ચાર કે પાંચ ફટકા મારીને એને પતાવી નાખ્યો. એના ગજવામાંથી મેં માચીસ અને થોડી બીડી લઈ લીધી. ત્યાંથી ચાંદીના અને પિત્તળના થોડા ટુકડા મળ્યા. ઝૂંપડામાંથી મળેલા રાંધેલા ભાત, રોટલી અને છાશ ઝાપટીને હું જતો રહ્યો. અડધા ફલાંગ દૂર એક ઝૂંપડામાં એક મહિલા અને બે બાળકોને ઊંઘતાં જોયાં. નાના બાળકો મહિલાની આજુબાજુ સૂતાં હતાં. મેં મહિલાને બે કે ત્રણ ફટકા માર્યા અને એ મરી ગઈ. તેણે ઓઢેલી ચાદર હટાવી તો એ એકદમ નિર્વસ્ત્ર દેખાઈ.

પછી એક સજાગ, સમજદાર કે સામાન્ય માનવી વિચારી ન શકે એવો જઘન્ય જાતીય સંબંધ રામન રાઘવે એ મહિલાની લાશ સાથે બાંધ્યો. ત્યાં ખાવાનું અને ચાની પત્તી દેખાયાં. તેણે ભાત અને શાક ખાધાં. દીવાલ પર લટકતા પૅકેટમાંથી રોટી મળી એ પણ લઈ લીધી.

રામન રાઘવની અંદરના વિકૃત અપરાધીની માનસસ્થિતિનો ચિતાર આટલી કબૂલાતમાંથી મળી રહે છે. તેણે જીઆઈપી (ગ્રેટ ઇન્ડિયન પેનીન્સુલર રેલવે એટલે દક્ષિણ રેલવે) લાઇન નજીક અને આસપાસ ૧૯૬૬માં ૨૪ હત્યા કર્યાનું મૅજિસ્ટ્રેટ સમક્ષ કબૂલાત કરી લીધી. મૅજિસ્ટ્રેટે પૂછ્યું પણ ખરું કે, 'તું આવી કબૂલાત શા માટે કરી રહ્યો છે?' રામન રાઘવે સ્પષ્ટ જવાબ આપ્યો, 'ઉપરથી આદેશ આવ્યો છે.'

❖

એક સમયે સમગ્ર મુંબઈ અને એક-એક મુંબઈગરાને થથરાવી-ગભરાવી નાખનારા સૌથી ખતરનાક સિરિયલ કિલર રામન રાઘવ લાંબો સમય હાથતાળી આપ્યા બાદ પોલીસના હાથમાં સાવ આસાનીપૂર્વક પકડાઈ ગયો. આરંભિક મૌન બાદ તેણે મોઢું ખોલ્યું. પોલીસની ધારણા અને અપેક્ષાથી વધુ બોલી નાખ્યું અને બતાવી દીધું. આ બધું જાહેર કરવા પાછળનાં કારણો અને તર્કો પોલીસ સુધ્ધાંને સમજાતા નહોતા. એ બડાશ મારતો હતો? અને સાચે સાચું બધું કહી દેતો હતો, શા માટે?

તત્કાલીન ડેપ્યુટી કમિશનર સીઆઇડી (ક્રાઇમ) રમાકાંત કુલકર્ણીના પુસ્તકમાં પ્રગટ થયેલી કબૂલાત રામન રાઘવ કેવો નરાધમ, નિષ્ઠુર અને વિકૃત હતો એના કમકમાટી ઉપજાવતા અને જુગુપ્સાપ્રેરક પુરાવા બની રહે છે. ખુદ કુલકર્ણીએ કહ્યું હતું, 'એકથી એક હત્યારાને મેં જોયા છે. એમને ખૂબ નિકટથી જોયા છે, એમની માનસિક સ્થિતિ સમજવાના પ્રયાસ કર્યા, પરંતુ જે હત્યારાને હું ક્યારેય ન સમજી શક્યો એનું નામ રામન રાઘવ. તેણે ઘાતકીપણે જેટલી હત્યાઓ કરી એનાથી મળ્યું શું?' મૃતકો પાસેથી એટલા ઓછા પૈસા મળતા હતા કે એનાથી એક સમયના રોટલા પણ ન ખરીદી શકાય. એટલો વ્યવસ્થિતપણે એ હુમલો કરતો હતો કે મૃતકોને પ્રતિકાર કરવાનો મોકો પણ ન મળે. આવા ખૂનીને કહેવું શું?

આજે જોઈએ કે ધરપકડ બાદ રામન રાઘવનું જેલમાં અને અદાલતમાં વર્તન કેવું હતું? કેવીક વાતો કરતો હતો એ હત્યારો!

હકીકતમાં પોલીસ પાસે રામન રાઘવ વિરુદ્ધ આરોપનામું દાખલ કરવા માટે ઓછામાં ઓછા છ સબળ કેસ હતા, પણ કાનૂની અને વ્યૂહાત્મક દૃષ્ટિથી એક જ કેસમાં આગળ વધવાનો નિર્ણય હતો.

મુંબઈ સેશન્સ કોર્ટમાં એડિશનલ સેશન્સ જજ સી. ટી. દિઘે સમક્ષ રામન રાઘવનો કેસ આવ્યો ત્યારે બૅરિસ્ટર એમ. બી. વોરા મુખ્ય સરકારી વકીલ હતા, તો બચાવ પક્ષનું સુકાન બૅરિસ્ટર પી. વી. પવારે સંભાળ્યું હતું. બચાવ પક્ષે રજૂઆત કરી કે રામન રાઘવ ઉર્ફે સિંધી દલવાઈ સ્વસ્થ દિમાગ ધરાવતો નથી અને તેથી તે સૂચના કે નિર્દેશ લેવા-સમજવા સમર્થ નથી. આને પગલે અદાલતે પોલીસ સર્જ્યન ડૉ. સી. એ. ફ્રેન્કલીનને આરોપીની માનસિક સ્થિતિનો અહેવાલ રજૂ કરવાનો આદેશ આપ્યો.

ડૉ. ફ્રેન્કલીને ત્રણ અઠવાડિયાં સુધી રામન રાઘવને પોતાના નિરીક્ષણ હેઠળ રાખ્યો. તેઓ સ્પષ્ટ તારતમ્ય પર આવ્યા કે આ આરોપી પાગલ કે ગાંડો નથી અને ખટલો સમજી શકે એમ છે. આ ઉપરાંત રામન રાઘવને નાસિક જેલમાં

રખાયો હતો ત્યારે તેની સારવાર કરનારા માનસ ચિકિત્સકનો અહેવાલ સુધ્ધાં અદાલતે મગાવી લીધો. આ રિપોર્ટમાં પણ તેને ખટલો સમજી શકે એવો પૂરેપૂરો માનસિક સ્વસ્થ માણસ ગણાવ્યો હતો.

પછી અદાલતની પ્રક્રિયા મુજબ સરકારી વકીલે બધા પુરાવા રજૂ કર્યા અને સાક્ષીઓની જુબાની લીધી. હવે બચાવ પક્ષના વકીલે નવી રજૂઆત કરી કે આરોપીએ કદાચ આ અપરાધો કર્યા હોઈ શકે, પણ એની માનસિક સ્થિતિ એવી છે કે પોતે જે કરી રહ્યો છે એ કાયદા મુજબ સાચું ગણાય કે ખોટું એની જરાય સમજ નથી. આ દલીલનો સૌથી વધુ સબળ આધાર એ હતો કે અત્યંત ભયંકર અપરાધ કરવા છતાં એ ધોળે દિવસે ખુલ્લેઆમ-બિન્દાસ્ત હરતોફરતો હતો. એ રાતે પહેરેલાં લોહીના ડાઘવાળાં કપડાં જ પહેરી રાખતો હતો. એટલું જ નહીં, ન ધરપકડનો વિરોધ કર્યો કે ન પકડાયાનો ડર લાગ્યો કે ન કોઈ પસ્તાવાની લાગણી! આ બધું સ્પષ્ટપણે કહી જાય છે કે પોતે જે કરે છે ખોટું કે ખરાબ હોવાની જાણ કે સમજ એને નહોતી.

આ ઉપરાંત બચાવ પક્ષે રામન રાઘવના ઉચ્ચારણ કે અન્ય સરકારી દાખલા આપવા સાબિત કરવાનો પ્રયાસ કર્યો કે રામન રાઘવ ઓડિટરી હેલ્યુસીનેશન (ભ્રામક અવાજ)થી કદાચ પીડાતો હોઈ શકે. યાદ છે? રામન રાઘવ કહેતો કે, ઉપરસે ઑર્ડર આયા હૈ...

હવે અદાલતે સાઇકિયાટ્રિસ્ટ ડૉ. પાટકરને પુરાવા આપવા માટે મંજૂરી આપી અને સરકારી વકીલના વાંધા-વિરોધને ફગાવી દીધા. આ ડૉ. પાટકરે રામન રાઘવને 'ક્રોનિક પેરેનોઇડ સ્કીઝોફ્રેનિયા' બીમારી હોવાનું નિદાન કર્યું હતું. સરકારી વકીલની દલીલ હતી કે કથિત હત્યાઓના ઘણા લાંબા સમય બાદ ડૉ. પાટકરે આરોપીને ચકાસ્યો હોવાથી એમની જુબાની માન્ય કરવી ન જોઈએ, પરંતુ પોતાની જુબાનીમાં ડૉ. પાટકરે કહ્યું કે, 'આરોપીના ૮૦ મિનિટ સુધી લીધેલા ઇન્ટરવ્યૂ પરથી એ માનસિક રીતે અસ્થિર હોવાના તારતમ્ય પર હું આવ્યો હતો. એમના કહેવાનો એવો પણ અર્થ થઈ શકે કે, રામન રાઘવને બેવડા (અને વિરોધાભાસી) વ્યક્તિત્વની માનસિક બીમારી થઈ હોઈ શકે.'

શું ખરેખર ભયાનક સિરિયલ કિલર રામન રાઘવ ગાંડો હતો? બેવડું વ્યક્તિત્વ ધરાવતો હતો? એની આ બીમારી માટે જવાબદાર કોણ?

❖

રામન રાઘવ ૧૯૬૮ની ૨૬મી ઑગસ્ટે મલાડના ચીંચોલી વિસ્તારના તબેલામાં રહેતા દુલાર અને રાયચંદ નામના બે ભૈયાની હત્યા બદલ મુંબઈની સેશન્સ

કોર્ટના જજ સી. ટી. દીઘેએ ફાંસીની સજા જાહેર કરી દીધી, પરંતુ એટલી આસાનીથી ક્યાં સજાનો અમલ થાય?

સજાની બહાલી માટે મામલો ગયો હાઈકોર્ટમાં. અહીં બચાવ પક્ષના વકીલની મુખ્ય દલીલ એક જ હતી કે, 'મારા અસીલની માનસિક સ્થિતિ સારી નથી. હત્યા કરતી વખતે એને સારા-નરસાની સમજ નહોતી. ફાંસીની સજા વિરુદ્ધ અરજી કરવાની માનસિક સ્વસ્થતા સુધ્ધાં રામન રાઘવમાં નથી!'

આને પગલે વડી અદાલતના ન્યાયાધીશ પાલેકરે ડૉ. મારફતિયાની આગેવાનીમાં ડૉ. દેવ, ડૉ. ચોદ્દુરકર, ડૉ. પાટકર અને ડૉ. બગડિયાની આગેવાની હેઠળ રામન રાઘવની માનસિક સ્થિતિની તપાસ કરવાનો નિર્દેશ આપ્યો. આ સાઇકિયાટ્રિસ્ટ બોર્ડે સ્પષ્ટ શબ્દોમાં તબીબી અભિપ્રાય આપ્યો કે સિરિયલ કિલર રામન રાઘવ સ્કીઝોફ્રેનિયા પેરેનોઈડનો દર્દી છે.

આથી દિમાગી સારવાર માટે રામન રાઘવને પુણેની યરવડા મેન્ટલ હૉસ્પિટલમાં મોકલી દેવાયો. આ હૉસ્પિટલ પુણેની યરવડાની સેન્ટ્રલની બાજુમાં. એમાં પણ અપરાધીઓની ચિકિત્સા માટે એક ખાસ વૉર્ડ, પરંતુ રામન રાઘવ જેવા ખતરનાક કેદી માટે જરૂરી સલામતી વ્યવસ્થાનો હૉસ્પિટલમાં સદંતર અભાવ. આથી યરવડા મેન્ટલ હૉસ્પિટલના તબીબો રામન રાઘવને રખાયો હતો એ દસ બાય દસની અંડા કે સોલિટરી સેલમાં જઈને સારવાર કરતા હતા.

૧૯૭૦ બાદ યરવડા જેલની આ સોલિટરી સેલમાં રામન રાઘવ પુરાઈ ગયો અને સારવાર ચાલતી રહી. દિવસો, મહિનાઓ અને વર્ષો વીતતાં ગયાં. બહારની દુનિયા જાણે રામન રાઘવનું અસ્તિત્વ સાવ વીસરી ગઈ.

અને ૪૦ વર્ષની ઉંમરે જેલભેગો થયેલો રામન રાઘવ ૫૭ વર્ષનો થયો ત્યારે ફરી એનું નામ બહાર આવ્યું. ૧૯૮૭ના જૂનમાં ચર્ચા જાગી કે સારવારને પગલે હવે રામન રાઘવ ડાહ્યો થઈ ગયો છે. એક રીતે ખુશખબર, પણ આવા કેસમાં નહીં. જો એ ડાહ્યો થઈ ગયો હોય તો ફાંસીની સજાને બહાલીનો કેસ ફરી શરૂ કરવો પડે.

આ સાથે જૂના જખમ તાજા થયા, રોષ ફરી ડોકાવા માંડ્યો : 'આવા પાશવી હત્યારાને ફાંસીની સજા થવા છતાં એ જીવતો કેમ?' ૧૯૮૭ની ૧૩મી જુલાઈએ હાઈકોર્ટમાં જસ્ટિસ જાગીરદાર અને જસ્ટિસ તાતડે સમક્ષ 'ડાહ્યા' રામન રાઘવને હાજર કરાયો, પરંતુ બચાવ પક્ષે એક જ વાત પકડી રાખી કે અમારો અસીલ હજી ખટલાના ગાંભીર્યને સમજી શકે એટલો સ્વસ્થ નથી.

પૂરાં ૧૮ વર્ષ બાદ રામન રાઘવને હાઈકોર્ટમાં ફાંસીની સજાને પુષ્ટિ આપવાના મામલામાં રજૂ કરાયો હતો ત્યારે ન્યાયાધીશે પૂછેલા સવાલ અને મળેલા જવાબ

આરોપીને વિશે ઘણું ઘણું કહી જાય છે.

'તમને યરવડા જેલમાં કેમ પૂરી રખાયા હતા?'

'મને ખબર નથી કે મને જેલમાં કેમ બંધ રખાયો હતો?'

'તો પછી તમે હાઈકોર્ટને પત્ર કેમ લખ્યો?'

'મેં પત્ર એટલા માટે લખ્યો કે હું લગભગ વીસ વર્ષથી જેલમાં છું. આની વચ્ચે દેશમાં (વતનમાં) મારી બહેનનું અવસાન થયું છે.'

'તમને ખબર છે કે હાઈકોર્ટમાં આપની સામે શેનો કેસ છે?'

'મને ખબર છે કે ખૂનનો મામલો છે.'

'ખૂનના મામલાનો અર્થ શું થાય?'

'એનો અર્થ એવો થાય કે એક વ્યક્તિએ બીજી વ્યક્તિને મારી નાખી.'

'તમને ખબર છે કે અગાઉ આ મામલો હાઈકોર્ટમાં આવી ચૂક્યો છે?'

'હા, ખબર છે.'

'એ વખતે શું થયું એની ખબર છે?'

'હા, એ વખતે મારા વકીલે મને ગાળ દીધી હતી. પછી મેં પણ એને ગાળ દીધી. ત્યાર બાદ મને યરવડા જેલ મોકલી દેવાયો હતો.'

'શું તમને ખબર છે કે ખૂનની સજા શું થાય છે?'

'હા, એવી વ્યક્તિને ફાંસીની સજા થાય કે ઉંમરકેદ થાય છે.'

'હવે કોઈ 'કાનૂન' કે 'અવાઝ' તમને કહે તો શું તમે હત્યા કરશો?'

'ના, હવે હું હત્યા નહીં કરું.'

ફરી રામન રાઘવને યરવડા સેન્ટ્રલમાં મોકલી દેવાયો. સાથે સૂચના અપાઈ કે તપાસ કરીને એની તબિયતની સ્થિતિનો અહેવાલ અદાલતમાં રજૂ કરવો.

જોકે સિરિયલ કિલર રામન રાઘવની સારવાર કરતા ડૉ. કેળકરે તો એને માનસિક રીતે સ્વસ્થ હોવાનું પ્રમાણપત્ર આપ્યું હતું. હકીકતમાં આ પ્રમાણપત્ર નીચે સચ્ચાઈની લાઇન દોરી આપે એવું યરવડા જેલમાં બન્યું હતું. કંટાળી ગયેલા રામન રાઘવે જ અદાલતમાં પિટિશન નોંધાવવા ૧૦મી માર્ચે કહ્યાનો ડૉ. કેળકરે દાવો કર્યો હતો, પછી ૧૮મી મેએ અન્ય ડૉક્ટરે આ 'વીઆઇપી દર્દી'ને તપાસ્યા બાદ એને અદાલતમાં પેશ કરવાની મંજૂરી આપી.

આની સાથોસાથ જેલવાસ દરમિયાન એ થોડો શાંત પડી ગયો હતો. અગાઉની ઉગ્રતા અને ક્રોધ જાણે સાવ પીગળી ગયાં હતાં. સ્ત્રીઓ પ્રત્યેની નફરત પણ ભૂતકાળની બની ચૂકી હતી.

અપરાધના ઇતિહાસમાં અભૂતપૂર્વ એવા રામન રાઘવના કેસમાં અદાલતી પ્રક્રિયા અને કાનૂની દાવપેચ વચ્ચે ગુનેગારની માનસિક સ્થિતિ સૌથી મહત્ત્વનો મુદ્દો

બની ગયો. પુણેથી યરવડા જેલમાં રહેવા દરમિયાન એની સારવાર થતી હતી. એની વચ્ચે એ પોતાના કેસની સુનાવણી ઝડપી બનાવવા માટેની અરજી મોકલતો રહેતો હતો, પરંતુ હાઈકોર્ટના નિર્દેશ મુજબ કાર્યરત થયેલા ત્રણ મનોચિકિત્સકના બોર્ડે અભિપ્રાય આપ્યો હતો કે આ માણસ માનસિક બીમારીમાંથી પૂરેપૂરો સાજો થાય એવી શક્યતા એકદમ પાંખી છે. એટલે માતેલા બેફામ સાંઢની જેમ રાતે ખૂન કરતા ફરતા રામન રાઘવે જેલની કોટડીમાં પુરાઈ રહેવું પડ્યું.

પરંતુ એમ શાંત અને છાનામાના પડ્યા રહે એ બીજા. આના થોડા સમય બાદ રામન રાઘવે વધુ એક અરજી મોકલાવી કે મેં જેલમાં ૧૯-૧૯ વર્ષ ગાળ્યાં છે, તો મહેરબાની કરીને હવે કેસ જલદી ચલાવીને ચુકાદો સંભળાવો.

આથી હાઈકોર્ટે માનસ ચિકિત્સકોનો અહેવાલ માગ્યો. આ સાથે ફાંસીને બહાલી માટેના કેસ સત્વરે સુનાવણી માટે બોર્ડ પર લાવવાનું નક્કી કર્યું. બંને પક્ષની દલીલો સાંભળ્યા બાદ હાઈકોર્ટે પોતે રામન રાઘવને સવાલો પૂછે અને એના જવાબો રેકોર્ડ કરવાનું નક્કી કર્યું.

અને ૧૯૮૭ની ૪થી ઑગસ્ટે રામન રાઘવના ગુનેગાર હોવા પર મત્તું તો માર્યું, પણ એના મૃત્યુદંડને આજીવન કેદમાં ફેરવી નાખ્યો અને પૂણેની યરવડા જેલ જ રામન રાઘવનું જાણે કાયમી અને આખરી સરનામું બની ગયું. ભૂતકાળમાં રામન રાઘવે કરેલા ખૂનના સમાચાર સવારના પહોરમાં મુંબઈગરાની ઊંઘ ઉડાડી મૂકતા હતા. ચાના સ્વાદ બગાડી નાખતા હતા અને ફરી એક સવારે પહેલા પાને રામન રાઘવ ઉર્ફે સિંધી દલવાઈના નામે દેખા દીધી. કિડનીની બીમારીને લીધે ખોફનાક સિરિયલ કિલર રામન રાઘવનું સાસૂન હૉસ્પિટલમાં મોત.

રામન રાઘવ (૧૯૨૯-૧૯૯૫) પોતાની સાથે ઘણા જવાબો લઈ ગયો અને કારણો કાયમ માટે અનુત્તર મૂકી ગયો. અપરાધ વિજ્ઞાન અને માનસચિકિત્સકો ક્યારેય રામન રાઘવ નામના કોયડાને ઉકેલી શકશે ખરા?

આ રામન રાઘવના પ્રકરણ પર પડદો પાડવા અગાઉ એક આઘાતજનક હકીકત. ભારતમાં ઘણાં આલિયા, માલિયા ને જમાલિયા પર બાયોપીક બને છે, પરંતુ દેશના નંબર વન સિરિયલ પર કોઈ ફિલ્મવાળાનું ધ્યાન ગયું નથી. સમ ખાવા પૂરતીય ફિલ્મ, ટીવી સિરિયલ કે વેબસીરિઝ બની નથી. અમુક પ્રયાસ થયા, પણ બહુ જામ્યા નહીં. ૨૦૧૬માં અનુરાગ કશ્યપે નવાઝુદ્દીન સિદ્દીકીને લઈને 'રામન રાઘવ ૨.૦' બનાવી જેમાં એક એવા સિરિયલ કિલરની વાર્તા હતી જેણે રામન રાઘવ પાસેથી પ્રેરણા લીધી! ૧૯૭૮માં તામિલ ફિલ્મ 'સિગાપ્પુ રોજાક્કલ' બની હતી, જે રામન રાઘવન પર કંઈક અંશે આધારિત હોવાનું કહેવાય છે.

રામન રાઘવ પર શ્રેષ્ઠ કામ કરવાનો પ્રયાસ થયો રઘવીર યાદવને ચમકાવતી સિત્તેર મિનિટની ફિલ્મમાં. આના દિગ્દર્શક હતા શ્રીરામ રાઘવન. આ 'રામન રાઘવ'ના નિર્માતા એક ગુજરાતી, નામે જનક મહેતા હતા. જ્યારે વીડિયો મૅગેઝિનનો ટ્રેન્ડ શરૂ થયો ત્યારે કેબલો, વીડિયો ચેનલોનું નિર્માણ કર્યું હતું. આમાં જાણીતા ગુનેગાર પર એક ફિલ્મ સાથે એક ક્રાઇમ સ્ટોરી રખાઈ હતી, જેની લેખક ટીમમાં એક નામ હતું આપના પ્રફુલ શાહનું.

❖

૨

મોટ્ટા નાવાસ

કેરળ. આ શબ્દ સાથે જ દરિયાકિનારો, નાળિયેરી, ભવ્ય ઇતિહાસ, બેનમૂન કુદરતી સૌંદર્ય અને ઘણું ઘણું આંખ સામે તરી આવે, પરંતુ આ સુંદરતા, શાંતિ અને શીતળતા વચ્ચે ક્યારેક કંઈક એકદમ અકલ્પ્ય બની જાય છે. કોઈક એવું આવી જાય કે દરિયાનાં પાણી એકદમ ખળભળી ઊઠે.

આવું બન્યું ૨૦૧૨માં. ચોક્કસ સમયગાળો કહો તો જૂનથી ઑગસ્ટ મહિના વચ્ચે. ક્યારેક ક્વીલોનના નામે ઓળખાતા શહેર કોલ્લમની શાંતિ ભંગ થવાને આરે હતી.

શહેરમાં બંધાઈ રહેલા એસપી ઑફિસ જંક્શન ફ્લાયઓવર નીચે છઠ્ઠી જૂનની રાતે ૬૫ વર્ષનો માણસ દુનિયાભરની મુશ્કેલી ભુલાવીને નિરાંતની ઊંઘ માણી રહ્યો હતો. સવારે એની લાશ મળી. એ પણ કમકમાટી ઉપજાવે એવી સ્થિતિમાં. મોટોમસ પથ્થર ઝીંકીને મૃતકના માથાનો કચ્ચરઘાણ કાઢી નખાયો હતો. ન કોઈ સાક્ષી, ન કોઈ પુરાવા. જીવ સિવાય એ ગરીબનું નહોતું કંઈ ચોરાયું કે નહોતાં કોઈ જાતીય ચેડાં થયાં. સ્વાભાવિક છે કે આવા માહોલમાં પોલીસને અદાવતનો મામલો લાગે. બચાડાનો મોટો ધંધો તો નહોતો એટલે અંગત દુશ્મની સરભર કરવાનો જ મલિન ઇરાદો હોવો જોઈએ. મૃતકનું નામ સુધ્ધાં જાણવા ન મળ્યા છતાં આ થિયરી પર પોલીસે તપાસના ચક્રો ગતિમાન કરી દીધાં, પરંતુ પોલીસને કોઈ સફળતા તો ઠીક એકાદ સગડ મળે એ પહેલાં સાતમી જૂનની રાત આવી. એક દુકાનના વરંડામાં ઊંઘતા અપ્પુકુટ્ટન આચરી પર એટલા જોરથી પથ્થર ઝીંકાયો કે કરોડરજ્જુ જ ભાંગી ગઈ અને જીવ લેતી ગઈ. બધું એનું એ. રાતનું અંધારું, ગરીબ માણસ, હથિયાર તરીકે પથ્થર, ન ચોરી, ન જાતીય વિકૃતિના અણસાર. આ કેસમાં વધારાની માહિતી તરીકે મૃતકનું નામ મળ્યું, પણ એનાથી વધુ ને નક્કર કંઈ નહીં.

પોલીસ ચોક્કસપણે કંઈક કરી રહી હતી, પરંતુ જાહેર કરી શકાય એવું કંઈ હજી હાથ લાગ્યું નહોતું. કેરળ દેશનું સૌથી એજ્યુકેટેડ સ્ટેટ. આથી સૌથી શિક્ષિત પ્રજાજનોને સવાલ સતાવતો હતો કે કોણ હતો કેરાલા કાતિલ? શા

માટે ખૂન કરતો હતો? મર્ડર પાછળ હેતુ શું હતો? ખુદ પોલીસ પણ કંઈક આવા જ સવાલોથી મૂંઝાયેલી હતી.

હવે એક-એક દિવસ એટલે કે રાત – મહત્ત્વનાં હતાં. એક-એક રાત વીતતી જતી હતી, જીવલેણ બન્યા વગર. આઠ જૂન, નવ જૂન, દસ જૂન હાશ...

૧૮મી જૂનની રાતે આ હાશકારો આંચકી લીધો. પહેલું મર્ડર થયું હતું એ જ ફ્લાયઓવરની નીચે બીજો માણસ કમોતે મર્યો. આ વખતનો શિકાર ૬૫ વર્ષનો હતો. નામ બોન્ડન કુમાર. માથા પર પડેલા પથ્થરે ચીસ પાડવા માટે એક પળ સુધ્ધાં ન આપી. પછી જૂન વધુ જીવલેણ ન બન્યો. જુલાઈ એકદમ ડાહ્યાડમરા છોકરાની જેમ પૂરેપૂરો સખણો રહ્યો.

ઑગસ્ટની ત્રીજીએ બસ રોકવા માટેના શેડમાં ૫૫ વર્ષના થંકપ્પનની હત્યા થઈ. આ મૃતક વિશે વધારાની એટલી માહિતી મળી કે એ સરથામકોટ્ટાનો રહેવાસી હતો. એની રાતની ઊંઘને કાયમી બનાવી દીધી એક પથરાએ.

સ્વાભાવિકપણે ચોમેર એક જ ચર્ચા અને આક્રોશ કે પોલીસ કરી શું રહી છે? આપણી સલામતીનું શું? આ ગુસ્સાની વરાળ પૂરેપૂરી શાંત પડે એ અગાઉ આવી ૨૧મી ઑગસ્ટ. ચિન્નાકાડા વિસ્તારના મ્યુનિસિપલ બિલ્ડિંગના વરંડામાં સૂતેલા સુંદરાસન હતા ૪૫ વર્ષના, પણ માથા પર પડેલા પથરાએ પૂરા કરી નાખ્યાં એમના ૧૦૦ વર્ષ.

આ સમાન મોડસ ઓપરેન્ડી ધરાવતા હુમલાએ પાંચ નિર્દોષ, ગરીબ અને વયસ્કોનાં જીવન ટૂંકાવી નાખ્યાં હતાં, પરંતુ બે પ્રયાસ નિષ્ફળ નીવડતાં જીવ બચી ગયાનું પણ પોલીસની જાણમાં આવ્યું હતું.

ખૂનની પરંપરાએ પોલીસની ખાખી વર્દી ખરડી હતી, પણ ખરેખર તો પોલીસ શાંત નહોતી બેઠી. બેસી જ કેવી રીતે શકે? બીજી હત્યા બાદ પોલીસના રડાર પર એક નામ આવ્યું હતું : મોટ્ટા નાવાસ.

આ મોટ્ટા નાવાસનો ભૂતકાળ વધુ મહત્ત્વનો હતો. એનો લોહિયાળ અતીત શંકા કરવા માટે પૂરતો હતો. ૧૯૯૬માં કોલ્લમસ્થિત મુંડાક્કાલયમાં થયેલી હત્યાના આરોપ બદલ મોટ્ટા નાવાસની ધરપકડ થઈ હતી અને ચાર વર્ષ જેલમાં રહેવું પડ્યું હતું, પરંતુ કોઈ પણ સાક્ષી ન મળવાથી અદાલતે એને છોડી મૂક્યો હતો. પછી ૨૦૦૭માં કોલ્લમ શહેરના કારીકોડ વિસ્તારમાં સમીર નામના માણસની હત્યા બાદ મોટ્ટા નાવાસ પકડાયો હતો અને ગુનેગાર પણ ઠર્યો હતો.

પોલીસને, મીડિયાને અને લોકોને મુંબઈના સિરિયલ કિલર રામન રાઘવની યાદ મોટ્ટા નાવાસે અપાવી હતી.

૨૦૧૨ના જૂનની બીજી કતલ બાદ પોલીસને મોટ્ટા નાવાસ યાદ આવ્યા

વગર કેમ રહે? એડિશનલ ડિરેક્ટર જનરલ ઑફ પોલીસ (સાઉથ ઝોન) તરફથી તાત્કાલિક તાકીદની બેઠક ગોઠવાઈ. આમાં કિલિંગની તપાસને વેગવાન બનાવવા માટે શહેરના પોલીસ કમિશનર દેબેશકુમાર બહેરાની આગેવાની હેઠળ ખાસ તપાસ ટુકડીની રચના થઈ. લગભગ પંદરેક દિવસની વિશદ્ તપાસ બાદ સર્કલ ઇન્સ્પેક્ટર વી. સુગાથન, સબ-ઇન્સ્પેક્ટર જી. ગોપાલકુમાર અને સિનિયર સિવિલ પોલીસ ઑફિસર પ્રસન્ન કુમારે ૨૦૧૨ની પહેલી નવેમ્બરે કોલ્લમના નહેરુપાર્ક વિસ્તારમાંથી મોટ્ટા નાવાસની ધરપકડ કરી.

જોકે ૪૬ વર્ષના મોટ્ટા નાવાસ ક્યારેય પોલીસની નજરમાંથી નીકળી શક્યો જ નહોતો. હકીકતમાં તો બીજા ખૂન બાદ પોલીસે શંકાને આધારે પકડીને તેને કસ્ટડી ભેગો કરી દીધો હતો. કસ્ટડીમાં મોટ્ટાએ પોતે અસ્થિર મગજનો હોવાનો ડોળ કર્યે રાખ્યો. આથી પોલીસ તેને થિરુવનંતપુરમાં આવેલા ગવર્નમેન્ટ મેન્ટલ હેલ્થ સેન્ટરમાં લઈ ગઈ, પરંતુ અહીંના માનસચિકિત્સકોએ સાફ શબ્દોમાં કહી દીધું કે, આ માણસ માનસિક રીતે પૂરેપૂરો સ્વસ્થ છે, પરંતુ ન જાણે કેવા કારણસર માનસચિકિત્સકના સર્ટિફિકેટ બાદ મોટ્ટા નાવાસ કસ્ટડીમાંથી છૂટી ગયો અને એ ફરી કોલ્લમની અંધારી રાતોમાં શિકાર કરવા નીકળી પડ્યો.

પોલીસે મોટ્ટા નાવાસની ધરપકડ તો કરી લીધી, પરંતુ એના ભૂતકાળની કોઈ વિગતો જવલ્લે જ ઉપલબ્ધ છે. નથી એ ગાંડો, નથી એ ચોરી કરતો કે લૂંટફાટ, નથી કોઈ સામે અદાવત. બધા ખૂનમાં બે બાબત કૉમન છે – મોટી ઉંમરના પુરુષો અને ગરીબ માણસો. મોટ્ટો નાવાસ ચાલાક પણ ઘણો. રાતે શિકારની શોધમાં ફરતો હોય અને ભૂલેચૂકે કોઈ પોલીસની નજરે ચડી જાય તો ગાંડા કાઢવા માંડે. પોલીસ એને પાગલ સમજીને જવા દે... વધુ એક ખૂન કરવા માટે.

મોટ્ટા નાવાસ અપરાધની દુનિયામાંથી પોલીસની કસ્ટડીની કોટડીમાં પહોંચી ગયો છે. હવે તેને પ્રતીક્ષા છે અદાલતના ચુકાદાની.

❖

૩

સદાશિવ શાહુ

પચાસથી વધુ ઉંમર, લાંબું કદ, એકવડો બાંધો, સફેદ વાળ, મોઢા પર મૂછ, કાળા ચહેરાની અંદર ઊતરી ગયેલી આંખો અને નાનોઅમથો કાપડનો ધંધો. કોઈની નજર અનાયાસે પડી જાય તો બીજી વખત જોવાનું મન ન થાય એવું સાધારણ વ્યક્તિત્વ. એકદમ મૃદુભાષી, એમાંય સાવ ઓછાબોલો. મોટે ભાગે ધાર્મિક પુસ્તકો વાંચતો દેખાય. નામ સદાશિવ શાહુ.

કૉંગ્રેસનાં સૌથી ટોચનાં નેતા સોનિયા ગાંધીની લોકસભાની બેઠક રાયબરેલીના ફુરસતગંજ વિધાનસભા વિસ્તારના સેમસી ગામનો આ રહેવાસી ખૂબ જ લોકજીભે અને છાપે ચડ્યો. ૧૯૪૭માં જન્મેલા સદાશિવની ૨૦૦૪ના ડિસેમ્બરમાં ધરપકડ થઈ અને તેણે કરેલી કબૂલાતે માત્ર સેમસી, ફુરસતગંજ કે સોનિયાજીના રાયબરેલીને જ નહીં, પણ તત્કાલીન મુખ્ય પ્રધાન મુલાયમસિંહ યાદવના ઉત્તર પ્રદેશને સ્તબ્ધ કરી મૂક્યું હતું.

રાયબરેલી-સુલતાનપુરનો ૯૦ કિ.મી.નો રોડ જાણે બંને બાજુ આવેલા નાના-નાના જંગલના ટુકડાનું વિભાજન કરે. આ ૯૦ કિ.મી.ના પટ્ટાની આસપાસના લોકોની દિવસની તો ઠીક, રાતની ઊંઘ પણ હરામ થઈ હતી. વર્ષ ૨૦૦૦થી શુક્રવારથી રવિવાર વચ્ચેનો સમય ઉચાટમાં પસાર થાય. એમાંય રાતે નવથી બે વચ્ચે તો રીતસર યમદૂતના ત્રાટકવાનો ફફડાટ. ક્યાંક ખેતર કે જંગલનાં ઝાડી-ઝાંખરાંમાં આગ લાગે, થોડી દોડધામ મચી જાય. બધાનું ધ્યાન ત્યાં જાય જ. આગની જ્વાળાને શાંત પડાય પછી એક વયોવૃદ્ધનું ઠંડું પડેલું શરીર મળી આવે. કપાળ કે છાતીમાં પોઇન્ટ બ્લેન્ક રેન્જથી છોડાયેલી ગોળીનું નિશાન હોય. ઘાની આસપાસ સુકાયેલું લોહી હોય. આસપાસ માખીનો બણબણાટ જાણે મૃતકને જગાડવા-જિવાડવાની નિરર્થક ચેષ્ટા કરતો હોય.

એકલા ફુરસતગંજ બ્લૉક વિસ્તારનાં દસ ગામમાં એક પછી એક હત્યાઓ થતી રહી. બધા જ શિકાર વયોવૃદ્ધ, અશક્ત, નિવૃત્ત શિક્ષક કે સરકારી કર્મચારી. લગભગ એવા માણસો કે જેમની સાથે કોઈને દુશ્મની ન હોય. મોટા ભાગના નાનકડા ગામને છેવાડે-પાદરે રહેતા હોય. એટલે રાતે બધા થરથર ધ્રૂજે. વાત છેક

મુખ્ય પ્રધાન મુલાયમસિંહ યાદવ સુધી પહોંચી. તેમણે જિલ્લા પોલીસને ઠમઠોરી અને તાત્કાલિક આ કેસ ઉકેલવાનો ઑર્ડર આપ્યો. આ સાથે જ આળસ-ઊંઘ ખંખેરીને પોલીસ સક્રિય થઈ ગઈ. નેતાજી કા ઑર્ડર થા ન.

એડિશનલ પોલીસ સુપરિન્ટેન્ડેન્ટ બી. પી. શ્રીવાસ્તવની આગેવાનીમાં તપાસ સમિતિ રચાઈ. રાતે ચોકીપહેરો વધારી દેવાયો. પોલીસવાળાને રાતના અંધારામાં પણ બરાબર દેખાય એવા નાઇટ વિઝન અપાયા, પરંતુ ખૂની ન દેખાયો, માત્ર હત્યા કરેલી લાશ દેખાતી રહી – એક પછી એક.

૨૦૦૪ની આઠમી નવેમ્બરની રાતના કાળાડિબાંગ અંધારામાં આશાનું પહેલું કિરણ દેખાયું. ૫૫ વર્ષના બિશન શાહુના ઘરે પહોંચીને ખૂનીએ ગોળી ધરબી દીધી, પરંતુ બિશનના પુત્ર વિનોદે હુમલાખોરનો પીછો કર્યો. કાળાં કપડાં પહેરેલા હુમલાખોરે મોઢા પર કાળું કપડું બાંધ્યું હતું. આ કલર કૉમ્બિનેશનનું લૉજિકલ રિઝન સ્પષ્ટ છે, અંધારામાં ઓગળી જવું. આ દોડધામ દરમિયાન ખૂની એક ખાડામાં પડી ગયો. વિનોદ તેને પકડી તો ન શક્યો, પણ બરાબર ઓળખી લીધો. એ શખસ હતો ચંદ્રમોહન.

ચંદ્રમોહન. એ ગ્રેજ્યુએટ અને સદાશિવ શાહુનો પુત્ર. આટલી કડી મળતાં જ પગેરું દબાવતાં દબાવતાં પોલીસ રાતે સદાશિવ શાહુના ઘરે પહોંચી ગઈ. ઊંઘવાની તૈયારી કરતા સદાશિવે પોલીસને ત્રાટકતાં જોઈને પોતાની દેશી રાઇફલથી સામનો કર્યો, પરંતુ પરિવારના સભ્યોની સમજાવટથી તેમણે રાઇફલ હેઠી મૂકી દીધી. સ્વાભાવિકપણે જ પોલીસનું કહેવું છે. ખુદ રાયબરેલીના પોલીસ સુપરિન્ટેન્ડન્ટ સંજય શ્રીવાસ્તવના શબ્દો છે આ.

સદાશિવ શાહુએ આઠ પાનાંના કબૂલાતનામામાં કહી દીધું કે ફુરસતગંજમાં ૧૯૯૯થી ૨૦૦૪માં થયેલાં ૩૦ વયોવૃદ્ધનાં ખૂનમાંથી ૨૨ તો મેં જ કર્યાં છે. સદાશિવના રૂમમાંથી પોલીસને દેશી રાઇફલ, કાળા બૂટની જોડી, કાળાં હાથમોજાં, કાળું પેન્ટ, ચહેરો ઢાંકવા માટેનું કાળું કપડું અને સાઇકલ મળ્યાં. હા. બે બનાવટી દાઢી પણ મળી, સફેદ અને કાળા વાળની બનેલી.

જોકે આ ધરપકડ, કબૂલાત અને વાંધાજનક સામગ્રી સાથે રાજ્યના પહેલા સિરિયલ કિલરને પકડી પાડ્યાનાં પોલીસના ઢોલ-નગારાંના ઘોંઘાટ વચ્ચે આમઆદમી એકદમ મૂંઝાયેલો હતો.

શું આ સદાશિવ હત્યારો? એકદમ ચૂપ રહેનારો, ક્યારેય કોઈ સાથે ન ઊંચા અવાજે દલીલ કે ન કોઈ સાથે કજિયો. કાપડના નાનકડા ધંધામાં રચ્યો-પચ્યો હોય કાં ધાર્મિક પુસ્કતકમાં ગળાડૂબ. બધા અવઢવમાં પડી ગયા કે હવે રાતે શાંતિથી-સલામતપણે ઊંઘી જવાશે ખરું? સવારે જીવતા ઊભા થઈશું

ખરા? અરે, સાહુના પડોશીઓ માની ન શક્યા કે અમને ક્યારેય લેશમાત્ર ન રંજાડનારો આ ભલો આદમી ખૂની? નામુમકિન.

અને સદાશિવ શાહુની ધરપકડ બાદ છ મહિના સુધી ફુરસતગંજમાં કોઈ વૃદ્ધજનની હત્યા ન થઈ. છેલ્લા શિકાર બિશન શાહુની પત્ની સુમન અને પુત્ર વિનોદ જેલમાં સદાશિવને મળ્યાં, ત્યારે તેણે આસાનીથી કબૂલ કરી લીધું, 'બિશનની હત્યા મેં કરી હતી, પણ બાકી કોઈને મેં માર્યાં નથી. કોઈ સારો વકીલ મેળવવામાં મદદ કરો, પ્લીઝ.'

પોલીસે સદાશિવ શાહુને સિરિયલ કિલર જાહેર કર્યો. રાજ્યના સૌ પ્રથમ સિરિયલ કિલરને પકડવાની કલગી પોતાના જ હાથે પોતાના છોગામાં શણગારી દીધી. પછી તો વાતો બરાબરની ચગી : શાહુને તો છત્તીસ મહિને મેં છત્તીસ મર્ડર કર ડાલે.

જો શદાશિવ શાહુ ખૂની હોય તો કારણ કયાં? ૧૯૯૯માં સદાશિવ સાથે એક અપમાનજનક ઘટના બની હતી. એક રાતે એકદમ ઉશ્કેરાયેલા ટોળાએ એને બળાત્કારી માનીને ઢોરમાર માર્યો હતો. પછી એક દિવસ એની ટી.બી. થી પીડાતી પત્ની એકદમ અદશ્ય થઈ ગઈ. જનતા સામેના ગુસ્સામાં ઉમેરાયો પત્ની માટે કંઈ ન કરી શકવાનો જાત પ્રત્યેનો ક્રોધ.

ખુદ સદાશિવ શાહુએ જરાય રંજ કે લેશમાત્ર પસ્તાવા વગર પત્રકારોને શું કહ્યું? 'હું કેટલીક હોમિયોપથિક દવાઓ લેતો હતો. આ દવા મને એકદમ બેચેન બનાવી દેતી હતી. આથી ઘણી વાર હું રાતે ઘરની બહાર નીકળી જતો. રસ્તામાં જે મળે કે દેખાય એને મારી નાખતો હતો. મને ખૂન કરવાની ઇચ્છા થતી હતી. મારા શિકારને મારી નાખવાની મનની અંદર થતી એ ઇચ્છા મારા પર સવાર થઈ જતી હતી. મર્ડર કર્યા બાદ ઘરે આવીને મને આવી જતી એકદમ શાંતિભરી મીઠી ઊંઘ.'

❖

૪

ડૉ. સોહરાબ અસલમ ખાન

પાકિસ્તાનનું લાહોર. વર્ષ ૧૯૮૬માં આ શહેર પોતાની નિશ્ચિત ગતિએ આગળ ધપી રહ્યું હતું, ત્યાં આવ્યો ઑક્ટોબર. કોઈને કલ્પના સુધ્ધાં નહોતી કે વિદાય લેતા વર્ષના અંતિમ મહિનાઓ ભાથામાં શું લઈને આવી રહ્યા છે.

૧૨મી ઑક્ટોબર લાહોરના કેનાલ રોડ પર લટાર મારવા નીકળેલા વિજ્ઞાની ઇફ્તેખાર રસૂલને ખબર નહોતી કે પોતે ઘરે પાછા ફરવાના નથી. કોઈકે ગોળી મારીને તેમની વૉકને અંતિમ લટારમાં ફેરવી નાખી. ગોળી કોણે મારી? શા માટે? આ સવાલો લાંબો સમય ઇફ્તેખાર રસૂલના મૃતદેહ પાસે ઘુમરાતા રહ્યા.

એ જ રાતે કેનાલ રોડ પર સાબિર હુસૈન નામનો ચોકીદાર પોતાની સાઇકલ પર જઈ રહ્યો હતો. કોઈકે સાબિર હુસૈનને પણ ગોળી મારી દીધી. એટલું જ નહીં, તેની ગોળીથી વીંધાયેલી લાશને નહેરમાં ફગાવી દેવાઈ. મર્ડર કોણે કર્યું? શા માટે? આ ખૂનને વિજ્ઞાની ઇફ્તેખાર રસૂલની હત્યા સાથે કોઈ સંબંધ ખરો? વિજ્ઞાની અને વૉચમૅન વચ્ચે કોઈ કડી ખરી? નહેરમાં ફંગોળાયેલી લાશને લીધે પાણીમાં પડેલાં વમળ ધીમે-ધીમે શાંત પડી રહ્યાં હતાં, પણ ઘણા સવાલો નીરવ વાતાવરણમાં ચીસાચીસ કરી રહ્યા હતા.

આ જ વિસ્તારમાં મોટરકારના સ્પેરપાર્ટ્સની એક મોટી દુકાન હતી. સાંજ બાદ દુકાન તો વધાવી લેવાઈ હતી. બહાર ટેબલ પર બેઠેલો ચોકીદાર સિગારેટના કશ થકી કંટાળા અને ઊંઘ સામે લડી રહ્યો હતો. રાતની શાંતિને ચીરતી એક ગાડી બ્રેક મારવાના અવાજ સાથે સ્પેરપાર્ટ્સની દુકાન સામે ઊભી રહી. ચોકીદાર સલામ કે સવાલ કરવા ઊભો થાય એ અગાઉ ગાડીમાંથી ઊતરેલી વ્યક્તિએ એક પછી એક કરતાં પાંચ ગોળી ચોકીદાર પર છોડી દીધી.

એક શહેરના એક વિસ્તારમાં એક રાત્રે ત્રણ-ત્રણ મર્ડર. ત્રણેય મૃતક વચ્ચે ન કોઈ સીધી કડી, ન કોઈ લૂંટફાટ, ન કોઈ સામનો-પ્રતિકાર. ન કોઈ સાક્ષી, ન પુરાવા, ન સુરાગ. લાહોરની ૧૨મી ઑક્ટોબર ખૂબ ભયાનક જવાની હતી.

કોઈ પાગલે દિમાગ પરનો અંકુશ ગુમાવ્યો હતો? અંડરવર્લ્ડવાળા કોઈ હિસાબ ચૂકતે કરી રહ્યા હતા? ગૅંગવૉર જામી પડી હતી? આતંકવાદ? કોઈ દુશ્મન-

દેશ કે પછી અન્ય કંઈ હતું આ? શક્યતાઓ અને સવાલો અગણિત હતા, પણ પોલીસને આગળ વધવા માટે તાત્કાલિક કોઈ સગડ હાથ લાગતા નહોતા.

❖

સમય વીતી રહ્યો હતો. સૌ માનવા માંડ્યા કે ૧૨મી ઑક્ટોબરની રાતને ભયંકર દુઃસ્વપ્ન તરીકે ભૂલી જઈએ. હવે ક્યાં કોઈ જોખમ છે? છોને પોલીસ પોતાનું કામ કરતી રહે, આપણા કેટલા ટકા?

ત્યાં આવી નવમી નવેમ્બર. લાહોરની કાળીડિબાંગ રાતને જોરદાર ઠંડીનો સથવારો મળ્યો હતો. આવામાં બદહત રોડ પરની હોટલ સામે આવીને એક મોટરસાઇકલ ઊભી રહી. સારા અને શિક્ષિત લાગતા યુવાન માણસે મોટરસાઇકલ પરથી ઊતરીને રસ્તા પર ઊભા ઊભા જ ખાવાનો ઑર્ડર આપ્યો. ઝડપભેર આવેલું ખાવાનું ફટાફટ ખાઈ ગયો. મોઢામાંથી સંતોષના ઓડકાર આવવાને બદલે વધુ ઑર્ડર નીકળ્યા, પરંતુ આ વખતે ઇન્સ્ટન્ટ સર્વિસ ન મળી. આમાં હોટલના નોકર સાથે શાબ્દિક તડાફડી થઈ ગઈ. પછી નોકર તો જતો રહ્યો, પરંતુ અડધા ભૂખ્યા મોટરસાઇકલસવાર પર એવો તો ક્રોધ સવાર થઈ ગયો કે તેણે ખિસ્સામાંથી રિવૉલ્વર કાઢી. હોટલની અંદર ઘૂસીને બેફામ ગોળીઓ છોડવા માંડ્યો. એ બદ્નસીબ નોકર પણ લોહીલુહાણ થઈને ઢળી પડ્યો. પછી અંધારાનો લાભ લાઈને એ હુમલાખોર મોટરસાઇકલ સાથે જાણે હવામાં ઓગળી ગયો.

પછી થોડા સમયે તેણે દેખા દીધી લાહોરના ફિરોઝપુર રોડ પર. અહીં સાબરી મેડિકલ સ્ટોરના માલિક મુહમ્મદ શરીફ ઘરે જવા નીકળવાની તૈયારી કરતા હતા. શટર અડધું-પડધું ન પડ્યું ત્યાં કોઈકે એમની પીઠ પર હાથ માર્યો. એક માણસે કોઈ દવા માગી. શરીફ દવા લેવા પાછા વળ્યા કે આગંતુકે તેમના પર ગોળી ચલાવી. શરીફે ઘટનાસ્થળે જ દમ તોડી દીધો, ને હુમલાખોરે સ્થળ છોડી દીધું.

આ દિવસના બે આઘાતજનક બનાવમાં થોડી સંતોષજનક બાબત એ હતી કે ગોળીથી ઘવાયેલા હોટલ-નોકરનો જીવ તબીબો બચાવી શક્યા ખરા.

ફરી પાછા પોલીસવાળા ઘાણીના બળદની જેમ ફરવા માંડ્યા. ગોળ-ગોળ. કાનાફુસી મુજબ પોલીસને કંઈક સગડ મળ્યા હતા ખરા, પરંતુ ફફડતા લાહોરવાસીઓને જીવ બચાવવામાં રસ હતો, ઠાલાં આશ્વાસનમાં નહીં.

❖

અને ૧૦, ૧૧ અને ૧૨મી નવેમ્બર પસાર થઈ ગઈ, વધુ લોકોના જીવ લીધા

વગર, પરંતુ ૧૩મી નવેમ્બર જાણે વધુ ખુન્નસ સાથે આવી હોય એવું બની ગયું.

તેરમી નવેમ્બરે લાહોરના મોલ રોડ પર યમરાજા ઊતરી આવ્યા. ફરી એક નાઇટ વૉચમૅન, મજૂર, શ્વાન પકડનારા અને એક અનામ શખસ પર અજાણ્યા હુમલાખોરે ગોળીઓ છોડી. આમાંથી એકેયનાં નસીબ બળિયા નહોતા એટલે સૌના જીવન પર પૂર્ણવિરામ મુકાઈ ગયાં. ગરીબ અને મધ્યમ વર્ગના માણસોને બધી દુન્યવી સમસ્યાઓથી કાયમી છુટકારો મળી ગયો, પણ કેવો અણધાર્યો અને પીડાદાયક.

લાહોરમાં ફફડાટ વધતો જતો હતો. એક સાંજ યમદૂતના પગરવ સંભળાવતી હતી, રાતે ઊંઘ ઉડાડી મૂકતી હતી અને સૂર્યોદય જાણે નવજીવન આપતો હતો. એક પછી એક કરતાં-કરતાં પંદરેક દિવસ નીકળી ગયા.

અને આવી ૨૮મી નવેમ્બરની રાત. ફરી ફિરોઝપુર રોડ પર એ રિક્ષાવાળો કદાચ ભાડું મળવાની રાહ જોતો હશે, પણ એક ગોળીએ એની પ્રતીક્ષાનો કાયમી અંત લાવી દીધો. એ જ રોડ પર વધુ બે નિર્દોષ આમઆદમી માટે ઓચિંતું મોતનું તેડું આવી ગયું. બધા મૃતકો સાવ સાધારણ, જેમને ન મોટા લેણદાર હોય, ન મોટા દુશ્મન હોય કે ન મોટાં સપનાં હોય. માત્ર જીવતા રહેવાનો સંઘર્ષ હોય, જે એ રાતના અંધારામાં ખતમ થઈ ગયો.

પાકિસ્તાનના લાહોર જેવા મોટા શહેરની અંદર, સામાન્ય માણસોના ખૂન પર ખૂન થતાં હતાં, સૌને ગોળી જ મરાતી હતી, કોઈ ઝપાઝપી કે લૂંટફાટના અણસાર નહીં. ખૂની અંધારામાં ધાર્યાં નિશાન પાડતો હતો અને પોલીસ પણ અંધારામાં જ ફાંફાં મારતી હોવાની ફરિયાદ વધી રહી હતી. ક્યાં સુધી ચાલશે આ કત્લ-એ-આમ?

જવાબ મળ્યો ચોથી ડિસેમ્બરે. ફરી ચોકીદારનો જીવ ગયો. લાહોરના કાયદે આઝમ રોડ પર પાકિસ્તાન ઇન્ટરનેશનલ ઍરલાઇન્સનો ચોકીદાર ગોળીનો શિકાર બની ગયો.

એક પછી એક નિર્દોષોના જીવ જઈ રહ્યા હતા. સમય રાતનો જ, મોડસ ઓપરેન્ડી એકસરખી. શું પોલીસ એટલી નકામી અને નિષ્ફળ હતી કે તેર-તેર માણસના જીવ જવા છતાં કંઈ કરી શકતી નહોતી. રિવૉલ્વર કે ગોળી કંઈ ફાફડા-જલેબી જેટલી આસાનીથી મળતાં ન હોય તો પછી શું કાતિલ કોઈ લશ્કરી માણસ હતો, પોલીસવાળો હશે કે કોઈ જાસૂસ? પણ કોઈ સાવ સામાન્ય માણસને શું કામ મારે? કોઈ આતંકવાદી હોય તો પણ તે આમઆદમીઓને ટાર્ગેટ બનાવીને કયા કાંદા કાઢી લે?

આવા ઘણાબધા સવાલોના જવાબ મળ્યા ૧૧મી ડિસેમ્બરે. હશે કોણ આ

રિવૉલ્વરબાજ ખૂની? શા માટે હત્યાઓ કરતો હતો? અને સાવ સામાન્ય માણસોને જ મારવાનું કોઈ વિશેષ કારણ? એને તેર-તેર હત્યા કરવા છતાં કેમ ન પકડાયો?

હા, પાકિસ્તાનના શહેર લાહોર માટે ૧૯૮૬નો અંત ભાગ ખૂબ કપરો, આકરો અને જીવલેણ નીવડ્યો હતો. ૧૨મી ઑક્ટોબરથી ચોથી ડિસેમ્બર સુધીમાં તેર-તેર જણની હત્યા થઈ. દરેક ખૂન રાતે થયાં. મરનારા બધા સાવ સામાન્ય માણસ. મધ્યમવર્ગીય, એકદમ નિરુપદ્રવી. ન તેઓ કોઈ સાથે ઝઘડો વહોરી લે કે ન એમની પાસે લૂંટવાલાયક કંઈ માલમત્તા. છતાં તેમનાં ઢીમ ઢાળી દેવા માટે કોઈક પોતાનો જીવ જોખમમાં નાખતું હતું અને મોંઘાભાવની કારતૂસ પણ વાપરતું હતું. ખૂની લૂંટારો હતો, સિરિયલ કિલર હતો, ગૅંગસ્ટર હતો કે આતંકવાદી? એક પછી એક ખૂન કરતા જવા છતાં એ લાહોર જેવા મોટા શહેરમાં કેમ ન પકડાય? વેઇટર, વૉચમૅન, રિક્ષા-ડ્રાઇવર જેવા માણસો સામે શેનું જીવલેણ ખુન્નસ?

આવા અનેક સવાલોના જવાબ મળ્યા છેક ૧૨મી ડિસેમ્બરે. પાકિસ્તાનના પંજાબ પ્રાંતના પોલીસ વડા શહાબુદ્દીન જામીએ પત્રકાર પરિષદ બોલાવીને જાહેરાત કરી કે લાહોરને આતંકિત કરનારો પકડાઈ ગયો છે અને તેણે પોતાના ગુનાની કબૂલાત સુધ્ધાં કરી લીધી છે. જામીસાહેબે લેશમાત્ર શબ્દો ચોર્યા વગર રોષ સાથે ઘોષણા કરી : આ ખૂની કંઈ માનવી નથી, રાક્ષસ છે! રાક્ષસ. આ પાગલ માત્ર ને માત્ર મજા માટે મર્ડર કરતો હતો. એક ઉચ્ચ પોલીસ અધિકારી મર્યાદા ઓળંગીને લાગણીને વાચા આપે ત્યારે આમજનતાના મનની વાતનો પણ પડઘો પડતો હોય છે.

આ ખૂનીના પકડાઈ જવાની જાણકારી જેટલી સુખદ હતી એનાથી વધુ આઘાતજનક હતી એ કાતિલની ઓળખ. પોલીસના જણાવ્યા મુજબ ખૂનીનું નામ હતું, સોહરાબ અસલમ ખાન. ઉંમર ૪૮ વર્ષ. વ્યવસાયે ડૉક્ટર અને એ પણ હૃદયના. એટલું જ નહીં, કિલર ડૉક્ટર અમેરિકા ભણી અને પ્રેક્ટિસ કરીને વતન પાછો ફર્યો હતો. કોણ હતા આ ડૉ. સોહરાબ અસલમ ખાન!

સોહરાબ મૂળ તો પાકિસ્તાનના પંજાબ પ્રાંતના મહત્ત્વના શહેર ખાનીવાલનો રહેવાસી. પિતા રાવ સફદર અલી ખાન ખાનીવાલ સિવિલ ડિફેન્સના વૉર્ડન છે. બે ભાઈ પણ મોટા સરકારી હોદ્દા પર અને ત્રણેય બહેનો પરણીને સાસરામાં સુખી. સોહરાબ નાનપણથી જ ભણવામાં ખૂબ તેજસ્વી. સ્કૂલનો ઊજળો દેખાવ દસમા ધોરણના માર્ક્સ સુધી યથાવત્ રહ્યો. આગળ જતાં મુલતાનમાંથી એમ.બી. બી.એસ.ની ડિગ્રી પણ મેળવી ખરી.

યુવાન સોહરાબ અસલમ ખાનને માત્ર ડૉક્ટર બનવાથી સંતોષ ન થયો. વધુ અભ્યાસાર્થે ૧૯૬૯માં અમેરિકા જતો રહ્યો. ઇરાદો એમ.ડી.ની ડિગ્રી મેળવવાનો ખરો. અમેરિકાની ટેક્સાસ યુનિવર્સિટીમાંથી હાર્ટ સ્પેશ્યાલિસ્ટની ડિગ્રી મેળવી લીધી હતી. આટલેથી અટકવાને બદલે પોતાની જ યુનિવર્સિટીમાં ભણાવવાનું પણ શરૂ કર્યું દીધું ડૉ. ખાને. ટેક્સાસની બેલોર યુનિવર્સિટી મેડિકલ સેન્ટર હૉસ્પિટલમાં ફેલો તરીકેની સેવા આપી.

અમેરિકામાં ૨૫-૨૫ એજ્યુકેશન સર્ટિફિકેટ મેળવનાર ડૉ. સોહરાબ અસલમ ખાને પોતાની મરજીથી અમેરિકામાં લગ્ન પણ કરી લીધાં. પોતાની ઇચ્છા મુજબની ઉચ્ચ શૈક્ષણિક લાયકાત, સરસ કામકાજ અને પછી મનગમતી માનુની સાથે નિકાહ. આટલું ઓછું હોય એમ આ પત્ની પણ પાછી મૂળ લાહોરની એટલે મનમેળમાં ઝાઝા અંતરાય ન આવે. સમયાંતરે ડૉ. ખાન બે સંતાનના પિતા બન્યા. એક માણસને આનાથી વધુ જોઈએ શું?

પરંતુ ટેક્સાસમાં મેડિકલ પ્રેક્ટિસ માટેનું ડૉ. ખાનનું લાઇસન્સ ૧૯૮૦માં રદ કરી નખાયું, કારણ કે તેઓ પૂરતી લાઇસન્સ ફી ભરી શક્યા નહોતા. આથી ૧૯૮૧માં તેમણે પાકિસ્તાન પાછા ફરવાનું મુનાસિબ માન્યું. એક અહેવાલ મુજબ તેઓ પત્ની અને બાળકો સાથે સ્વદેશ પાછા આવ્યા હતા અને લાહોરના સમૃદ્ધ પરામાં રહેવા માંડ્યા હતા. અન્ય એક વિરોધાભાસી અહેવાલ મુજબ ડૉ. ખાન માત્ર પોતે એકલા જ પાકિસ્તાન પાછા આવ્યા હતા.

ડૉ. સોહરાબ અસલમ ખાને પોલીસને આપેલી માહિતી મુજબ અમેરિકાથી ઘરવાપસી બાદ તેમણે લાહોરમાં ક્લિનિક ખોલ્યું હતું. આ સાથે જ ગુલબર્ગ વિસ્તારમાં રહેવા માટે બંગલો ભાડે રાખ્યો હતો, જેનું માસિક ભાડું રૂપિયા ચાર હજાર હતું, પરંતુ આ અમેરિકા રિટર્ન્ડ ડૉક્ટરની પ્રેક્ટિસ ધાર્યા પ્રમાણે ન થઈ. અંતે નાછૂટકે તેમણે ચાર હજારના ભાડાવાળો બંગલો છોડીને એક હજારના ભાડાવાળા નાના બંગલામાં જવું પડ્યું.

અમેરિકાથી પાછા ફરવા પાછળનાં કારણો કે પાકિસ્તાનમાં પ્રેક્ટિસ ન જામવાને કારણે ડૉ. ખાન એટલા બધા વ્યથિત થઈ ગયા હશે કે અકારણની ખૂનામરકી પર ઊતરી પડ્યા?

ડૉ. સોહરાબ અસલમ ખાને ખૂન કર્યાનું કબૂલ કરી લીધું, પણ તેર નહીં, માત્ર નવ હત્યાની જ કબૂલાત કરી. શું એમની હત્યાબાજીની પરંપરાનો લાભ લઈને અન્ય કોઈએ ચાર મર્ડર કરી નાંખ્યા, જેનું દોષારોપણ ડૉ. ખાન પર થયું?

ડૉ. સોહરાબ અસલમ ખાન પકડાયા કેવી રીતે એની પોલીસે કરેલી જાહેરાત પણ રસપ્રદ છે. નવમી નવેમ્બરની રાતે બહદત રોડ પરની હોટલ

સામે ડૉ. ખાન મોટરસાઇકલ લઈને પહોંચી ગયા હતા. ત્યાં ઊભા ઊભા જ ખાવાનું મંગાવ્યું. તરત કબાબ-ટિક્કાની ડિશ આવી અને ડૉ. ખાન ઓહિયાં કરી ગયા. તેણે બીજી ડિશ મંગાવી, પણ નોકર સાથે કોઈક કારણસર બોલાચાલી થઈ અને તે નોકર પાછળ હોટલમાં ધસી ગયો અને ધડાધડ ગોળીઓ છોડીને ભાગી છૂટ્યો, પરંતુ નોકરના સદ્ભાગ્યે અને ડૉક્ટરના કમભાગ્યે ગોળી વાગવા છતાં જીવ બચી ગયો.

એ નવમી નવેમ્બરની રાતે જ હોટલમાં ગોળીબાર કર્યા બાદ ડૉ. સોહરાબ અસલમ ખાનને જાણે કેમ પણ પોતાની મોટરસાઇકલ અશરફિયા કૉલેજ પાસે પાર્ક કરી અને પોતે પગપાળા ચાલતા જતા રહ્યા. સિરિયલ કિલરને ઝડપવા ગાંડાની જેમ શોધખોળ કરતી પોલીસ ટુકડીને આ નધણિયાતી પડેલી મોટરસાઇકલની માહિતી મળી. થોડા દિવસ રાહ જોયા છતાં મોટરસાઇકલનો કોઈ દાવેદાર ન મળતાં પોલીસે વાહનનું ચેકિંગ કર્યું. મોટરસાઇકલની ડિકીમાંથી ડ્રાઇવિંગ લાઇસન્સ મળ્યું. એના પરના ફોટો-નામ જોઈને પોલીસને પોતાની આંખ પર વિશ્વાસ ન બેઠો : ડૉ. સોહરાબ અસલમખાન. એકદમ શિક્ષિત, સંસ્કારી લાગતો માણસ. પોતાના મત અને માન્યતા પર રોકાઈ જવાને બદલે પોલીસ આ લાઇસન્સ લઈને હૉસ્પિટલમાં સારવાર લેતા હોટલ-નોકર પાસે પહોંચી ગઈ. ફોટો જોઈને જ એ બોલી ઊઠ્યો, 'ઇસીને કબાબ-ટિક્કા મંગાયા થા ઔર બાદ મેં...'

એક વધુ પળ પણ હૉસ્પિટલમાં બગાડ્યા વગર પોલીસવાળા લાઇસન્સ પર નોંધાયેલા સરનામે પહોંચી ગઈ. કોઈ તક ન આપવા અને લેશમાત્ર જોખમ ન લેવા માગતી પોલીસે ડૉક્ટરના ઘર ફરતે રીતસરની ઘેરાબંધી જ કરી દીધી. પછી શરૂ થઈ પ્રતીક્ષા ડૉક્ટરના આગમનની. છેક સાતમી ડિસેમ્બરે ડૉ. ખાને દેખા દીધી. બધાની આંખ ચકળવકળ થઈ ઊઠી. હાથ-પગમાં સ્ફૂર્તિ આવી. ડૉક્ટરસાહેબ ઘરના દરવાજાનું તાળું ખોલતા હતા ત્યારે પોલીસે તેમને પકડી લીધા.

જીવનદાતા શા માટે બન્યો મૃત્યુદાતા? કયા અને કેવા સંજોગોએ એક ઉચ્ચ શિક્ષિત અને બૌદ્ધિક માણસને ઘાતકી-પાશવી રાક્ષસ બનાવી દીધો?

ડૉ. સોહરાબ અસલમ ખાન, હાર્ટ સ્પેશ્યાલિસ્ટ, અમેરિકા રિટર્ન્ડ, ઉંમર વર્ષ ૪૨. આ વિગતો કેવી ઉમદા અને ઉજ્જ્વળ કારકિર્દીના સંકેત આપે છે, પરંતુ આ દિલના ડૉક્ટર તો પાષાણ હૃદયથી પણ બદતર નીકળ્યા. જીવ બચાવવાને બદલે નિર્દોષોની કરપીણ હત્યા કરવા માંડ્યા, સાવ અકારણ. એક પછી એક કરતાં તેર-તેર નિર્દોષોનાં ગોળી ધરબીને ઢીમ ઢાળી દીધાં. એટલું જ નહીં, પોલીસની એકદમ નજીવી પૂછતાછમાં ખુદ ડૉક્ટરે નવ હત્યા કર્યાનું કબૂલી સુધ્ધાં લીધું. તેમણે તો નકશો બનાવીને એક-એક જણને કયા-કયા સ્થળે ગોળી

મારી હતી એ સ્થળ પણ બતાવી દીધાં. પોતે લાહોર ઉપરાંત ખાનીવાલ શહેરમાં હત્યા કર્યાનું સ્વીકાર્યું.

પોલીસને, મીડિયાને અને આમજનતાને સવાલ કનડતો હતો કે એક ડૉક્ટર શા માટે અને કેવી રીતે હત્યારો બની ગયો?

પોલીસે ડૉ. ખાનના ઘરની ઇંચેઇંચની તપાસ કરી, હતું એ બધું ફેંદી વળ્યા. ડૉક્ટરના ઘરેથી પોલીસને ઘણી ચોંકાવનારી ચીજો મળી. એક ડાયરી મળી, જેમાં લોહીથી એક કારનો નંબર લખાયેલો હતો! આને પગલે પોલીસ એમ માનવા પ્રેરાઈ કે આ કાળા કામો ડૉ. ખાન એકલા હાથે ન કરતા હોય અને એમનો એક કે વધુ સાગરીત હોઈ શકે.

પોલીસને ડૉક્ટરના પરાક્રમ સાથે કોઈ વિદેશી ગુપ્તચર સંસ્થા સંડોવાયેલી હોવાનો પણ શક ગયો ખરો. કારણ એટલું જ કે ડૉક્ટરના ઘરમાંથી રશિયન ગુપ્તચર સંસ્થા કે.જી.બી. અને અમેરિકન ગુપ્તચર એજન્સી સી.આઈ.એ.ના ચોપાનિયાં મળ્યાં હતાં. શું આ બેમાંથી એકેય બદનામ સંગઠન સાથે ડૉક્ટરને સંબંધ હતો? હોય તો પણ સાવ નાના માણસોની ખુલ્લેઆમ હત્યા શા માટે?

અલગ અલગ પોલીસ ટુકડીએ દિવસ-રાત ડૉ. સોહરાબ અસલમ ખાનની સતત અને આકરી પૂછપરછ કરી. તેણે પોલીસને માહિતી આપી કે અમેરિકાથી વતન પાછા ફર્યા બાદ મેં એક ૨૨ એમ.એમ.ની રિવૉલ્વર અને બીજી પિસ્તોલ ખરીદી હતી. આ ઉપરાંત લાઇસન્સ વગરનાં હથિયાર પણ મળ્યાં. એના ત્રણ-ત્રણ પાસપોર્ટ ઘરમાંથી મળી આવ્યા હતા. વધુ શોધખોળમાં એક શૉટગન સાઇલન્સર સાથેની ત્રણ હેન્ડગન, જથ્થાબંધ કારતૂસો અને હત્યાસ્થળના સ્કેચ મળ્યા હતા.

ત્યાર બાદ આ ડૉક્ટરના મગજની સ્થિતિ જાણવા-સમજવા માટે માનસચિકિત્સક પાસે પણ લઈ જવાયા. ત્યાંથી સ્પષ્ટ અભિપ્રાય મળ્યો કે આરોપીની માનસિક સમતુલામાં કંઈ ગરબડ નથી, તો ડૉ. ખાન અચાનક આટલા ઘાંઘા અને જીવલેણ કેવી રીતે થઈ ગયા? પોલીસને એક કડી મળી ખરી. આ મુજબ અમેરિકામાં પત્નીને છોડી દીધા બાદ ડૉક્ટરમાં આ આંચકાજનક ફેરફાર આવ્યા હતા. ચર્ચા પણ ચાલી કે પત્નીએ ડૉક્ટર સાથે બેવફાઈ કરી હતી, જેનો આઘાત તેઓ જીરવી ન શક્યા. અધૂરામાં પૂરું પત્નીએ સંતાનોને પોતાની પાસે જ રાખી લીધા હતા.

ડૉ. સોહરાબ અસલમ ખાનના પિતા અને ખાનીવાલ સિવિલ ડિફેન્સના વૉર્ડન રાવ સફદર અલી ખાને તો બેટાની બરબાદી માટે પુત્રવધૂને સંપૂર્ણપણે દોષિત ઠેરવી હતી. તેમના દાવા મુજબ તો પોતાનો દીકરો એકદમ મહેનતકશ, આજ્ઞાંકિત અને કોઈ પણ માતા-પિતા ગર્વ લઈ શકે એટલો કાબેલ હતો. રાવ સફદર અલી ખાને જાહેર કર્યું કે ૧૯૮૦માં સોહરાબ પાકિસ્તાન આવ્યો ત્યારે

એકદમ સ્વસ્થ અને વ્યવસ્થિત હતો, પરંતુ બીજી વાર ૧૯૮૫માં તેમની પાસે ખાનીવાલ આવ્યો ત્યારે દીકરો જાણે બદલાઈ જ ગયો હતો. માનસિક રીતે એકદમ ગૂંચવાયેલો લાગતો હતો. રાતભર ઊંઘ નહોતી આવતી. ક્યારેક ક્રોધે ભરાય કે મૂંઝવણ વધી જાય તો એકદમ ભૂરાયો થઈને ઘરમાં તોડફોડ શરૂ કરે. ફર્નિચર અને કાચનાં વાસણોનો કચ્ચરઘાણ નીકળી જાય. જાણે કોઈ વાતનું સાન-ભાન નહીં. બિલ ન ભરવાને લીધે ગૅસ અને વીજળીનાં કનેક્શન કપાઈ ચૂક્યાં હતાં. લાહોરના આ ઘરની અંદર એક આખું વર્ષ એ પુરાયેલો રહ્યો હતો. વ્યથિત પિતાએ પૂછપરછ કરતાં એટલો જ જવાબ મળ્યો કે, મને કંઈ ટેન્શન છે, જે કેડો મૂકતું નથી.

પોતાની પુત્રવધૂ જ પુત્રના સર્વનાશના મૂળમાં હોવાનું ઉદાહરણ આપતાં રાવ સફદર અલી ખાને કહ્યું, 'ભૂતકાળમાં સોહરાબની પત્ની મારી પાસે આવીને બોલી હતી કે તમારા દીકરાને સમજાવી દો કે મારી સાથે ઝઘડા ન કરે' અને દુ:ખી પિતાએ દીકરા સાથે આ અંગે વાત છેડી તો રોકડો જવાબ મળ્યો : અબ્બા, આ અમારો આપસનો મામલો છે, એમાં આપ વચ્ચે ન પડો પ્લીઝ. અબ્બા તો ચૂપ થઈ ગયા, પણ અમેરિકા જતી પુત્રવધૂ એમને સંભળાવી ગઈ : 'હવે મારે જરૂર કંઈક કરવું પડશે.'

પુત્રવધૂ અને એનાથી વિખૂટા પડવાને લીધે જ પુત્ર બરબાદ થયાનું માનનારા પિતાએ ગળગળા થઈને કહ્યું કે, પુત્રવધૂના એકલા અમેરિકા પાછા ફર્યા બાદ જ સોહરાબની માનસિક અને આર્થિક સ્થિતિ એકદમ કથળવા માંડી. જે ડૉક્ટર પાસે અમેરિકાના ૨૫-૨૫ સર્ટિફિકેટ હતાં એની પ્રેક્ટિસ ન ચાલી એનો વસવસો બાપના અવાજમાં વર્તાયા વગર રહેતો નહોતો.

ડૉ. સોહરાબ અસલમ ખાને પોલીસ સમક્ષ કબૂલ કર્યું કે ક્યારેક મને બેહદ ગુસ્સો આવી જતો હતો અને હું ગોળીઓ છોડવા લાગતો હતો. જોકે પોતાના પગલાને વાજબી ઠેરવતાં ડૉ. ખાને પોલીસને જણાવ્યું કે, હું કંઈ અકારણ ગોળીઓ છોડીને કોઈને મારી નાખતો નહોતો, પરંતુ અપમાન મારાથી સહન થતું નહોતું અને મારી બેઇજ્જતી કરનારાનો હું ખાતમો બોલાવી દેતો.

બીવીની બેવફાઈ કે વિરહ ઉપરાંત આર્થિક મુશ્કેલીએ ડૉ. ખાનને હલબલાવી નાખ્યાની શક્યતા ખરી. માનસચિકિત્સક ડૉ. એજાઝ હૈદરે ડૉ. ખાનને મળ્યા બાદ જાહેરાત કરી પણ ખરી કે સોહરાબ અસલમ ખાન માનસિક દબાણ હેઠળ છે જ. હકીકતમાં વડવાઓ એક જમાનાના મોટા જમીનદાર અને પોતાની આવી કંગાળ હાલત? આ સવાલ તેમને કોરી ખાતો હોઈ શકે.

ડૉ. ખાનના નાના રાવ અબ્દુલ રહેમાન મુસ્લિમ લીગ માટે ખૂબ સક્રિય હતા.

તેઓ વિધાનસભ્ય પણ હતા. એક સમયે અખંડ ભારતના કરનાલ, અંબાલા અને રોહતકમાં તેમણે ઘણી પ્રશંસનીય કામગીરી કર્યાનું ઇતિહાસમાં નોંધાયેલું છે. પોતાના જીવન અને શિક્ષણકાળ દરમિયાન ડૉ. ખાનને નાના પાસેથી છૂટા હાથે રૂપિયા મળ્યા હતા. શિક્ષણકાળ ખૂબ જ સરળતાથી માણનારા ડૉ. ખાન માટે આગળ જતાં આર્થિક વિટંબણા અસહ્ય બની ગઈ હતી. કદાચ આને લીધે મગજ ગુમાવીને તે હત્યા કરવા પર ઊતરી પડતો હતો.

નવ ખૂનની કબૂલાત કરનારા આ આરોપીને કેવો અપરાધી ગણવો એ પોલીસને સમજાતું નહોતું. એ પાગલ હતો? સામાન્ય માણસો પર શેનું વેર વાળતો, માત્ર મજા કે મસ્તી ખાતર મર્ડર કરતો હતો? કાયમ સાવ સામાન્ય માણસોને શા માટે પોતાના શિકાર બનાવતો હતો? ડૉક્ટર બીમાર હોય કે ન હોય, પણ કોયડો તો હતો જ. એક વણઊકલ્યો કોયડો, જેણે અનેક નિર્દોષોના અકારણ જીવ લીધા.

❖

૫

મોહનકુમાર/ઉર્ફે આનંદ/ઉર્ફે ભાસ્કર

'સજના હૈ મુઝે સજના કે લિએ...' બાવીસ વર્ષની અનિતા મૂલ્યા ભલે અમિતાભ બચ્ચનની ફિલ્મ 'સૌદાગર'નું આ ગીત ગાતી નહોતી, પણ તેના રોમેરોમમાં આ જ ભાવના હતી. ઑફ્ફ-વ્હાઇટ સાડી, એના પર ઝરીવાળી બોર્ડર, કાનમાં સોનાનાં નવાં બુટિયાં, હાથમાં કાચની બંગડી, પગમાં નવાં ચંપલ અને માથામાં એકદમ ફ્રેશ ફૂલ. સરસ તૈયાર થવા અને એકદમ સુંદર દેખાવાની ઇચ્છા પાછળનાં કારણ એકદમ સ્વાભાવિક હતાં : કલાકોમાં જ પ્રીતમ પ્યારે સાથે એ મંદિરમાં જઈને પ્રભુતાનાં પગલાં માંડવાની હતી. કર્ણાટકના હાસનના ઇન્ટર સિટી બસ-સ્ટેન્ડના ઘોંઘાટ અને ચહલપહલથી લેશમાત્ર ચલિત થયા વગર લેડીઝ ફ્રેશરૂમમાં નવોઢા ફટાફટ તૈયાર થઈ રહી હતી. ઉતાવળે પગલે એ બહાર જવા માંડી, પણ એકદમ ફસડાઈ પડી અને પ્રાણપંખેરું ફુર્રર્ર કરતાં ઊડી ગયું. લેડીઝ ટૉઇલેટથી થોડે દૂર ઊભેલા પ્રીતમ પ્યારે આનંદ કુલાલની બંને આંખો બરાબર ટૉઇલેટના દરવાજા પર ચોંટેલી હતી. અનિતા પડી ગઈ અને કુતૂહલ કે ચિંતાવશ લોકો એની તરફ દોડવા માંડ્યા એ સાથે જ આનંદ ઊંધી દિશામાં ઉતાવળે પગે ચાલવા માંડ્યો. પોતે અનિતા સાથે રાત વિતાવી હતી એ હોટેલમાંથી સામાન લઈને એ જાણે એકદમ જ ઓગળી ગયો.

હૉસ્પિટલમાં બહાર આવ્યું કે અનિતા માલ્યેનું મોત સાઇનાઇડ ઝેરથી થયું હતું, પણ મૃતકની ઓળખ સ્થાપિત ન થઈ શકી. પ્રેમમાં નિષ્ફળ અજાણી યુવતીએ આપઘાત કર્યાની માન્યતા સાથેનો કેસ પોલીસે નોંધ્યો.

બાય ધ વે, આ અનિતા ૨૦૦૯ની ૧૭મી જૂને ઘરેથી ગાયબ થઈ હતી.

❖

૨૦૦૫થી ૨૦૦૯ વચ્ચે હાસન, મૈસુર, માડીકેરી, બેંગલોર અને કોલ્લુર જેવાં કર્ણાટકનાં સ્થળોમાં સાઇનાઇડ પીને 'આપઘાત'ના ઘણા કેસ નોંધાયા. બધી યુવતીઓ ૨૨થી ૩૫ વર્ષ વચ્ચેની. મોતનાં સ્થળ લગભગ બસ-સ્ટેન્ડ જ. ક્યારેક મંદિરની નજીક. આમાં બાંટવાલ તાલુકાની ચાર, સુલિયા તાલુકાની

બે, પુત્તારની ત્રણ, મુડબિદ્રીની એક, બેલ્ટાંગડીની બે, મેંગલોરની એક અને કાસાટાગોડ જિલ્લાની પાંચ કોડીલી કમનસીબ કન્યા હતી. મૈસુરના બસ-સ્ટેન્ડ પર દસ, મીડીકેરી બસ-સ્ટેન્ડ પર ત્રણ, હાસન અને બેંગ્લોર બસ-સ્ટેન્ડ પર બે-બે અને ઉડીપી જિલ્લાના કોલ્લુર મંદિર પાસે સાઇનાઇડ સ્યુસાઇડના કેસ રજિસ્ટર થયા.

પ્રેમસભર ભરપૂર દામ્પત્ય જીવન માણવાનાં માદક સપનાં સાથે લાંબી ઊંઘમાં ધકેલી દેવાયેલી અનલકી ગર્લ-લેડીમાં ૨૫ વર્ષની બેબી નાયક, ૨૪ વર્ષની શારદા, ૩૦ વર્ષની કાવેરી, ૨૬ વર્ષની પુષ્પા, મુલેરિયા (સૉરી, ઉંમરની માહિતી ઉપલબ્ધ નથી), ૨૪ વર્ષની વિનુતા, ૨૪ વર્ષની હેમા, ૨૨ વર્ષની અનિતા, ૨૬ વર્ષની યશોદા, ૨૬ વર્ષની વિજયાલક્ષ્મી, ૨૭ વર્ષની સરોજિની, ૨૮ વર્ષની ઉપાલા અને શશીકલા, ૨૫ વર્ષની સુનંદા, ૩૨ વર્ષની લીલાવતી, ૩૫ વર્ષની શાંતા, ૨૨ વર્ષની વનિતા, ૨૮ વર્ષની સુજાતા અને... થોડી ન ઓળખાયેલી લાશ.

બસ-સ્ટેન્ડ... કુંવારી યુવતી... સાઇનાઇડથી મોત... કોઈને પણ તરત શંકા જાય, પણ પોલીસને વાર લાગી... જાણે આ બધાં બસ-સ્ટેન્ડ અમદાવાદનું કાંકરિયા તળાવ હોય અને સાઇનાઇડ પ્રેમમાં નિષ્ફળતા બાદ આપઘાત માટેનો માન્યતા પ્રાપ્ત કે સર્વસ્વીકૃત માર્ગ હોય એમ સ્વીકારી લેવાનું?

અકુદરતી મૃત્યુ અને વણઉકેલાયેલા કેસ તરીકે આ બધાં મોતની ફાઈલ પોલીસસ્ટેશનોમાં ધૂળ ખાતી રહેતી હતી, પરંતુ શરૂઆતમાં મોટા ભાગના મૃતકોની ઓળખની સમસ્યા ઊભી થતી. સાથોસાથ મિસિંગ પર્સનની ફરિયાદ બહુ ઓછા કેસમાં થયાનું બહાર આવ્યું હતું, પરંતુ આવા એકલદોકલ કેસને બદલે એક પછી એક મોતને પગલે પોલીસની નિષ્ફળતાની સાથોસાથ સમાજની બેદરકારીની ચર્ચા શરૂ થઈ. આમાંથી બહાર આવ્યું કે બધેબધી મૃતક કન્યાઓ કુંવારી હતી, અમુકની પરણવાની પરંપરાગત ઉંમર વીતી ગઈ હતી અને બધી મધ્યમ કે નિમ્ન-મધ્યમ વર્ગની જ હતી.

યુવાન અને પરણવાલાયક છોકરી ઘરે પાછી ન ફરે એટલે મા-બાપના મનમાં ફફડાટ જાગે કે પ્રેમી સાથે ભાગી ગઈ? એમાંથી થોડી રોકડ રકમ અને ઘરેણાં ઘરમાં ન મળે એટલે નક્કી કોઈક છોકરા સાથે ભાગી ગયાનું માની લેવાય. સમાજમાં બદનામીની બીકે મોટા ભાગના મામલામાં પોલીસમાં ફરિયાદ જ ન નોંધાવાય. પપ્પા મનોમન જાતને કોસે, પણ બધો દોષ પત્ની પર ઢોળી દે. મમ્મી ચૂપચાપ આંસુ સારતી બેસી રહે ખૂણામાં. પાડોશી-સગાંની જેમતેમ કરીને બોલતી બંધ કરી દેવાય.

સમય વહેતો જાય. વેદનાના ઘા ઊંડા ઊતરતા જાય અને લાડલી કોઈક

હૉસ્પિટલના શબઘરમાં અનક્લેઇમ્ડ બૉડી તરીકે સડતી રહે અને પછી સરકારી ખર્ચે થઈ જાય અંતિમસંસ્કાર.

સમાજના ડર, બદનામી અને કલંક ઉપરાંત નારાજગી અને ક્રોધ સાથે દીકરીની સલામતીનો લેશમાત્ર વિચાર આવે તો કદાચ પોતાની નહીં તો બીજા કેટલાયની દીકરીનું જીવન બચાવી શકાય. અમુક કેસમાં દીકરી ખોવાયાની ફરિયાદ સાથે એનો વર્ષો જૂનો ફોટો અપાય જે પોલીસને કોઈ રીતે ઉપયોગી ન થાય.

પોલીસે પણ અલગ-અલગ પોલીસ સ્ટેશનમાં નોંધાયેલી મિસિંગ પર્સનની વિગતો એકઠી કરી હોત, સાથોસાથ હૉસ્પિટલમાં પડેલી અનક્લેઇમ્ડ ડેડ બૉડી મેળવીને સરખામણી કરી હોત તો મોટા અનર્થ-અત્યાચાર અટકાવી શકાયા હોત.

અનિતાના ગાયબ થયા પછી કુંવારી અને હિન્દુ યુવતીઓના લાપતા થવાને કોમવાદી રંગ લાગ્યો. અમુક હિન્દુ સંગઠનો પોલીસ પર દબાણ લાવ્યા કે ભેદી રીતે હિન્દુ યુવતીઓના લાપતા થવા પાછળ 'લવ જેહાદ' લાગે છે. આમાં અમુક દેશી-પરદેશી મુસ્લિમ તત્ત્વો દ્વારા હિન્દુ યુવતીઓને પ્રેમમાં પાડી, લગ્ન કરીને મુસ્લિમ બનાવવાની વાતો અગ્રસ્થાને હતી. આ હોબાળાને લીધે તપાસ માટે પુત્તરના આસિસ્ટન્ટ પોલીસ સુપરિન્ટેન્ડન્ટ ડૉ. ચંદ્રગુપ્તની આગેવાની હેઠળ સ્પેશિયલ સ્કવૉડની રચના થઈ. આ સાથે જ પોલીસે એક-એક કેસમાં ઊંડાણસભર તપાસ, પૂછપરછ અને શક્યતાઓની ચર્ચા કરી.

અંતે ૨૦૦૯ની ૨૧મી ઑક્ટોબરે પોલીસે મોહનકુમાર ઉર્ફે આનંદ ઉર્ફે ભાસ્કરની ધરપકડ કરી. નામમાં મોહન, આનંદ અને ભાસ્કર જેવા શબ્દો ધરાવતો શખ્સ દોષિત હતો? શું કર્યું હતું તેણે? કેવી રીતે? શા માટે?

આગળ વધતા પહેલાં ફાસ્ટ રિવાઇન્ડ... કર્ણાટકના બસ સ્ટેન્ડ, મધ્યમવર્ગની અપરિણીત કન્યાઓ, સાઇનાઇડથી મોત, ઓળખની સમસ્યા, પ્રેમમાં નિષ્ફળતાથી આપઘાત? રિવાઇન્ડ કમ્પલિટ. હવે આગળ.

૧૯૬૩માં દલિત પરિવારમાં જન્મેલા ભાસ્કરે આગળ જઈને નામ રાખ્યું મોહનકુમાર. મેંગલોર નજીકના બંટવાલ તાલુકાના કાન્યાનાનો રહેવાસી. પી.યુ.સી. સુધી ભણ્યા બાદ પોતાના જ ગામમાં ૧૯૮૦ ભૌતિકશાસ્ત્રનો કામચલાઉ ટીચર બન્યો. ૧૯૮૭માં પરણેલી પહેલી પત્નીને છૂટાછેડા આપ્યા. પછી બીજી અને ત્રીજી પત્ની સાથે અલગ-અલગ રહેવા માંડ્યો. આ અગાઉ ૨૩ વર્ષની નોકરી મળવી-છૂટવી અને બદલીઓ બાદ ૨૦૦૩માં નોકરીમાંથી તગેડી મુકાયો. પોલીસ માને છે કે આ સમયે મોહનકુમારના દિમાગમાં યુવાન સ્ત્રીઓને ફસાવવાનો, એમની સાથે સેક્સ માણવાનો, હત્યા કરવાનો અને તેમને લૂંટીને ફટાફટ પૈસા મેળવવાનો શેતાની વિચાર આવ્યો હશે.

પરંતુ આ અપલખણનો પહેલો કિસ્સો બન્યો હતો ૨૦૦૦માં. રત્ના નામની યુવતીને પોતાની સાથે લગ્ન કરવા ખૂબ જ મનાવી, સમજાવી અને પટાવી, પરંતુ રત્નાનું આયુષ્ય લાંબું હતું એટલે તે ધરાર ન માની. આથી ગુસ્સે ભરાયેલા મોહનકુમારે ધરમશાળાના નેત્રાવતી બ્રિજ પરથી એને નીચે ફેંકી દીધી. એ તો બચી ગઈ, પણ ઘટનાને જોનારાએ પોલીસને બોલાવી. ટૂંકમાં કહીએ તો અદાલતે મોહનકુમારને પહેલાં જામીન પર અને પછી પર્યાપ્ત પુરાવાને અભાવે છોડી દીધો. આ ઘટનાને લીધે તેણે શિક્ષકની નોકરીથી હાથ ધોઈ નાખવા પડ્યા હતા.

મોહનકુમાર બરાબર જાણતો હતો કે પોતે શું કરે છે. તે ભાવિ સંભવિત ટાર્ગેટને શોધતા રહેવા સાથે દરેક શિકાર પર બે મહિના કામ કરતો હતો. ખૂબ જ ચાલાક અને ઠંડા દિમાગવાળો આ માણસ એક પણ અપહરણ, બળાત્કાર કે હત્યા કેસમાં આરોપી નહોતો. એ ક્યારેય કોઈ સગડ કે એંધાણ પાછળ મૂકી જતો નહોતો. દરેક શિકાર સાથે લોજ કે હોટેલમાં ઊતરતી વખતે અલગ-અલગ નામ રાખે.

કાળાભમ્મર વાળ, ભરાવદાર મૂછ અને ઉંમર કરતાં નાનો દેખાતો મોહન ભાવિ શિકાર દેખાતાં જ નિર્દોષ ચહેરા પર સ્માઇલ લાવીને પૂછતો : ‘હું તમને ઓળખું છું. મેં તમને ક્યાંક જોયાં છે?’ આ બે સવાલમાંથી દોસ્તી, હળવામળવાનું, પોતે કુંવારો હોવાની ઓળખ આપવાની. બે-ત્રણ વાર મળ્યા બાદ પ્રેમનો એકરાર કરવાનો અને ભાગીને લગ્ન કરવાનો વિચાર પેશ કરે.

વ્યૂહરચના પ્રમાણે જ મધ્યમ કે નિમ્ન વર્ગની લગ્નલાયક યુવતીઓ પર પ્રેમ અને લગ્નનું વશીકરણ કરવામાં એની સફળતાનો એક મંત્ર : હું દહેજમાં માનતો નથી એટલે લેશમાત્ર દહેજ નહીં જ લઉં. દહેજને લીધે અટકતા અને લંબાતા લગ્ન અને મા-બાપની ફિકર વચ્ચે કમનસીબ યુવતીઓ તરત જ મોહનકુમારની જાળમાં ફસાઈ જતી. આ સાથે જ મોહનકુમાર નજીકના જ શહેરમાં જઈને લગ્ન કરીને રહેવા સમજાવી લે. સ્વાભાવિક જ યુવતી ભાગી જવા તૈયાર થઈ જાય. પછી આ છોકરી સાથે લોજમાં રાત વિતાવે. પછી તેને નજીકના બસ-સ્ટેન્ડે લઈ જાય. ત્યાં એક સહૃદય પ્રેમીની જેમ સમજાવે કે રાતે આપણે જાતીય સંબંધ બાંધતી વખતે સાવચેતી રાખી નહોતી. લે, આ બે ગોળી લઈ લે. આનાથી હમણાં પ્રેગનન્સીનું ટેન્શન ટળી જશે અને હા, ટેબ્લેટ તોડતી કે ચાવતી નહીં, નાહકની ઊલટી થશે. જા ફટાફટ ફ્રેશરૂમમાં જઈને આ ગોળી ગળી લે. ત્યાં સુધી હું આપણા સામાન સાથે તારી પ્રતીક્ષા કરીશ, ડાર્લિંગ.

બદ્નસીબ યુવતી ફ્રેશરૂમ તરફ આગળ વધે અને દૂરથી મોહનકુમાર એને જોતો રહે. યુવતી ટેબ્લેટ ગળે એની થોડી જ પળોમાં સાઇનાઇડ એનું કામ પૂરું

કરી નાખે. દૂરથી આ જોયા બાદ મોહનકુમાર પોતાની અને મૃતક યુવતીની બૅગ સાથે પલાયન થઈ જાય. સાધારણ આર્થિક સ્થિતિવાળાં મા-બાપ દીકરીને શોધવા પોલીસ પર વધુ દબાણ ન લાવી શકે એ મોહનકુમાર બરાબર જાણતો હતો.

પછી એનું એ જ રુટિન. પોલીસ ધારી લે કે પ્રેમમાં નિષ્ફળતાને લીધે આત્મહત્યા કરેલી. યુવતીની ઓળખ ન મળે. એટલે લાવારીસ લાશ હૉસ્પિટલ થઈને શબઘરમાં સ્થાયી થઈ જાય અને મોહનકુમાર મૃતકનાં ઘરેણાં-રોકડ લઈને નીકળી જાય નવા શિકાર પાછળ.

આ માણસ ચાલાક એટલો કે એ શિકાર માટે પસંદ કરાયેલી યુવતીનાં માતા-પિતા, સગાંવહાલાં કે મિત્રોને ન મળે. મોહનકુમાર પરના લેખની શરૂઆતમાં જે ૨૨ વર્ષની અનિતા મૂલ્યાથી કરી હતી, એ મોહનકુમારની ૧૧મી શિકાર હતી. છતાં કોઈ કેસમાં મોહનકુમાર ન આરોપી હોય કે ન શકમંદ. આમાં સલામ મોહનકુમારની સ્માર્ટનેસને કરવી કે પોલીસની 'કાર્યક્ષમતા'ને?

પોતાની મસ્તી અને ચાલાકી પર મુસ્તાક મોહનકુમારનું મહોરું આ અનિતા મૂલ્યાના કેસે જ ઉખેડીને ફગાવી દીધું. સ્પેશિયલ ઇન્વેસ્ટિગેશન ટીમે અનિતાના મોબાઇલ ફોનને ટ્રેક કર્યો. આ મોબાઇલથી કરાયેલા ફોનની વિગતો તપાસતા ઘણી રસપ્રદ વિગતો જાણવા મળી. એક ફોન અન્ય છોકરીને કરાયો હતો જે મિસિંગ-લાપતા હતી. આ મોબાઇલનો ઉપયોગ કરનારા માણસ સુધી પણ પોલીસ પહોંચી ગઈ.

પોલીસના દાવા મુજબ તો મોહનકુમાર ક્યારનોય તેમના રડારમાં આવી ગયો હતો, પણ અનિતા મર્ડર કેસે તેમને સફળતા અપાવી, પરંતુ એ સમજવું મુશ્કેલ છે કે યુવાન છોકરીઓ ઘરેથી રોકડ અને ઘરેણાં સાથે ગાયબ થઈ જાય, ટૉઇલેટમાં રહસ્યમય સંજોગોમાં મોત થાય, આમાંથી મોટા ભાગના કેસ મૈસૂર પોલીસની હદમાં બને અને છતાં પોલીસને મોહન સુધી પહોંચવામાં વર્ષો લાગ્યાં કેમ?

જે ટૉઇલેટ મોહનકુમારના શિકારના મોતના મૂક સાક્ષી હતા, એવા જ ટૉઇલેટ મોહનકુમારના આપઘાતના પ્રયાસના સાક્ષી બન્યા. ૨૦૦૯ની ૨૪મી ઑક્ટોબરે સવારે ૫.૩૦ વાગે પોલીસવાળા મોહનકુમાર ટૉઇલેટમાંથી બહાર આવે એની રાહ જોતા બહાર ઊભા હતા. અંદરથી કંઈક મોટો અવાજ આવતાં તેમને શંકા ગઈ. દરવાજો ખોલીને જોયું તો મોહનકુમાર ટાઇલ્સ પર ધડાધડ માથું પછાડીને જીવ આપવા માગતો હતો. તાત્કાલિક સારવાર અને માથામાં ટાંકાથી બચાવી લેવાયો. બીજા દિવસે કોર્ટમાં પત્રકારોએ શંકા વ્યક્ત કરી કે પોલીસે મોહનકુમારને ચૌદમું રતન આપવામાં અતિશયોક્તિ નથી કરીને?

મોહનકુમાર કાયમ અન્યના નામે નોંધાયેલા મોબાઇલ ફોનનો ઉપયોગ કરતો હોવાથી પોલીસનું કામ મુશ્કેલ બની ગયું હતું. ઘણાં કેસમાં તો તે એક યુવતીની હત્યા કર્યા બાદ તેના જ ફોનનો ઉપયોગ કરીને બીજી યુવતીને દાણા નાખતો હતો. જોકે આ મહાચાલાકે ઘણી મહા-મૂર્ખાઈ પણ કરી. છોકરીઓ સાથે લોજમાં રાતવાસો કરતી વખતે તે નામ અલગ-અલગ લખાવતો પણ સરનામું એક જ આપે. તે લૂંટેલી જ્વેલરી પોતાના જ નામે ગોલ્ડ લોન કંપનીઓમાં જમા કરાવતો હતો.

મોહનકુમારના કેસે ખાસ્સી ચર્ચા જગાવી. એક વર્ગ માનતો હતો કે મોહનને સજા કરાય એટલો સજ્જડ કેસ નથી, નક્કર પુરાવા નથી કે એક પણ સાક્ષી નથી. પોલીસ સમક્ષની વીસ હત્યાની કબૂલાતમાંથી એ ફરી પણ જઈ શકે. સામે પક્ષે નામાંકિત ધારાશાસ્ત્રી કહેતા કે મોહનકુમારને ફાંસીને માંચડે પહોંચાડવા પૂરતા પુરાવા છે. મૃતકો સાથે સૌથી છેલ્લે મોહનકુમાર જ દેખાયો હતો એ હકીકત જ તેને દોષી સાબિત કરવા પૂરતી છે. એટલું જ નહીં, મોહનકુમારની કબૂલાત બાદ પોલીસને મૃતકોનાં ઘરેણાં મળ્યાં હતાં.

કુદરત પણ જાણે મોહનકુમારને સાથ આપતી હતી. ૨૦૦૮ની ૧૧મી જૂને સુબિયા તાલુકાના બેલ્લારે નજીક વાયપાલાની વીસ વર્ષીય સુનંદા મૈસુર બસ-સ્ટેન્ડે ઊલટી કરવા માંડી. સુનંદાના ફોનને લીધે પોલીસ માતા-પિતા સુધી પહોંચી ગઈ, પણ તેમણે કહ્યું કે, વાઈને લીધે સુનંદાનું મોત થયું હશે. સુનંદા સોનાનાં ઘરેણાં અને રૂા. ૬૫ હજાર રોકડા લઈને ગઈ હતી. એ બાબતને મહત્ત્વ ન આપ્યું. પોલીસ ચોપડે વાઈને લીધે મોતનો મામલો નોંધાયાના વીસ મહિને પોસ્ટમોર્ટમના રિપોર્ટમાં બહાર આવ્યું કે મોત સાઇનાઇડને લીધે થયું હતું.

સુલિયા તાલુકાના પરાજેની કાવેરી ઘરેથી જતી રહી પણ ફેમિલીને આશા હતી કે થોડા દિવસમાં તે જરૂર પાછી આવશે. કાવેરીનું શબ મૈસુરમાં અગાઉ મળી આવ્યું હતું, પણ પોલીસ તેની ઓળખ સ્થાપિત કરી શકી નહોતી. મોહનકુમાર પકડાયાના અખબારી અહેવાલ બાદ આ કમનસીબ પરિવારને પોતાની વહાલસોયી પુત્રીના કરુણ અંજામની જાણ થઈ હતી, પરંતુ આ અગાઉ એક રમૂજી કે વિચિત્ર કહી શકાય એવી ઘટના બની હતી. આ કાવેરી પોતાના ભાઈ શ્રીધરે આપેલું સીમકાર્ડ વાપરતી હતી, જેની મોહનકુમારને ખબર નહોતી.

કાવેરીનું કાટલું કાઢી નાખ્યા બાદ તેનો જ મોબાઇલ વાપરીને મોહનકુમારે આગામી શિકાર અનિતાને ફોન કર્યો હતો. અનિતાના પરિવાર અને પોલીસે અનિતાના ફોન પર આવેલા ઇન-કમિંગ કોલની વિગતો મેળવી તો શ્રીધરના નામે નોંધાયેલો નંબર જાણવા મળ્યો. શ્રીધરનું સરનામું મેળવીને અનિતાનો પરિવાર

એના ઘરે પહોંચી ગયો. શ્રીધર જ અનિતાને ભગાવી ગયાની શંકા હોવાથી મહત્ત્વની વાત કરવાના બહાને તેઓ શ્રીધરને લઈ ગયા, પછી મારીમારીને, અધમૂઓ કરીને નિર્વસ્ત્ર કરીને રેલવેના પાટા સાથે બાંધી દીધો. શ્રીધર માંડ માંડ છૂટ્યો, કોઈક પાસેથી માગી-ભીખીને શર્ટ અને લૂંગી ઉધાર લઈને પોલીસ સુધી પહોંચીને કાવેરીના પરિવાર સામે ફરિયાદ લખાવી. આ શ્રીધરની ફરિયાદમાં વધુ ઊંડા ઊતર્યા બાદ પોલીસને જાણ થઈ કે કાવેરીના ફોન પરથી છોકરીઓને ફોન કરનારો અન્ય કોઈક છે. એક પછી એક પગેરું દબાવતાં-દબાવતાં પોલીસ મોહનકુમાર સુધી પહોંચી ગઈ. પોલીસની ધારણાથી એકદમ જ વિપરીત મોહનકુમારે સ્વેચ્છાએ એક પછી એક કરતાં પહેલાં અઢાર, પછી ઓગણીસ અને છેલ્લે વીસ યુવતીના બળાત્કાર, ખૂન અને લૂંટના ગુના કબૂલી લીધા!

પોલીસ માની ન શકી કે આ માણસ વગર નોકરીએ, કાયમી આવકના અભાવ વચ્ચે પોતાનાથી અડધી ઉંમરની છોકરીઓને કેવી રીતે પ્રેમમાં પાડી શક્યો હશે? લગ્ન માટે મનાવી શક્યો હશે? ભાગી જવા સમજાવી શક્યો હશે? અને કેવી રીતે લગ્ન પૂર્વે સેક્સ માટે... અને આ બધું પણ ક્યારે? જ્યારે એ ખુદ ત્રણ-ત્રણ વખત પરણી ચૂક્યો હતો અને બે પત્નીની સાથે તો રહેતો હતો!

મોહનની બંને પત્ની, માતા, સાસુ અને પડોશીઓ માનવા તૈયાર નહોતાં કે આ માણસ સિરિયલ કિલર હોઈ શકે. ખૂનીમાં હોય એવાં કોઈ લક્ષણ ક્યારેય કોઈએ એનામાં જોયાં નહોતાં. એણે એકેય પગલું એવું ભર્યું નહોતું કે કોઈને લેશમાત્ર શંકા જાય. ધરપકડ બાદ જ બંને પત્નીને જાણ થઈ કે મોહનકુમાર ખૂની છે. કુટુંબીજનોને આશ્ચર્ય એ વાતનું થયું છે કે એ ખૂન કરવા માટે બેંગલોર, મૈસુર અને માડીકેરા જેવા સ્થળે ગયો ક્યારે?

મોહનકુમારને સાઇનાઇડ સપ્લાય કરનારી વ્યક્તિને પુત્તરમાંથી શોધી કઢાઈ અને પોલીસે તેને સહ-આરોપી બનાવવાનું નક્કી કરી લીધું. ધરપકડ વખતે મોહનકુમાર પાસેથી સાઇનાઇડની આઠ ટેબ્લેટ, ચાર મોબાઇલ અને અનિતાની જ્વેલરી મળી હતી.

દેરાલાકટ્ટેમાં રહેનારી ત્રીજી પત્ની કહે છે કે મોહને ક્યારેય મને જરાય હેરાન કરી નથી. એ ખૂબ પ્રેમાળ પતિ છે. એ પોતાના એક-એક વિચાર મારી સાથે શેર કરતા. મેં ક્યારેય એમની પાસે સાઇનાઇડ જોયું નથી. હું ઘણી વાર એમની હેન્ડબેગ ચેક કરતી, જેમાં અરીસો અને થોડા કાગળ હતા. એક પ્લાસ્ટિકની બૉટલમાં ટેલ્કમ પાઉડર (?) હતો. આ બૉટલ જ્યારે ખાલી થાય ત્યારે મોટા કન્ટેનરમાંથી પાઉડર ભરી લેતા. ઘણી વાર એમને જરૂર પડતી તો હું મારા ખાતામાંથી પૈસા ઉધાર આપતી હતી. જો આ બધી હત્યા એમણે કરી હોય

તો એમની પાસે ઘણા પૈસા નહોતા. એમને કોઈ ખરાબ આદત નહોતી. માત્ર એક વાર દારૂની બૉટલ લાવીને ઘરે જ પીધું હતું.

ઉપ્પાલા ખાતે રહેનારી બીજી પત્નીને પણ મોહનકુમારના અન્ય છોકરીઓ સાથેના સંબંધની લેશમાત્ર જાણ નહોતી. ત્રીજી પત્નીની ખબર પડી ત્યારે બંને વચ્ચે જોરદાર ઝઘડો થયો હતો. અંતે મોહનકુમારે બીજી પત્નીને મનાવી-સમજાવી લીધી હતી અને તે અઠવાડિયે બે દિવસ તેમની સાથે રહેતો હતો. બીજી પત્ની માનતી હતી કે બાકીના દિવસોમાં એ ત્રીજી પત્ની સાથે રહેતો હશે. એક-એક રૂપિયાનો હિસાબ રાખનારા મોહનકુમારને બિન-જરૂરી ખર્ચા જરાય ન ગમે. બીજી પત્નીથી બે પુત્ર અને ત્રીજી પત્નીથી એક પુત્ર-પુત્રી ધરાવનારો મોહનકુમાર ટીબી અને એસિડીટીથી પીડાતો હોવાનું કહેવા સાથે તેની માતા અને સાસુ જણાવે છે કે એ ભારે કે વધુ મહેનતવાળું કામ કરી શકતો નથી.

મેંગલોર ડિસ્ટ્રિક્ટ જેલની એકાંત કોટડીમાં રખાયેલા કેદી નં. ૨૩૯૫ પોતાનો સમય ચાર્જશીટ અખબારો અને કાયદાનાં પુસ્તકો વાંચવામાં વિતાવે છે. મોહને જજને સ્પષ્ટ શબ્દોમાં કહી દીધું હતું કે, 'મને સારો વકીલ ન પરવડે અને અદાલતે નીમેલો વકીલ મારો કેસ અસરકારક રીતે નહીં લડી શકે.' એક જાણીતા વકીલના મત મુજબ ખુદ પોતાનો બચાવ કરીને મોહનકુમારે પોતાની ઘોર ખોદી રહ્યો છે, કારણ કે સાક્ષીઓની ઊલટતપાસમાં એ અજાણતા અને પરોક્ષ રીતે પોતાના ગુના કબૂલી રહ્યો છે, પરંતુ અન્ય વકીલને આમાં મોહનકુમારની ચાલ દેખાય છે કે જો દોષી પુરવાર થાય તો પોતે વ્યવસ્થિત બચાવ ન કરી શક્યો, એમ કહીને એ કેસ ફરીથી ચલાવવાની માગણી કરી શકે.

ઠંડે કલેજે પ્રેમભરી કન્યાઓની હત્યા કરનારા મોહનકુમારને ફાંસીની સજા થઈ, જે પછીથી આજીવન કારાવામાં ફેરવાઈ ગઈ.

❖

૭

મહાનંદ નાયક

ઘણી વાર આપણને ગુસ્સો આવે કે પોલીસ નકામી છે? ભ્રષ્ટ છે? બિન-કાર્યક્ષમ છે? એકદમ અક્કલહીન છે? સિક્સ્થ સેન્સ તો ઠીક છે, પણ ફાઇવ સેન્સ સબૂત છે? શું એમના આંખ, કાન, નાક, હાથ, પગ, મગજ અને હૃદય સુધ્ધાં કાયમ સંપૂર્ણ આરામ કરે છે?

આવો જ ક્રોધનો જ્વાળામુખી ભભૂક્યો હતો, ૨૦૦૯ના એપ્રિલમાં. ૨૦મી એપ્રિલે ૪૦ વર્ષીય રિક્ષા-ડ્રાઇવર મહાનંદ નાયકની રેપ કેસમાં કરાયેલી ધરપકડ બાદ એક પછી એક એવા આઘાત-આંચકા લાગવા માંડ્યા કે આખું ગોવા ગુસ્સાથી લાલચોળ થઈ ગયું.

સોશિયલ, ઇમોશનલ અને લૉ ઍન્ડ ઑર્ડર ઉપરાંત બિઝનેસના માપદંડે પણ ગોવા માટે આ મહાનંદ નાયક એપિસોડ બહુ મોટો ફટકો હતો. વર્ષેદા'ડે ૨૪ લાખ દેશી-વિદેશી પર્યટકોની મોટીમસ આવક પર મદાર રાખતા ગોવા માટે એક પછી એક બેડ ન્યૂઝ આવતા હતા. મહાનંદની ધરપકડના એક વર્ષ અગાઉ એટલે કે ૨૦૦૮ના ફેબ્રુઆરીમાં ૧૫ વર્ષની બ્રિટિશ કિશોરી સ્કોલેટ કીલિંગ ઉત્તર ગોવાના કિનારે મૃત અવસ્થામાં મળી હતી. સ્કોલેટના નામ સાથે કોકટેલ, ડ્રગ, રેપ અને મર્ડર જેવા શબ્દો જોડાતાં ગોવાની ભારે બદનામી થઈ હતી. ૨૦૦૯માં જ ૧૯ વર્ષયી રશિયન યુવતી ઈલેના સુખનોવાનું શબ પાટા પર મળી આવ્યું હતું. લોકેશન એ જ ઉત્તર ગોવા.

આ બંને કેસ દેશ-વિદેશમાં ખૂબ ગાજ્યા. આની સીધી એટલે કે અવળી અસર પડી ગોવા દોડી આવતા પર્યટકોનાં ધાડાં પર. બંને કેસમાં પોલીસના ભ્રષ્ટાચાર અને બિનકાર્યક્ષમતાના કોરસ ખૂબ જ ઊંચા અવાજે ગવાયાં હતાં. એમાં હેટ્રિક કરવા આવ્યો લોકલ વિલન મહાનંદ નાયક. ગોવાનીઝ મહાનંદના કુકર્મથી એટલા ચોંકી ઊઠ્યા કે એને ગણાવાયો 'ફાધર ઑફ ચાર્લ્સ શોભરાજ.'

ગોવા મટે મહાનંદનો કેસ માત્ર કાયદો અને વ્યવસ્થાથી મોટો મામલો હતો. એક સામાજિક બદી, દૂષણ, રોગ હતો. આ એકદમ સાધારણ દેખાતા નિમ્ન-મધ્યવર્ગીય માણસે આર્થિક રીતે નબળા સમાજની પ્રમાણમાં ઓછી દેખાવડી,

પરણવાલાયક (મોટે ભાગે ૧૯થી ૩૩ વર્ષની) યુવતીઓને પ્રેમ-જાળમાં ફસાવી. લગ્નનું સપનું દેખાડ્યું અને પછી ખૂન કર્યાં એમના જ દુપટ્ટાથી. આ બધું માત્ર થોડી ઘણી રોકડ, સોના અને ઘરેણા માટે. મહાનંદની પાપલીલા ચાલતી રહી પૂરાં પંદર વર્ષ. આ પરિણીત અને એક દીકરીના બાપે એવી બેફામ કત્લેઆમ ચલાવી કે ધરપકડ વખતે તે શિકાર બનેલી બધી યુવતીઓનાં નામ પણ યાદ ન કરી શક્યો!

ગોવાના પાટનગર પણજીથી ૫૦ કિ.મી. દૂર આવેલાં મંદિરો માટે જાણીતા પોંડાના તરાવાલેમ ગામમાં કોઈ માની ન શક્યું કે પોતાની વચ્ચે રહેતો મહાનંદ નામનો રાક્ષસ વર્ષોથી એકસરખી મોડસ ઓપરેન્ડીથી માસૂમ કોડભરી કન્યાઓનાં શિયળ અને જીવન રોળી નાખતો હતો. રિક્ષા ખૂબ જૂની થઈ ગયા બાદ સમારકામ મોંઘું અને પરમિશન મેળવવાનું અશક્ય થઈ જતાં મહાનંદે ત્રણ પૈડાંવાળી રિક્ષાને ચલાવવાનું છોડી દીધું. પત્ની પૂજા નોકરીએ જતી અને એ બીમાર પુત્રીની દેખરેખ માટે ઘરે પડી રહેતો.

'કેલ્ક્યુલેટેડ કિલર'નું લેબલ મેળવનારો મહાનંદ પોતાના સંભવિત શિકારના કુટુંબના સંજોગોનો વ્યવસ્થિત અભ્યાસ કરતો, છોકરીના વય-જૂથનું ખાસ ધ્યાન રાખતો, મૈત્રી કરીને પ્રેમ-જાળમાં ફસાવતો અને લગ્નનું વચન આપીને સંબંધ માટે પોતાની ગંભીરતા-કટિબદ્ધતાના પુરાવા આપતો.

આના પછી પોતાનાં માતા-પિતાને મળવા આવવા માટે છોકરીને સમજાવી લેતો. મહાનંદ પ્રેમિકાને સમજાવતો કે આપણી સંસ્કૃતિમાં મા-બાપ દીકરા માટે સરસ રીતે તૈયાર થયેલી યુવતીને પસંદ કરે એટલે સાજ-શણગારમાં લેશમાત્ર ઊણપ ન રાખતી. કમનસીબ યુવતી પણ શક્ય એટલાં ઘરેણાં પહેરીને ભાવિ સાસુ-સસરાનાં દિલ જીતવા જાય. પછી નિર્જન કે અવાવરું સ્થળે મહાનંદ અસલી સ્વરૂપ બતાવે. પ્રેમની વાત કરતાં-કરતાં યુવતીના દુપટ્ટાથી જ એનું ગળું દબાવી દે. પછી યુવતીના શરીર પરથી ઘરેણાં જ નહીં, બધાં કપડાં સુધ્ધાં કાઢી નાખે કે જેથી ઓળખ કરી ન શકાય. પછી નગ્ન શબને પાણીમાં સડવા છોડી દે કે ઝાડીઝાંખરામાં ધકેલી દે. જતી વખતે ઘરેણાં-રોકડ લઈ જાય અને શરૂ થાય નવા શિકારની શોધ. અને લાશ મળ્યા બાદ પોલીસ 'અકુદરતી મૃત્યુ'નો શેરો મારીને ફાઈલ બંધ કરી દે.

આ જીવલેણ શોધમાં મહાનંદની પત્ની પૂજા જાણતાં કે અજાણતાં મદદરૂપ બની જતી. ઇન્ડિયન કાઉન્સિલ ફૉર એગ્રિકલ્ચરલ રિસર્ચમાં કામ કરતી પૂજા પોતાની સંસ્થાની સાંસ્કૃતિક પ્રવૃત્તિ માટે નવા ટેલેન્ટ અને કલાકારોને તૈયાર કરતી હતી. આમાંથી ઘણી યુવતીઓ પર મહાનંદની નજર પડતી હતી.

જો પોલીસ પૂરતી હોશિયાર અને સતર્ક હોત તો ઘણી કોડભરી કન્યાઓના જીવ બચી ગયા હોત. ૧૯૯૫માં વાસંતી નામની યુવતી ગાયબ થઈ હતી. વાસંતીના પિતરાઈ રઘુનાથે પોલીસને સ્પષ્ટ શબ્દોમાં જણાવ્યું હતું કે મારી બહેન વાસંતી ગાવડે છેલ્લે મહાનંદની સાથે દેખાઈ હતી. પોલીસે મહાનંદની ધરપકડ કરી, પરંતુ સિકસ્થ સેન્સનો અભાવ હોય કે ચૌદમું રતન કારગત ન નીવડ્યું હોય, પોલીસ મહાનંદ પાસેથી કંઈ બોલાવી કે કબૂલ કરાવી ન શકી. આ સાથે જ પોંડાના રિક્ષા-ડ્રાઇવરો મહાનંદના ટેકામાં પોલીસ-સ્ટેશન સુધી મોરચો લઈ ગયા પછી એને છોડી મૂકવા સિવાયનો વિકલ્પ નબળી પોલીસ પાસે ન રહ્યો. કાયદાની સામાન્ય સમજ કહે છે કે ગાયબ થયેલી વ્યક્તિ સાથે સૌથી છેલ્લે દેખાયેલો માણસ શકમંદ ગણાય અને એની નિર્દોષતાની એકસો એક ટકા ખાતરી સિવાય છોડી ન શકાય, પરંતુ...

નસીબે મહાનંદ નાયકનો સાથ આ અધમ કુકર્મો માટે પકડાયા બાદ પણ ન છોડ્યો.

મહાનંદનાં મહાપાપ

ગોવા પોલીસની માહિતી મુજબ મહાનંદ નાયકે વર્ષ ૨૦૦૯માં કબૂલ કરેલાં ખૂન આ પ્રમાણે છે :

* ૨૫મી એપ્રિલે કરી દર્શના નાયક (૨૨) અને યોગીતા નાયક (૩૦)ની હત્યાની કબૂલાત.
* ત્રીજી મેએ કબૂલ્યું વાસંતી ગૌડે (૧૯)નું મર્ડર.
* છઠ્ઠી મેએ કેસર નાયક (૩૩)ને મારી નાખ્યાની જીભ કચરી.
* સાતમી મેએ કબૂલી નયન ગોવાનકર (૩૦)ની હત્યા.
* આઠમી મેએ સુનિતા ગોવાનકર (૩૧) અને અંજલિ ગોવાનકર (૩૦)નો જીવ લીધાનું સ્વીકાર્યું.
* ૧૧મી મેએ સુરત ગોવાનકર (૩૦)નો ખાત્મો બોલાવ્યાનું માની લીધું.
* ૧૯મી મેએ સુનીતા ફાતરપેકર (૩૦)નું જીવન ટૂંકાવ્યાની કબૂલાત.
* ૨૭મી મેએ સ્વીકાર્યું દીપાલી જોટકર (૨૨) અને ભગી સાતરકર (૩૦) માટે યમરાજ બન્યાનું.
* ૨૮મી મેએ નિર્માલા આમોનકર (૩૨) અને બાઘુ ઉપાસકરનો કિલર બન્યાનું માની લીધું.
* ૨૯મી મેએ ૨૫થી ૩૦ વર્ષની યુવતીનાં મર્ડર કબૂલ કર્યા, પણ નામ યાદ ન આવ્યાં!

* ૩૦મી મેએ ગુલાબી ગોવાકર (૩૦)નું ખૂન કબૂલ કર્યું. આ તેણે કરેલું સૌપ્રથમ મર્ડર, તા. ૨૯ જુલાઈ, ૧૯૯૪. બીજું ખૂન એ જ વર્ષે મહિના પછી.
* માત્ર મેમાં કબૂલ કર્યાં ૧૬ ખૂન.
* પોલીસના આંકડા મુજબ મહાનંદે ૨૦૦૭માં પાંચ, ૨૦૦૫માં ત્રણ, ૧૯૯૪ અને ૨૦૦૮માં બે-બે તથા ૧૯૯૫, ૨૦૦૩, ૨૦૦૬ અને ૨૦૦૯માં કર્યાં એક-એક ખૂન.
* ઉપરાંત આ જ સમયાવધિમાં ગાયબ થયેલી ૧૮ યુવતીઓ સાથે પણ મહાનંદ નાયકની કોઈ જીવલેણ કડી હતી કે નહીં એની તપાસ પોલીસે આદરી હતી.

મહાનંદ નાયક. નામમાં મહા અને આનંદ જેવા શબ્દ, છતાં કર્મ તદ્દન વિરોધાભાસી.

મહાનંદની ધરપકડનો આંચકો ગોવાએ અનુભવ્યો, એનાથી વધુ આઘાત નાનકડા કૃષિ પર અવલંબિત ગામ તારાવાલેમને લાગ્યો. ગામમાં પોતાની વચ્ચોવચ રહીને એક માણસ ૧૫-૧૫ વર્ષ સુધી નિર્દોષ યુવતીઓને મારી નાખતો હતો? અને આની કોઈને ગંધ સુધ્ધાં ન આવી? મહાનંદ પરનો ગુસ્સો હોય કે જાત સામેનો આક્રોશ પણ એ પરિણમ્યો મહાનંદના ઘરને આગ ચાંપવામાં.

પત્નીની સખી પર બળાત્કાર બદલ પકડાયેલા મહાનંદે ખોલેલું કબૂલાતોનું પેન્ડોરા બૉક્સ પચાવવાનું ગ્રામજનો માટે આસાન નહોતું. તેણે ત્રણ ખૂનની કબૂલાત કરી એ સાથે જ ક્રોધભર્યા ટોળાએ તેના ઘરને રાખમાં ફેરવી નાખ્યું. સરકારી પ્રાથમિક સ્કૂલની બાજુમાં આવેલા ઘરની રાખ સામે કોઈ પત્રકાર સ્થાનિકોને મહાનંદ વિશે પૂછે તો સરખા જ જવાબ મળે : હું એને બહુ ઓળખતો નથી... અમારે એના પરિવાર સાથે વાતચીતના સંબંધ નહોતા... ગામમાં એક મૌન વેદના છવાઈ ગઈ... 'મહાનંદ' નામ ઉચ્ચારતાં જ બધાનાં મોઢાં અને દરવાજા થઈ જાય બંધ.

પહેલી મેએ ચાંપેલી આગ અંગે સ્થાનિક કૉંગ્રેસી વિધાનસભ્ય સુભાષ શિરોડકરે કબૂલ કરવું પડ્યું : 'આ પ્રજાના આક્રોશનો ઊભરો હતો. ઘરમાં તોડફોડ થઈ કે આગ ચંપાઈ એ ગૌણ છે. અમને એ છોકરાની પ્રવૃત્તિથી શરમ આવે છે અને તેણે આખા ગામને બદનામ કર્યું છે.'

આને પગલે મહાનંદની પત્ની પૂજાએ પોતાની અને પુત્રીની સલામતી માટે કોર્ટમાં પ્રોટેક્શનની માગણી કરી હતી. તેણે અરજીમાં લખ્યું હતું કે, 'આવાં અપરાધી કૃત્યોથી મૃતકોનાં માતા-પિતા અને સંબંધીઓમાં મારા પતિ પ્રત્યે ક્રોધ

અને નફરત જાગવાં સ્વાભાવિક છે, પરંતુ મને કે મારી દીકરીને આ કૃત્યો સાથે કંઈ જ સંબંધ નથી. કમનસીબે સમાજે મને બદનામ કરી છે, ન્યાતબહાર જેવી કરી મૂકી છે અને આકરા-ઘાતકી પ્રતિભાવની ધમકી આપી છે.'

આ ૨૧મી મેની અરજીથી તદ્દન વિરોધાભાસી માગણી મહાનંદ દ્વારા હત્યા કરાયેલી મનાતી દીપાલી જોટકરની માતાએ કરી. રેશ્મા જોટકરે સ્પષ્ટ શબ્દોમાં માગણી કરી કે, 'પોલીસ પૂજાની ધરપકડ કરે, કારણ કે મારી દીકરીના ગાયબ થવામાં પૂજાએ મોટી કામગીરી બજાવી છે અને પતિની ગુનાહિત પ્રવૃત્તિને પણ પૂજાનો ટેકો છે. મારી છોકરીઓ દીપાલી અને પલ્લવીને પૂજા અને તેના પતિ જ લલચાવીને મારા ઘરથી દૂર લઈ ગયાં હતાં. હું અખાતના દેશમાં નોકરી માટે ગઈ હતી, ત્યારે પૂજાએ જ મારી દીકરીઓને પોતાના પતિ સાથે મૈત્રી કેળવવાની જોગવાઈ કરી હતી. પૂજાની ધરપકડ અને પૂછપરછમાં મારી દીકરી પલ્લવી ક્યાં છે એ ખબર પડશે.'

અખાતમાં ઘર-નોકર તરીકે કામ કરતી રેશ્મા ૨૦૦૫માં ઘરે પાછી ફરી હતી. એ જ વર્ષે બંને દીકરીઓએ તેની ઓળખ મહાનંદ સાથે કરાવી હતી. પલ્લવી ૨૦૦૫માં ગાયબ થઈ, તો દીપાલી ૨૦૦૬માં. ૨૦૦૯માં મહાનંદે દીપાલીને મારી નાખ્યાનું સ્વીકારી લીધું હતું. પોતાની ફરિયાદમાં રેશ્માએ જણાવ્યું હતું કે, 'પૂજા વારંવાર અમારા ઘરે આવ-જા કરતી હતી. તે મારા પુત્ર ભૂપેન્દ્રને પાર્ટીઓ આપવા માટે દબાણ કરતી. પછી પાર્ટીમાં તે મારા પુત્ર અને પતિ સાથે ફ્લર્ટિંગ કરતી અને તેનો પતિ મારી બંને દીકરીઓ સાથે નિકટતા કેળવતો', એવો રેશ્માએ આક્ષેપ કર્યો હતો. રેશ્માએ પૂજાની અવરજવરનો વિરોધ કરતાં પૂજાએ દીપાલી અને પલ્લવીને પોતાના ઘરે બોલાવવાનું શરૂ કર્યું અને પછી પોતે કામને બહાને બહાર નીકળી જઈને દીપાલી-પલ્લવીને મહાનંદ અને તેના મિત્ર સાથે એકલી છોડી દેવામાં આવતી હોવાનો ચોંકાવનારો આક્ષેપ રેશ્માએ કર્યો હતો. વધુમાં રેશ્માએ કહ્યું કે, 'છોકરીઓને પોતાના મ્યુઝિક અને એક્ટિંગ ક્લાસમાં જોડાવાનું સમજાવવાને બહાને તે મૈત્રી કરી લેતી અને પછી મહાનંદ સાથે ઓળખાણ કરાવતી. મહાનંદના ગંદા ઇરાદા વિશે જણાવનારા મારા પ્રયાસ સફળ ન થયા, કારણ કે પૂજાએ મારી વાત જ ન સાંભળી.' જોકે ત્યારે જ પોતે પૂજા સામે પોલીસ ફરિયાદ ન કર્યાનો રંજ રેશ્માને કાયમ રહ્યો.

મહાનંદના પાપાચારમાં પત્ની પૂજાનો સાથ-સહકાર હોવાનો મામલો ખૂબ ગાજ્યો. રાજ્યના તત્કાલીન ગૃહપ્રધાન રવિ નાયકે વિધાનસભામાં જાહેર કર્યું કે, પોન્ડો પોલીસ સ્ટેશનમાં મહાનંદની પત્ની પૂજાને બોલાવીને વ્યવસ્થિત પૂછપરછ

કરાઈ હતી, પરંતુ પતિની ગુનાહિત પ્રવૃત્તિમાં પૂજા સામેલ હોવાની કોઈ કડી સ્થાપિત થઈ શકી નહોતી.

મહાનંદ નાયકના કેસમાં એક પછી એક માની ન શકાય એવી ઘટનાઓ બનતી જ રહી. અગૌડા જેલની અંદર રહીને મહાનંદ નાયકે નવો અને ચોંકાવનારો ગુનો કર્યો. તેણે બેઈમાનીભરી ચાલાકીથી સીમકાર્ડ મેળવ્યું અને પોતે બળાત્કાર કર્યો હોય તેવી યુવતી અને અન્ય વ્યક્તિઓને ફોન કરીને ધમકી આપવા માંડ્યો. ૨૦૧૨ની ૧૩મી ઑક્ટોબરથી ચોથી ડિસેમ્બર વચ્ચે તેણે આ ધમકીઓ આપ્યાનું પોલીસે સંબંધિત મોબાઇલ નંબરની કોલ ડિટેઇલ્સ મેળવીને જાહેર કર્યું હતું. રેપ પીડિતાએ પોન્ડા પોલીસ સ્ટેશનમાં ધમકી મળ્યાની ફરિયાદ નોંધાવ્યા બાદ તપાસમાં બહાર આવ્યું કે આ સીમકાર્ડ વિલ્ફ્રેડ રોડ્રિક્સના નામે ખરીદાયું હતું. પણ વિલ્ફ્રેડે કાર્ડ ખરીદ્યાનો કે મહાનંદને આપ્યાનો સ્પષ્ટ નનૈયો ભણી દીધો.

સ્વાભાવિક છે કે અગૌડા જેલમાં કંઈ પણ મેળવવાનું અશક્ય નથી. પોલીસે મહાનંદ સામે ઇન્ફોર્મેશન ટેક્નોલૉજી એક્ટ હેઠળ ફરિયાદ નોંધી, પણ એની સાથે રોકડિયો વ્યવહાર કરનારા જેલવાળાઓનું શું? સીમકાર્ડ તો ઠીક છે, અગૌડા જેલની અંદર ડ્રગ્સ, ચીલમ, મોબાઇલ ફોન, ફેન્સી રેઝર, પસંદગીનાં કૉન્ડોમ... માગો તે મળે, પણ રૂપિયા ફેંકવા પડે. ડ્રગ-ટ્રાફિકિંગ માટે પકડાયેલો ડેવિડ ઉર્ફે દાદુ તો અગૌડા જેલની અંદરથી પોતાના ફેસબુક એકાઉન્ટ અપડેટ કરતો હતો. પછી મહાનંદ સામેની ધમકીની ફરિયાદની તપાસ અને આગળ શું થયું એ કહેવાની જરૂર નથી.

મહાનંદ નાયકની ધરપકડ અને કબૂલાત બાદ શરૂ થઈ કાનૂની પ્રક્રિયા, પરંતુ એક, બે કે ત્રણ નહીં, સાત-સાત કેસમાં નીચલી અદાલતે એને વિવિધ કારણસર છોડી મૂક્યો! પરંતુ એક કેસમાં ઉતાવળિયો ચુકાદો આપવા બદલ હાઈકોર્ટે જજ ડેસમન્ડ ડી'કોસ્ટાને સસ્પેન્ડ કર્યો હતો. નાયકના એક પછી એક કેસમાં નિર્દોષ છૂટવા અંગે તપાસ કરવાની જાહેરાત સરકારે કરી હતી. બધા ચુકાદામાં આરોપીને શંકાનો લાભ મળ્યો હતો.

છેવટે નૉર્થ ગોવાની કોર્ટે મહાનંદને ૩૨ વર્ષીય સુશીલા ઝાતરપેકરની હત્યા અને તેનાં સોનાનાં ઘરેણાં લઈ લેવા બદલ દોષી ઠેરવ્યો હતો. આ કોર્ટમાં પ્રિન્સિપાલ જજ નૂતન સરદેસાઈ, ફરિયાદી હતી મૃતક સુશીલાનાં બહેન, સરકારી વકીલ સરોજિની સારડિન્હા. સુશીલાનાં ઘરેણાં વેચવા માટે મહાનંદે કારણ આપ્યું હતું પુત્રીની સારવારનું. આ બધી મહિલા-શક્તિના પ્રયાસ થકી જ મહાનંદ દોષી પુરવાર થયો અને તેને મળી જનમટીપની સજા આઠ કેસમાં છુટકારો, બેમાં દોષિત.

સસ્તા પણ ફેશનેબલી ફેડેડ જીન્સ અને ડાર્ક શર્ટમાં પણજીની કોર્ટમાં રેપ માટે દોષિત ઠરાવાયા બાદ જેલ વાન તરફ જતી વખતે મહાનંદે દાવો કર્યો કે સોળ ખૂન અને એક રેપ કબૂલ કરાવવા માટે પોલીસે મારા પર દબાણ કર્યું હતું. પોલીસે જ મને બતાવ્યું હતું કે દુપટ્ટાથી કોઈ વ્યક્તિનું ગળું કેવી રીતે ઘોંટી શકાય. તેમણે મને લોખંડના સળિયાથી માર્યો હતો. પોલીસ જીપમાં તેઓ મને વિવિધ સ્થળે લઈ ગયા હતા. પોલીસ પોતાની સાથે પ્લાસ્ટિકની બેગમાં વીંટાળેલાં હાડકાં પણ લઈ જતી હતી અને પંચનામું કરતાં પહેલાં ઘટનાસ્થળે હાડકાં મૂકી દેતી હતી.

નાયકે આક્ષેપ કર્યો કે પોલીસ જ કેસ સંબંધી માહિતી એક થિયેટર ગ્રુપને લીક કરી દેતી હતી. આ ગ્રૂપે 'મહાનંદ, મૅન ઔર શૈતાન' નામનું નાટક બનાવ્યું હતું. આ નાટક અખાત અને બ્રિટનમાં વસતા ગોવાનીઝોમાં ખૂબ ચાલ્યું હતું.

ગોવા... બીચ... બિયર... બિકિની... મર્ડર... રેપ... પોલીસ... જેલ... કોર્ટ... આક્રોશ... નાટક અને મહાનંદ. પણ મળી આવેલી લાશ અને 'અનનેચરલ ડેથ'ના શેરા સાથે બંધ થયેલી ફાઈલોનું શું?

❖

૭

જોએલ ડેવિડ

જોએલ ડેવિડ રિફકીન. હુલામણું (કે બિહામણું) નામ જોએલ ધ રિપર. હા, અપરાધની દુનિયાના સૌથી વધુ ભેદભરમભર્યાં ભયાનક માણસ જેક ધ રિપરનો બહુ દૂરનો અને ઘણો નાનો પિતરાઈ જ સમજી લો.

આ 'જોએલ' સાથે 'રિપર' શબ્દ જોડાવાના મૂળમાં છે કુંઠિત, અસલામત, અપમાનજનક, ગેરવર્તૂણક અને એકલતાથી ભરપૂર બાળપણ. મજબૂત કુળ-મૂળનો અભાવ પણ. ૧૯૫૯ની ૨૦મી જાન્યુઆરીએ બે અપરિણીત કૉલેજિયન-૨૦ વર્ષની મમ્મી અને ૨૪ વર્ષના પપ્પાએ આપ્યો જન્મ. ત્રણ જ અઠવાડિયામાં ન્યૂયૉર્કમાં દંપતી બર્નાર્ડ અને જીની રિફકીને આ બાળકને દત્તક લઈ લીધું. બેન્જામિન રશિયન યહૂદી, તો જીનીનાં મૂળ સ્પેનનાં. પરિવાર બહુ ધાર્મિક નહીં એટલે ધર્મસ્થાનક સાયનોગોગ સાથે નામમાત્રનો પણ સંબંધ નહીં. આથી ભવિષ્યમાં નોએલ પોતાને નાસ્તિક માનતો થયો એમાં નવાઈ ન લાગે. ત્રણેક વર્ષ બાદ તેમણે એક દીકરીને પણ દત્તક લીધી એટલે પરિવાર થયો પૂરો.

આ સંતોષ વચ્ચે ૧૯૬૫ના જાન્યુઆરીમાં રિફકીન પરિવાર ન્યૂયૉર્ક રાજ્યના આઇલૅન્ડના ઈસ્ટ મીડો ખાતે રહેવા ગયો. અહીં જોએલને પ્રોસ્પેક્ટ એવન્યુ એલિમેન્ટરી સ્કૂલમાં દાખલ કરાયો.

હકીકતમાં આ જ હતી જોએલની મુસીબતની શરૂઆત. સમયાંતરે આ પરિવાર અમેરિકાના ન્યૂયૉર્ક ઈસ્ટ મીડોમાં રહેવા ગયો. સ્કૂલમાં જોએલ એકદમ શાંત રહે, સાથીદારો વિચિત્ર માને. સિનિયરો અને બળૂકાઓ એને રંજાડવાની તક ન છોડે. એનો આઈ.ક્યૂ. ૧૨૮નો પણ નિદાન થયા વગરના તીવ્ર ડાઈલેક્સિયાને લીધે ભણવામાં ભારે તકલીફ પડે. પગમાં કંઈક ખોડને લીધે એ સ્પર્ધામાં દોડતો ત્યારે ભીડમાંથી 'બતક બતક'ની બૂમાબૂમ કરીને એને ચીડવવામાં આવતો.

જોએલને ખરી દિલચસ્પી તો ફોટો-પત્રકારત્વ અને બાગાયતમાં. આ માટે થોડા પ્રયાસો કર્યા. ન્યૂયૉર્ક યુનિવર્સિટીમાં પોલિટિકલ સાયન્સમાં ડિગ્રી મેળવી. સ્કૂલના ન્યૂઝ પેપરમાં પાર્ટ-ટાઇમ ફોટોગ્રાફરની નોકરી કરી. સાથે નાસાઉ કૉમ્યુનિટી કૉલેજમાં ડિપ્લોમા કોર્સ શરૂ કર્યા પણ માંડ એક જ પૂરો કરી શક્યો.

અહીં એનામાં રહેલા ગુનેગારે પોતાનો પહેલો પરિચય આપ્યો. એક દુકાનમાંથી સોસની બૉટલની ઉઠાંતરી કરતાં પકડાયો અને ૧૫ ડૉલરનો દંડ ફટકારાયો. જોએલે કેટલીક માર્કેટમાં નોકરી કરી, ટાઇમ્સ સ્ક્વેર સ્ટોર્સના રેકોર્ડ ડિપાર્ટમેન્ટમાં કારકુની કરી. ટેપ મૅનેજર બન્યો, ઑર્ડરની ડિલિવરી આપી, કૅમેરા રિપેરમૅન બન્યો. લૅન્ડસ્કેપિંગની કામગીરી શરૂ કરી એમાં પ્રમુખ રોનાલ્ડ રેગન હેઠળની ગુપ્તચર સંસ્થા સી.આઈ.એ.ના વડા વિલિયમ કેસીના જમાઈ ઓવેન સ્મિથે મદદ કરી. ડ્વાર્ક ફેનિફર ગાર્ડનમાં જોએલને ગ્રાઉન્ડ્સમૅનની જવાબદારી મળી. ચારેક વર્ષ નોકરી સાથે નોએલ સ્વતંત્ર પ્રેક્ટિસ કરતો રહ્યો.

આ જોએલેનો દુનિયા સામેનો ચહેરો હતો. એની પાછળનો અસલ ચહેરો જાણવા થોડા પાછળ જવું પડશે. કિશોરાવસ્થામાં જોએલે મિત્રમંડળ અને સમાજમાં બંધબેસતા થવાના, એકરૂપ થવાના ખૂબ પ્રયાસો કર્યા. મિત્રો બનાવવાની આશામાં ટ્રેક ટીમમાં જોડાયો, તો હસી-મજાકનું સાધન બન્યો. એથ્લેટિક્સ તરીકે પણ હાંસીપાત્ર બનાવાયો. કૅમેરામૅન તરીકે કંઈક કરવાની શરૂઆત કરી તો કૅમેરો ચોરાઈ ગયો.

આ એકલતા અને એકાકીપણા વચ્ચે તેણે સસ્પેન્સના ઑલટાઇમ ગ્રેટ બાદશાહ આલ્ફ્રેડ હીચકોકની બહુ વખણાયેલી ફિલ્મ 'ફ્રેન્ઝી' જોઈ અને એના મન-મગજના અજ્ઞાત ખૂણામાં આ ફિલ્મે ગજબની અસર જમાવી દીધી. એકલતા, હડધૂતપણું, નિષ્ફળતા અને સંબંધોના અભાવે સર્જેલી હતાશાને બહાર નીકળવા માટે ભયંકર રસ્તો મળી ગયો.

જોએલ રિફકીન દિવસે ખુલ્લી આંખે સપનાં જોવા માંડ્યો કે પોતે મહિલાઓ પર બળાત્કાર કરે છે અને તેમની હત્યા કરી નાખે છે. એકદમ ફિલ્મ 'ફ્રેન્ઝી'ની જેમ એના મગજ પર ભૂત સવાર થઈ ગયું, વેશ્યાઓને ગળું દાબીને મારી નાખવાનું. પણ આ કામ આસાન નહોતું. એમાંય જોએલ જેવા માટે તો નહીં જોકે કાતિલ દુઃસ્વપ્નને ગતિ મળી મોટરના આગમનથી. માતા-પિતાએ જોએલને કાર આપી. આ વાહનનો ઉપયોગ જોએલ કરવા માંડ્યો નજીકના હેમ્પસ્ટેડથી વેશ્યાઓને ઉપાડી લેવામાં. પછી તો એ આ કામ માટે મૅનહટન સુધી જવા માંડ્યો અને ૧૯૭૭માં નાસાઉ કૉમ્યુનિટી કૉલેજમાં દાખલ થવા સાથે વેશ્યાઓ માટેનું વળગણ સીમા ઓળંગવા માંડ્યું.

હવે તે વારંવાર ક્લાસમાંથી અદૃશ્ય થવા માંડ્યો અને પાર્ટટાઇમ નોકરીમાં તો જવલ્લે જ નજરે પડે. મોટા ભાગનો સમય તો રૂપજીવિનીઓ સાથે જ વિતાવવા માંડ્યો. આ ઘેલછાએ એની રહીસહી બચત ડુબાડી દીધી. આથી વારંવાર ઘરમાંથી પણ અંદર-બહાર થતો રહ્યો. આવું જ શૈક્ષણિક સંસ્થાઓનું થતું રહ્યું, એકમાંથી બીજામાં અને બીજામાંથી. અંતે ૧૯૮૪માં ભણતર પર પૂર્ણવિરામ

સાથે આ પ્રક્રિયા પૂરી થઈ ગઈ, પરંતુ મનના અંધારામાં બળત્તર બનતી હિંસક પ્રવૃત્તિ સામે લડવાનું હવે જોએલ માટે મુશ્કેલ બનતું હતું.

એક દિવસ મમ્મી કામકાજ માટે બહાર ગઈ. સમય હતો ૧૯૮૯નો માર્ચ મહિનો. જોએલ જાત પર અંકુશ ન રાખી શક્યો અને તેણે ગાડી મારી મૂકી. યુવાન રૂપજીવિની સુસીને ઘરે લઈ આવ્યો. તેણે બંદૂકનું નાળચું ફટકારીને સુસીને ખતમ કરી નાખી. આ નિર્મમતા અને એના જીવલેણ પરિણામથી ક્ષુબ્ધ થઈને ગભરાવાને બદલે જોએલ આગળ વધ્યો. એક્સ-એક્ટો છરીથી તેણે લાશના ટુકડેટુકડા કરી નાખ્યા. સુસીની ઓળખ છુપાવવા માટે હાથનાં આંગળાનાં ટોચના ભાગ કાપી નાખ્યા કે જેથી ફિંગર પ્રિન્ટ મેળવવાનું મુશ્કેલ બને. એટલું જ નહીં, દાંત સુધ્ધાં ઉખેડી નાખ્યા. સુસીનું માથું રંગના જૂના ડબ્બામાં મૂક્યું અને શરીરના બાકીના ભાગ કચરાપેટીની થેલીમાં ભર્યા. તેણે સુસીનું માથું અને પગ ન્યૂ જર્સી પાસેની હોપવેલની ઝાડીઓમાં ફેંકી દીધાં. હાથ અને ધડ ન્યૂયૉર્કની ઈસ્ટ રિવરમાં પધરાવી દીધા. જોએલના મતે તો કોઈને ક્યારેય સુસીનો અતોપતો મળવાનો નહોતો, પરંતુ થોડા દિવસ બાદ હોપવેલ વેલી ગોલ્ફ ક્લબના એક સભ્યને સુસીનું માથું સંતાડાયું હતું એ રંગનો ડબ્બો મળ્યો, પરંતુ પોલીસ માટે માત્ર માથાને આધારે મૃતકને ઓળખવાનું કે ખૂનીનો તાગ મેળવવાનું શક્ય નહોતું.

જોએલ ડેવિડ રિફકીન. આ બીકણ સસલાની અંદર ક્યારથીય તરફડતો આદમખોર આળસ ખંખેરીને પૂરેપૂરો જાગી ગયો હતો. રૂપજીવિનીની ક્રૂર કતલ કરીને માની ન શકાય એ રીતે એની લાશને સગેવગે કરી દીધી. આ એ જ છોકરો હતો જેને બધા દબડાવતા, ખીજવતા અને હડધૂત કરતા. પરંતુ હવે વાઘ લોહી ચાખી ગયો હતો.

માંડ માંડ પ્રબળ ઇચ્છાને દબાવી રાખ્યા બાદ જોએલે એકાદ વર્ષ બાદ બીજો શિકાર કર્યો. ફરી મમ્મી બહારગામ ગયાં એટલે શેતાનને મોકો મળી ગયો. આ વખતે રૂપજીવિની જુલી બ્લેકબર્ડ પર તેની નજર ઠરી. જોએલે ફરી કુકર્મ માટે પોતાનું જ ઘર પસંદ કર્યું. જુલીને મોટરમાં બેસાડીને પોતાના ઘરે લઈ આવ્યો અને સવારે ટેબલનો પાયો માથા પર ઝીંક્યો, પછી ગળું દબાવી દીધું. અગાઉની માફક જ શબના ટુકડા કરી નાખ્યા. પાણી ભરવાની કેટલીક ડોલમાં લાશના ટુકડા ભર્યા અને એની ઉપર સિમેન્ટ-કોંક્રિટ ભરી દીધું. પછી આ ડોલ ઈસ્ટ રિવર અને બ્રુકલીન કેનલમાં ફંગોળી દીધી.

માનસિક સમસ્યા વચ્ચે શેતાનનું દિમાગ પોતાના બચાવ માટે અત્યંત સક્રિય હતું ને? હવે એને એક નવો વિકલ્પ પણ મળ્યો. ૧૯૯૧માં લૅન્ડસ્કેપિંગનું કામકાજ શરૂ કર્યા બાદ તે લાશને નિકાલ પૂર્વે આ કામકાજના સ્થળે સંતાડી-મૂકી રાખવા માંડ્યો.

આ સાથે જોએલ રિફ્કીનની ભયંકર હિંસક વૃત્તિને બેફામ વેગ મળ્યો. આમાંથી એની માનસિક સ્થિતિની પેટર્ન વધુ સ્પષ્ટ થતી ગઈ. તે શિકાર તરીકે માત્ર વેશ્યા કે કેફી દ્રવ્યોની બંધાણી યુવતીઓ પર જ પસંદગી ઉતારતો હતો. આમાં મેરી એલેન ડેલુકા, બાર્બરા જેકોબ્સ, યુન લી સહિતની કુલ ૧૭ નિર્દોષે એની માનસિક બીમારીને લીધે નાહકના જીવથી હાથ ધોઈ બેસવા પડ્યા. કમનસીબી કહો કે પોલીસની નિષ્ફળતા, ન એકેય શિકારની ઓળખ થઈ શકી કે ન ક્યારેય જોએલ પર શંકાની આંગળી ચીંધાઈ.

ન જાણે જોએલ રિફ્કીનની આ પાશવી-લીલા ક્યાં સુધી ચાલતી રહી હોત, પરંતુ એ અચાનક હત્યા સિવાયના કારણસર આ શૈતાન પોલીસના હાથે લાગી ગયો. ૧૯૯૩ની ૨૮મી જૂને તેની ધરપકડ જે સંજોગોમાં થઈ એ અત્યંત વિચિત્ર તથા ખૂબ રસપ્રદ છે. સધર્ન સ્ટેટ પાર્કવેમાં ટ્રાફિક પોલીસની નજર એક લાઇસન્સ પ્લેટ વગરની ટ્રક પર પડી. આને લીધે પોલીસે પીછો કર્યો તો ટ્રક પુરપાટ દોડવા માંડી. ફિલ્મી સીનને ટક્કર મારે એવી ચેઈઝ બાદ મીનોલામાં બરાબર કોર્ટના મકાનની બહારના થાંભલા સાથે જઈને ટ્રક અથડાઈ. ત્યાં પહોંચેલી પોલીસ ટ્રકની પાછળથી આવતી ભયંકર દુર્ગંધથી ત્રાહિમામ્ પોકારી ગઈ. પણ ફરજ એટલે ફરજ.

તપાસ કરતાં ટ્રકમાંથી ૨૨ વર્ષની વેશ્યા ટીફાની બ્રેસ્કિયાનીની કોહવાયેલી લાશમાંથી ગંધ આવતી હતી. જોએલે ટીફાનીને ૨૪મી જૂને એલન સ્ટ્રીટ પરથી ઊંચકી હતી. આ ટીફાની હતી જોએલની છેલ્લી શિકાર!

આને પગલે જોએલ રિફ્કીન વિશે શરૂ થઈ ઊંડાણભરી તપાસ અને જોરદાર પૂછપરછ. આમાં બહાર આવતી ચોંકાવી મૂકનારી સચ્ચાઈ. ટ્રાફિકના નિયમના ભંગ બદલ પકડાયેલો માણસ તો નીકળ્યો ભયંકર સિરિયલ કિલર?

પોલીસે ૧૯૯૩ની ૨૯મી જૂને જોએલ રિફ્કીનની બરાબરની પૂછતાછ કરી અને તેણે સત્તરેસત્તર ખૂન કબૂલ કરી લીધાં. એટલું જ નહીં, યાદ આવ્યા એટલી યુવતીઓના નામ લખી આપ્યાં. એમની લાશના ટુકડા જ્યાં સવેવગે કર્યા હતા એ સ્થળોના નકશા સુધ્ધાં દોરી આપ્યા. આ બધું કદાચ તેણે પોલીસના ચૌદમા રતનના ડરે કર્યું હોઈ શકે, પરંતુ કાયદા અને સજાની બીકે બીજા દિવસે તેણે અદાલતમાં ફેરવી તોળ્યું : જજસાહેબ, મૈં બેગુનાહ હૂં.

આ સાથે જ ખટલાનો સામનો કરવા માટે તેને ઈસ્ટ મીડોના નસાઉ કાઉન્ટી કરેક્શનલ ફેસિલિટી સેન્ટરમાં મોકલી દેવાયો.

જોએલ રિફ્કીન સામેનો ખટલો બહુ મુશ્કેલ નહોતો. ૧૯૯૪ની નવમી મેએ એને હત્યા અને બેદરકારીભર્યા ડ્રાઇવિંગ બદલ ૨૫ વર્ષની સજા થઈ. સફોલ્ડ

કાઉન્ટી જેલમાં ખસેડાયા બાદ તેણે વધુ બે હત્યાની કબૂલાત કરી. આને લીધે ૨૫ વર્ષની બે વધુ કેદ સાથેસાથે ભોગવવાની સજા થઈ. આ વધુ હત્યાની કબૂલાત અને કેદની સજાની પરંપરા ચાલતી રહી.

એટલે ૧૯૯૬ના આરંભે સાત ખૂન માટે એને કરાઈ કુલ ૧૮૩ વર્ષની સજા. હા, લખવામાં કે સમજવામાં કંઈ ભૂલ થઈ નથી. હજી દસ ખૂન કેસના ખટલા બાકી હતા.

આટઆટલી સજા થવા છતાં જોએલ રિફકીન જેલમાં સખણો રહેતો નહોતો. હવે કદાચ એની અંદરના લાચાર, હડધૂત, પીડિત અને નકામા માણસના વ્યક્તિત્વમાં હીરોગીરીના વાયેગ્રાનો ઉમેરો થયો હતો. જેલમાં તે અન્ય ખૂનખાર ખૂની કોલીન ફર્ગ્યુસન સાથે બાથંબાથ પર ઊતરી આવ્યો. વાત એટલી જ હતી કે ફોન પર વાત કરતાં ફર્ગ્યુસને જોએલને શાંતિ રાખવા કહ્યું.

આમાંથી જોએલ તો મારામારી પર ઊતરી આવ્યો. ગુસ્સામાં ફર્ગ્યુસને રિફકીનને ટોણો માર્યો, 'મેં છ શેતાનને ખતમ કર્યા અને તેં તો માત્ર મહિલાઓનાં ખૂન કર્યાં.' જોએલ ક્યાં ગાંજ્યો જાય એવો હતો. તેણે જવાબ આપ્યો, 'પણ મારા શિકારની સંખ્યા વધુ હતી.' આ સાથે જ કોલીને જોએલના થોબડા પર મુક્કો માર્યો.

હવે જોએલ રિફકીનના જોશમાં ગજબનો વધારો થયો હતો. એને બાખડવા માટે કારણોની જરૂર નહોતી. કારણ હોય કે અકારણ, એને લડવા જોઈએ. જોએલને લીધે જેલમાં કેદીઓની શાંતિ જોખમાઈ. અંતે ૧૯૯૬માં તોફાની જોએલને દિવસના ૨૩ કલાક એકાકી કોટડીમાં પૂરી રાખવાનું શરૂ થયું. આ રીતે તેણે ચાર વર્ષ વિતાવ્યાં.

અહીં પણ જોએલ રિફકીને ફરી પોતાનું પોત તો પ્રકાશ્યું જ. પોતાને એકાંત કોટડીમાં પૂરી રાખવા માટે તેણે જેલના સત્તાધીશો સામે કેસ ઠોકી દીધો. આ તો મારા બંધારણીય હકનું ઉલ્લંઘન ગણાય. પોતે એકાંત કોટડીમાં વિતાવેલા ૧૫૪૦ દિવસ માટે રોજના ૫૦ હજાર ડૉલરનું વળતર માગ્યું. આ વળતરનો કુલ સરવાળો થાય ૭.૭ કરોડ ડૉલર. અદાલતે તેનો કેસ અને વળતરની માગણી ફગાવી દીધી. આ સાથે જ જેલ સત્તાધીશો એને અન્ય ૨૦૦ કેદી સાથે રાખવા માંડ્યા, પણ તેને અન્ય સામાન્ય કેદીઓને મળવાની મનાઈ હતી.

અત્યારે જોએલ ડેવિડ રિફકીન યાની જોએલ ધ કિલર કુલ ૨૦૩ વર્ષની કેદ ભોગવી રહ્યો છે. આમાંથી તે પેરોલ પર છૂટી શકશે વર્ષ ૨૧૯૭માં, ત્યારે તેની ઉંમર હશે ૨૩૮ વર્ષ.

❖

૮

નામ અનેક, પણ કામ એક

શિર્ડી. દુનિયાભરના લાખો ભક્તોનું આસ્થા અને આશાનું સ્થાનક. સાંઈબાબાના ભક્તો પોતાની બધી પીડા બાબાના ચરણે ધરીને ઉકેલવાની બાંયધરી સાથે હળવાફૂલ થઈને ઘરભણી રવાના થાય, પરંતુ ૨૦૧૩ જુલાઈ-ઑગસ્ટમાં સમગ્ર શિર્ડી જ નહીં, પણ મહારાષ્ટ્રના અહમદનગર જિલ્લાના પોલીસતંત્ર માટે એકદમ તાણભર્યા દિવસો પસાર થાય. કોઈએ કલ્પના ન કરી હોય એવું શિર્ડી ગામમાં બનવા માંડ્યું.

સમગ્ર શિર્ડીમાં ભય, ફફડાટ અને આતંકનું સામ્રાજ્ય ફેલાવવાની શરૂઆત થઈ જુલાઈ મહિનાની આઠમીએ. સાઈનગર રેલવેસ્ટેશન નજીક એક મહિલા સહિત ત્રણ જણ લોહીલુહાણ મળી આવ્યાં. ઊંઘમાં જ ભારેખમ પથ્થર મરાયાનું તપાસમાં બહાર આવ્યું. એક ભિખારીને સારવાર માટે હૉસ્પિટલમાં દાખલ કરાયો, પણ એક મહિલા અને એક પુરુષ ભિખારીની સારવાર શક્ય નહોતી. તેમનાં પ્રાણપંખેરુ ઊડી ગયાં હતાં. નસીબદાર ભિખારીને નાસિકમાં સારવાર માટે મોકલાયો. એક જ દિવસે બનેલી આ ઘટનાને યોગાનુયોગ માની લેવાયો. અંદરોઅંદરની મારામારી કે અંગત અદાવતને લીધે પથ્થરથી હુમલો કરાયાનું પોલીસે માની લીધું.

આમ છતાં પોલીસ સાવ ચૂપચાપ બેઠી નહોતી. આતંકવાદીઓની યાદીમાં દેશનાં જાણીતાં ધર્મસ્થાનકો હોવાનું એકથી વધુ વખત બહાર આવ્યું છે. આ કારણસર શિર્ડી રેલવેસ્ટેશન પર લગાવાયેલા સીસીટીવીના ફૂટેજમાંથી પોલીસને આ હત્યાઓના કંઈક સગડ મળ્યા. આ ફૂટેજ પરથી પોલીસે શકમંદનું રેખાચિત્ર સુધ્ધાં બનાવ્યું. પોલીસે એ શકમંદને પકડી પાડીને રેલવે પોલીસને સોંપી દીધો, કારણ કે હત્યાની ઘટનાઓ રેલવેની હદમાં બની હતી, પરંતુ રેલવે પોલીસને સાધારણ અને સાદી પૂછપરછમાં કંઈ વધુ શંકા કરવા જેવું ન લાગ્યું અને એને છોડી મૂક્યો.

પરંતુ ૨૭મી જુલાઈએ સાંઈપ્રસાદ નજીક વધુ એક ભિખારીની હત્યા કરેલી લાશ મળી. હવે પોલીસ સતર્ક થઈ અને એકદમ ગતિમાં આવી ગઈ,

પરંતુ પોલીસ કંઈક નક્કર પરિણામ સુધી પહોંચે એ પહેલાં ૨૮મી જુલાઈએ શિર્ડીના અલગ-અલગ સ્થળેથી ત્રણ લાશ મળી. ત્રણેય ભિખારી. એ જ મોડસ ઓપરેન્ડી : ઊંઘમાં માથા પર ઝીંકાયેલો પથ્થર. વધુ એક ભિખારી પર આવો જ હુમલો કરાયો હતો, પણ એ લાંબી આવરદા લઈને આવ્યો હતો. ઈજા સાથે હૉસ્પિટલ ભેગો થઈ ગયો.

શિર્ડી જેવા જાણીતા સ્થળ અને એમાંય યાત્રાધામે એક પછી એક હત્યાની પરંપરા? શિર્ડીમાં વ્યાપી ગયો ભારે ફફડાટ. આખું અઠવાડિયું દર્શનાર્થીઓ ઊભરાતા રહે. એમાંય ગુરુવાર ઉપરાંત શનિ-રવિવારના વીકએન્ડમાં તો જાણે હૈયેહૈયું દળાય. એમાં આવી ખૂની પરંપરાથી ગભરાટ ન ફેલાય તો જ નવાઈ.

કોઈને સમજાતું નહોતું કે હત્યાઓ થાય છે શા માટે? અને શિકાર માત્ર ભિખારીઓ જ કેમ બને છે? એક શક્યતા અને તર્ક પર ધ્યાન અપાયું કે ભિખારીઓને લૂંટી લેવા માટે તેમનાં ખૂન કરાતાં હોઈ શકે. લૂંટવા માટે? અને એ પણ ભિખારીઓને?

હા, શિર્ડી જેવા યાત્રાસ્થળે બેસતા ભિખારીઓ પાસે રૂા. ૧૫-૨૦ હજાર મળવા સામાન્ય બાબત છે. બાબાનાં દર્શન કરનારાઓ અનાજ અને વસ્ત્રો ઉપરાંત છૂટા હાથે અને મોટા દિલથી રોકડ રકમ પણ ભિખારીઓને આપતા હોય. ફળસ્વરૂપે ઘણા ભિખારીઓએ તો બૅન્કમાં એકાઉન્ટ સુધ્ધાં ખોલાવ્યાં છે. રોજ રોકડા સાચવવાનું જોખમ શા માટે લેવું? અમુક ભિખારી તો પોતાની મહામૂલી પૂંજી વ્યાજ પર ધીરે છે. નિષ્કર્ષ એવો નીકળ્યો કે કોઈ વ્યક્તિ કે મોટે ભાગે તો ગૅંગ ભિખારીઓની જમાપૂંજી લૂંટી લેવા માટે તેમની હત્યાઓ કરી રહી છે.

પોલીસે સોમવાર તા. ૨૯મી જુલાઈએ શંકાસ્પદ હત્યારાનો સ્કેચ બહાર પાડીને સૌને સાવધ રહેવાની અપીલ સુધ્ધાં કરી દીધી. વીસ દિવસમાં ૬-૬ મર્ડર પછી પોલીસે કમર કસવી જ પડી. સમગ્ર અહમદનગર જિલ્લાની પોલીસ અને વહીવટતંત્ર સજાગ, સતર્ક અને સક્રિય બની ગયાં.

હવે પોલીસે અગાઉ રેલવે પોલીસે પૂછપરછ બાદ છોડી મૂકેલા શકમંદને ફરી શોધી કાઢ્યો અને તાબામાં લઈને શરૂ કરી આકરી પૂછપરછ. ન જાણે પોલીસની સામ, દામ, દંડ કે ભેદમાંથી કઈ પદ્ધતિ કામ કરી ગઈ એ શખસે ભિખારીઓની હત્યા કર્યાનું કબૂલ કરી લીધાનો દાવો પોલીસે કર્યો.

આ ૩૫ વર્ષનો યુવાન ઔરંગાબાદ જિલ્લાના દૌલતાબાદના માલીવાડાનો રહેવાસી નીકળ્યો. સમાચાર સંસ્થા પીટીઆઈના અહેવાલ મુજબ એનું નામ સતીશ રામદાસ વૈષ્ણવ, જ્યારે એક ન્યૂઝ ચૅનલના અહેવાલમાં એને સચિન

રામદાસ ગણાવાયો. પરંતુ એક ન્યૂઝ વેબસાઇટે તો એનું નામ પ્રમોદ આલકોલ આપ્યું અને ઉંમર જણાવી ૩૦ વર્ષ.

જોકે બધા અહેવાલમાં સૂર એક જ હતો. આ આરોપી પુણેની કેટરિંગ કંપનીમાં મજૂરી કરતો હતો. એક દિવસ આખા દિવસની કાળી મજૂરી પતાવીને એ ઘરે જતો હતો, ત્યારે ભિખારીઓએ એની પાસેથી રોકડ રકમ લૂંટી લઈને એની ખૂબ જ મારપીટ કરી હતી, પરંતુ આ મારપીટ અને રોકડ રકમની લૂંટ તો થોડા મહિના અગાઉ થઈ હતી. તેણે રહીરહીને વેર વાળવાનો વિચાર કેમ અમલમાં મૂક્યો? અને પુણે રેલવેસ્ટેશન પર ભિખારીઓએ કરેલી મારપીટ-લૂંટનો બદલો લેવા માટે શિર્ડીના ભિખારીઓને જ શા માટે પસંદ કર્યા?

પોલીસે આ આરોપીએ હત્યાની કબૂલાત કર્યાને નામે અદાલતમાંથી એની ચાર દિવસની પોલીસ કસ્ટડી સુધ્ધાં મેળવી લીધી હતી. આની સાથોસાથ પોલીસને શક છે કે કોલ્હાપુર સહિત રાજ્યભરમાં થયેલી ભિખારીઓની હત્યા પાછળ પણ એ જ હોઈ શકે.

અને પોલીસ કસ્ટડી બાદની તપાસ અને પૂછપરછમાં પોલીસની શંકા સાચી પડી. પોલીસે કરેલા દાવા મુજબ ૩૫ વર્ષના વૈષ્ણવે શિર્ડી બહાર વધુ છ જણાની હત્યાની કબૂલાત કરી હતી. કોલ્હાપુર, પંઢરપુર અને દૌંડમાં રસ્તા પર ઊંઘતા છ ભિખારી પર પથરા ફટકારીને તેમના ઢીમ ઢાળી દીધાનું વૈષ્ણવે જણાવ્યાનું પોલીસનું કહેવું હતું.

ત્યાર બાદ પોલીસ રાજ્યભરમાં થયેલી ભિખારીઓની હત્યાઓ અને પથ્થર મારીને કરાયેલાં ખૂનોની વિગત મેળવવામાં લાગી પડી. તેમને શંકા હતી કે વૈષ્ણવની સંડોવણી વધુ હત્યામાં બહાર આવી શકે છે.

શિર્ડીમાં ધડાધડ ભિખારીઓની હત્યા બાદ સિરિયલ કિલરને પકડવા માટે પોલીસે ૨૦ ટીમને કામે લગાડી હતી અને એ મહેનત રંગ લાવ્યાથી પોલીસ હરખાઈ રહી હતી. આ સિરિયલ બેગર કિલર્સે એક ડઝન ખૂન કબૂલી લીધાં છે, એવું પોલીસ માનતી હતી. શિર્ડીના ભિખારીઓને ગુપ્તદાનમાં ક્રૂર મોત આપનારો માણસ આ જ હતો? આનો ફેંસલો અદાલત કરશે. રિયલ શિર્ડી સિરિયલ કિલરને સજા અને ગરીબ ભિખારીઓને ન્યાય તો સાંઈબાબા અપાવશે જ ને?

❖

૯

રામનિરંજન

ઉત્તર પ્રદેશના નૈનીસ્થિત સેન્ટ્રલ ઑર્ડિયનન્સ ડેપોમાં એ નાની પાયરી પરનો કર્મચારી, પણ રૂઆબ ગજબનો. પોતાને રાજા સમજે રાજા. એટલું જ નહીં, ખુદને 'ગુનેગાર' લાગે એને સજા આપે, એ પણ જેવી તેવી નહીં. એનાં બધાં પરાક્રમ સામે આવ્યાં ત્યારે કોઈ માની ન શક્યું કે આવું બની શકે? આજે? કોઈ કરી કેવી રીતે શકે?

પડદો ઉઠાવવાની શરૂઆત થઈ એક પત્રકારના ગાયબ થઈ જવાથી. જાણીતા હિન્દી દૈનિકનો રિપોર્ટર ધીરેન્દ્રસિંહ ૨૦૦૦ની ૧૪ ડિસેમ્બરે જાણે હવામાં ઓગળી ગયો. પત્ની, ભાઈ અને બાળકો સાથે રહેતા ધીરેન્દ્ર ઉર્ફે વિક્રાંતના લાપતા થવાનું રહસ્ય ઘૂંટાતું જતું હતું. સેલફોન સ્વિચ ઑફ આવતો હતો. પત્ની અને ભાઈએ પોલીસમાં ફરિયાદ લખાવી. કોઈક અર્જન્ટ અને મહત્ત્વના રિપોર્ટ પર કામ કરતા ધીરેન્દ્રસિંહના ગુમ થવા અંગેના કોઈ સગડ પોલીસને છ દિવસ તો ન મળ્યા.

આ તરફ લખનઉથી ૧૫-૧૬ કિ.મી. દૂર આવેલા કાકોરી પાસેથી પોલીસને માથા વગરનું ધડ મળ્યું. પોલીસે ઓળખાણ અને ખાતરી કરવા માટે ધીરેન્દ્રની પત્ની અને ભાઈને બોલાવ્યા. ભાઈએ લાશને ઓળખી લીધી કે એ ધીરેન્દ્રની જ હતી.

વાત નાનીસૂની નહોતી. એક પત્રકારનું અપહરણ, પછી મર્ડર અને એ પણ આટલી ક્રૂરતાથી? પોલીસે તપાસ આદરી કે તેઓ કયા રિપોર્ટ પર કામ કરી રહ્યા હતા? આમાંથી ચોંકાવનારી સચ્ચાઈએ ડોકિયાં કરવાનું આરંભી દીધું. તપાસમાં ખબર પડી કે ધીરેન્દ્રના મોબાઇલ પરથી છેલ્લો ફોન જિલ્લા પંચાયતનાં સભ્ય ફૂલનદેવીને થયો હતો. પોલીસે ફૂલનદેવીના ઘરે પહોંચીને શોધખોળ આદરી દીધી. અંતે પોલીસને ધીરેન્દ્રના મોબાઇલ અને બાઇક મળી આવ્યાં. ફૂલનદેવીના ખેતરમાં તપાસ કરતાં એક માનવ-ખોપરી હાથ લાગી. આટલી સામગ્રી પોલીસના અત્યંત ગંભીર અને આકરા બનવા માટે પર્યાપ્ત હતી.

ફૂલનદેવીના પતિ રામનિરંજન ઉર્ફે રાજા કલંદર ઉર્ફે બદ્રી મનોહરની આકરી

પૂછપરછમાં જે બહાર આવ્યું એ માનવાનું પોલીસ માટે પણ આસાન નહોતું.

રામનિરંજને કબૂલ કરી લીધું કે મેં ધીરેન્દ્રસિંહની હત્યા કરી હતી. તેણે આ મૃત રિપોર્ટરનું શબ પણ ઓળખી બતાવ્યું. વધુ એક કબૂલાતથી તેણે પોલીસને વધારે ચોંકાવી દીધી કે મારા ઘરમાં વધુ માનવ-ખોપરી રાખી મૂકી છે!

રાજા કલંદરે પોલીસને જણાવ્યું કે, 'ધીરેન્દ્રસિંહ મારી સચ્ચાઈનો પર્દાફાશ કરી નાખવાનો હતો. આથી મેં તેને મારા પિપરી ખાતેના ફાર્મહાઉસમાં બોલાવ્યો. અહીં મારા સાળા દક્ષરાજે તેને ગોળી મારી દીધી. પછી અમે બંને તેની લાશને ટાટા સુમોમાં લઈને મધ્ય પ્રદેશ લઈ ગયા. અહીં ધીરેન્દ્રની લાશના ટુકડેટુકડા કરી નાખ્યા બાદ જમીનમાં દાટી દીધા.' રિપોર્ટરનું માથું રેવાના બનસાગર તળાવમાં ફગાવી દીધાની નફ્ફટ કબૂલાત પણ રામનિરંજને કરી લીધી.

પોલીસની પૂછપરછ અને તપાસ ઉપરાંત ૧૨-૧૨ વર્ષે ચાલેલા આ મર્ડર કેસની સુનાવણીમાં બહાર આવ્યું કે રામનિરંજન ઉર્ફે રાજા કલંદર સિરિયલ કિલર હતો. એના ખેતરમાંથી મળેલી ૧૪ ખોપરી એના શિકારની જ હતી. એ પોતાને રાજા સમજતો હતો. અન્યોને સજા કરવાની સત્તા પણ તેણે પોતાની જાતને આપી હતી. રામનિરંજને એક ડાયરી રાખી હતી, જેને નામ આપ્યું હતું 'અદાલત ડાયરી'. આ ડાયરીમાં તેના બધા શિકારોની વિગતો હતી. આ ઉપરાંત તે કોને 'સજા' કરવા માંગે છે, તેની પણ નોંધ હતી.

પોલીસ રેકોર્ડ મુજબ તો તે રીઢો ગુનેગાર હતો. ખૂનને રવાડે ચડવા અગાઉ તે લૂંટફાટ કરવા જ માંડ્યો હતો. હકીકતમાં તો રામનિરંજન ભયંકર ક્રૂર, વિચિત્ર અને અકળ વ્યક્તિત્વ લાગે.

અદાલતમાં સરકારી પક્ષે દાવો સુધ્ધાં કર્યો કે રામનિરંજન માત્ર સિરિયલ ખૂની નહીં, આદમખોર પણ છે. તે પોતાના શિકારોનાં મગજ ખાઈ જતો હતો. તેમના શરીરના ભાગ ડુક્કર સામે ફેંકી દેતો હતો અને ખોપરી ઝાડ પર ટીંગાડતો હતો. એ શિકારોની ખોપરી જ્ઞાતિ-કોમને આધારે અલગ અલગ પાડતો હતો. આ ખોપરીઓ સમક્ષ તે ચુકાદો સંભળાવીને મૃતકને સજા ફરમાવતો હતો. આમ કરવા પાછળ તેનું ધ્યેય દુશ્મનોને સજા કરવાનું અને પોતાની માનસિક શક્તિ વધારવાનું હતું. પોલીસના કહેવા મુજબ તેણે પહેલી હત્યા ૧૯૯૮ની ૨૫મી જાન્યુઆરીએ કરી હતી, જે સિલસિલો ૨૦૦૦માં ધીરેન્દ્રસિંહ સુધી ચાલતો રહ્યો.

આ ધીરેન્દ્રસિંહ આમ પાછો રામનિરંજનનો જૂનો મિત્ર હતો. એક અહેવાલ મુજબ પોતાનાં કુકર્મ છાપે ન ચડે એટલે રામનિરંજને રિપોર્ટરને મારી નાખ્યો. બીજો અહેવાલ એવો છે કે ધીરેન્દ્ર અપશબ્દ બોલ્યો એટલે તેને સજા મળી.

રામનિરંજનના ખેતરમાંથી પોલીસને સૌથી પહેલાં મળેલી બે ખોપરીમાંની

એક પર લાલ રંગ કરાયો હતો. આ લાલ ખોપરી તેના જૂના સહ-કર્મચારી કાળી પ્રસાદ શ્રીવાસ્તવની હતી. શ્રીવાસ્તવને મારી નાખ્યા બાદ તેને ટંડન વનમાં દાટી દીધો, પરંતુ પછી ખોપરી પર લાલ રંગ લગાવ્યો કે જેથી 'યાદ રહે કે એ લાલાની ખોપરી છે.' ચૌદ નંબરની એટલે કે ધીરેન્દ્રસિંહની ખોપરી માટે તેણે 'અદાલતી ડાયરી'માં લખ્યું : 'ધીરે ધીરે લાલ.'

૧૫ માણસની હત્યા, તેમનાં માથાં કાપી નાખવાં, શરીર વિકૃત કરવાં અને યાદગીરીરૂપે મૃતકોની ખોપરી સાચવી રાખવાના આરોપસર પકડાયેલા રામનિરંજન વિશે તત્કાલીન પોલીસ સુપરિન્ટેન્ડેન્ટ પી. કે. તિવારીએ કહ્યું હતું કે, હત્યા બાદ મોટા ભાગના શિકારનાં માથાં વાઢી નખાયાં હતાં. રામનિરંજન આદમખોર હતો અને બીજાનાં મગજ ખાવાથી પોતાની બુદ્ધિ વધશે એવા ગાંડાઘેલા વિચારોમાં એ મહાલતો હતો. જોકે પોતાનાં આ કૃત્યો માટે રામનિરંજનને લેશમાત્ર રંજ કે પસ્તાવો નહોતો. ક્રૂર, પાશવી અને અકલ્પ્ય અપરાધ બદલ લેશમાત્ર શરમ અનુભવવાને બદલે અલાહાબાદ કોર્ટમાં તેણે પીઢ રાજકારણીની જેવી સ્વસ્થતાથી પત્રકારોના સવાલોના જવાબ આપ્યા હતા. તેણે પત્રકારોને આંચકાદાયક અપીલ કરી હતી કે ખોટું કરનારાઓને મારી રીતે સીધાદોર કરવામાં મને મદદ કરો. ૩૫ મહિનાના ગાળામાં પોતે ધીરેન્દ્રસિંહ સહિત ૧૪ જણાને મારી નાખ્યા, કારણ કે ખોટું કરનારાઓના મગજમાં તે ડર-ભય ઉપજાવવા માગતો હતો, એવો દાવો પણ રામનિરંજને કર્યો હતો.

અલાહાબાદના એડિશનલ ડ્રિસ્ટિક્ટ જજ મહેતાબ મહમદે ૨૦૧૨ના નવેમ્બરમાં રામનિરંજન અને તેના સાળાને ગુનેગાર ઠેરવવા સાથે જાહેર કર્યું હતું કે ધીરેન્દ્રસિંહની હત્યા જવલ્લે જ જોવા મળતો અપરાધ છે. ઉત્તર પ્રદેશનો આ પહેલો આદમખોર હત્યારો હાલ આજીવન કારાવાસની સજા ભોગવી રહ્યો છે.

❖

૧૦

ચાર કિલર્સ નર્સ - ઓસ્ટ્રિયા

સેઇન્ઝ જનરલ હૉસ્પિટલ. ઓસ્ટ્રિયાના પાટનગર વિયેનામાં ૧૯૩૯માં બંધાયેલી આ હૉસ્પિટલ દેશનું ચોથા ક્રમનું સૌથી મોટું સારવાર કેન્દ્ર. બે હજાર કર્મચારીની દોડધામવાળી આ સરકારી હૉસ્પિટલની સ્પેશિયાલિટી એટલે 'પેવેલિયન ફાઇવ'.

'પેવેલિયન ફાઇવ' એટલે ૭૦ કે એથી વધુ ઉંમરના સિરિયસ પેશન્ટ, મરવાની રાહ જોતા દર્દીઓનો આખરી મુકામ. આવા દર્દીઓ વચ્ચે રહેવું અને નાઇટ ડ્યૂટી. કોઈને રાતના અંધકારમાં પળ-પળ થોડા-થોડા મરતા જોવાનું કેવું લાગે? કદાચ ૧૯૮૩માં ૨૩ વર્ષની ઉંમરે અહીં ફરજ બજાવતી નર્સ વોલ્ટ્રુડ વાગનેર આ જવાબ આપી શકે. ૭૭ વર્ષની મહિલા દર્દી વોલ્ટ્રુડ પાસે કરગરી કે પ્લીઝ સિસ્ટર, દયા ખાઓ અને મારા યાતનામય જીવનનો અંત લાવી દો. અનુકંપા કહો કે સહાનુભૂતિ, અચકાટ સાથે વોલ્ટ્રુડે મોર્ફિનનો ઓવરડોઝ આપ્યો અને વૃદ્ધ દર્દીને મળી કાયમી પીડા-મુક્તિ.

જોકે આ મોત, મુક્તિ કે મોક્ષે વોલ્ટ્રુડને આંચકાજનક બંધનમાં જકડી લીધી, પોતે ગૉડ-ભગવાન હોવાના ભ્રમમાં. જીવન અને મરણ પર અંકુશની પોતાની નવી તાકાતનો નશો એને એવો ચડ્યો કે ન પૂછો વાત. દયાએ ડાકણને જન્મ આપ્યો.

વોલ્ટ્રુડે નાઇટ શિફ્ટમાંની ત્રણ નર્સને પોતાની કામગીરીમાં સામેલ કરી લીધી. ૧૯ વર્ષની મારિયા ગ્રુબેર, ૨૧ વર્ષની આઈરીન લીડોલ્ફ અને ૪૩ વર્ષની સ્ટીફાનીજી મેયર. આ ત્રણેય આસિસ્ટન્ટ નર્સને પોતાની જેટલી નિપુણતાથી હત્યા કરવાની તાલીમ આપી વાગનેરે. આમાંથી મારિયા નર્સિંગ સ્કૂલની ડ્રોપ-આઉટ અને અપરિણીત માતા હતી. આઈરીનને ઘર અને પતિ હોવા છતાં છોકરીઓ સાથે રહેવું-ભટકવું વધુ ગમતું હતું. સ્ટીફાનીજી છૂટાછેડા લીધેલી દાદીમા હતી અને વતન યુગોસ્લાવિયા છોડીને આવી હતી. એકદમ અલગ સ્વભાવ-બૅકગ્રાઉન્ડવાળી વ્યક્તિઓ યોગાનુયોગ ભેગી થઈ.

આ ચાર ચોટલા, સૉરી બૉબ્ડકટ હેરવાળી ગૅંગે રાતના અંધકારમાં પેવેલિયન ફાઇવમાં શરૂ કર્યા ડેન્જરસ ડેથ-ડાન્સ. એક તો મોટી ઉંમરના દર્દીઓ અને

લગભગ બધા નાઇલાજ રોગથી પીડાય, એટલે 'મોતના પેવેલિયન'માં વધતા મૃત્યુના આંકડાથી કોઈને કંઈ પણ જાણ તો ઠીક, શંકા-કુશંકા સુધ્ધાં ન જાગી.

થોડા સમયમાં આ 'એન્જલ્સ ઑફ ડેથ' જીવલેણ મોર્ફિન, ટ્રાન્કિવલાઇઝર અને ઇસ્યુલિનના ઇન્જેક્શનના પ્રયોગથી કંટાળી ગઈ. ક્યારેક દર્દીઓને શાંત પાડવાની દવા રોયનલનો ઓવરડોઝ આપીને કાયમ માટે શાંત પાડી દેવાય, કોઈકને ઇસ્યુલિન આપીને બ્લડ શુગર એકદમ નીચી લાવીને. પરંતુ નિર્દોષ, લાચાર અને બીમાર વૃદ્ધોના મોતમાંથી કંઈક અલગ-કંઈક વધુ રોમાંચ મેળવવા એકદમ સરળ 'મજેદાર' પીડાદાયક અને સલામત કીમિયો શોધી કઢાયો અને એને નામ આપ્યું 'વૉટર ક્યોર' કે 'વૉટર ટ્રીટમેન્ટ'.

આ જળ-સારવારમાં દર્દીનું નાક પકડીને બંધ રખાય, જીભને કોઈ સાધનથી દબાવી રખાય અને પછી મોઢામાં ધીમે-ધીમે પાણી રેડાય. આનાથી દર્દીને મંદ ગતિએ મોત આવે અને 'સિસ્ટર્સ ઇન ક્રાઇમ'ને વધુ મજા આવે. રિપોર્ટમાં મોતનું કારણ આવે દર્દીના ફેફસાંમાં પાણી ભરાઈ જવું, જે વૃદ્ધ બીમારો માટે સહજ-સામાન્ય ગણાય!

હૉસ્પિટલના વૉર્ડને યાતના છાવણીમાં બદલી નાખનારી આ ચારેય નિર્દયીની શિકાર પસંદ કરવાની પદ્ધતિ પણ એમના દિમાગ, કામગીરી અને આનંદથી વધુ કમકમાટી ઉપજાવનારી હતી. કોઈ દર્દી લેશમાત્ર ફરિયાદ ઉચ્ચારે કે કંઈક અણગમતું કરે એટલે કે બિચારા કે બિચારીનું કમોત આવ્યું જ સમજો. કોઈ દર્દી નસકોરાં બોલાવે, પથારી બગાડે, દવા લેવાનો નનૈયો ભણે કે નર્સનું ધ્યાન ખેંચવા કવેળા બેલ દબાવે, તો વાગનેર મોતની સજા સંભળાવતાં જાહેર કરે : 'ધીસ વન ગેટ્સ અ ટિકિટ ટુ ફ્રી બેડ ઑફ ગૉડ.' આગલી રાતે આ સજા-એ-મોતનો અમલ થઈ જ જાય.

'ચીફ એક્ઝિક્યુશનર' વોલ્ટ્રુડ વાગનેર ઍન્ડ મર્સીલેસ કિલર કંપનીએ ૧૯૮૭ના આરંભ બાદ કત્લેઆમ શરૂ કરી. આ પાપ-લીલા ખૂબ લાંબી ચાલી, પરંતુ ૧૯૮૮માં અફવા દાવાનળની જેમ ફેલાઈ કે પેવેલિયન ફાઇવમાં કોઈ ખૂની ખુલ્લેઆમ ભટકી રહ્યો છે. ૧૯૮૯માં પેવેલિયન ફાઇવના ઈન-ચાર્જ ડૉ. ફ્રાંક ઝેવિયર સેન્ડોર્ફરને અફવા છતાં સમયસર તપાસનો આદેશ ન આપવાની બેદરકારી બદલ સસ્પેન્ડ કરાયા. આ ષડયંત્રનો પર્દાફાશ થયા બાદ પોતાના બચાવમાં સરકારી અમલદાર આપી શકે એવાં જ કારણો ડૉ. સેન્ડોર્ફરે આગળ કર્યાં : 'મેં ઉચ્ચ અધિકારીઓ, ડૉક્ટરોને સાવધાન કર્યાં અને મૃતદેહોની ઓટોપ્સીનો ઑર્ડર આપ્યો. એનાથી વધુ હું શું કરી શકું?' તેમના મતે આ મૃતકો હૉસ્પિટલની તબીબી બેદરકારી કે ગેરવ્યવહારનો શિકાર નહોતા બન્યા, પણ ગુનાખોરીનો

ભોગ બન્યા હતા, જેની આગોતરી ધારણા કરવાનું કે રોકવાનું શક્ય નહોતું. ડૉ. સેન્ડોર્ફરની આ વાતમાં સત્ય છે, પણ અર્ધ-સત્ય.

ઓસ્ટ્રિયાનાં અખબારોમાં 'લેઇન્ઝ એન્જલ્સ ઑફ ડેથ', 'ધ મર્ડર સ્ટેશન ઑફ લેઇન્ઝ' અને 'પેવેલિયન ઑફ ડેથ' જેવાં શીર્ષકોની ચોંકાવનારી ઘટના જે રીતે પદાર્ફાશ થઈ એ ચારેયનાં બીમાર-વિકૃત દિમાગનો એક વધુ પુરાવો છે.

સ્થાનિક બારમાં વ્હિસ્કીની ચૂસકીની મજા સાથે રશિયન જુગાર રૂલેટ રમતી વખતે આ સવાયી શેતાન-ચોકડી આગલી રાતની મજાને વાગોળતી હતી. દવા લેવાનો ઇન્કાર ઉપરાંત વાગનેરની ટીકા કરવાનો 'અપરાધ કરનારી બુઢિયા' જુલિયા ડ્રેપલને જળ-સારવારથી કેવી ખતમ કરી નાખી એની બડાશ ખિખિયારી સાથે મારતી વખતે તેમને ખબર નહોતી કે હસવાના દિવસો પૂરા થવામાં છે. બાજુના ટેબલ પર બેઠેલા ડૉક્ટરને કાને ત્રુટક-ત્રુટક વાતો પડી અને તેઓ ઊભા થઈને પહોંચ્યા સીધા પોલીસ સ્ટેશન.

પોલીસ સાચા દિલથી ખરા અર્થમાં સક્રિય થાય તો કોઈ અપરાધ ઉકેલી ન શકાય એવું નથી. માત્ર છ અઠવાડિયાંની તપાસમાં ડેથ-ડાન્સના રિયાલિટી શો પર કાયમ માટે પડદો પડી ગયો. ૧૯૮૯ની સાતમી એપ્રિલે શેતાનની ચારેય દાદીમાની ધરપકડ થઈ. દરેક દેશ અને સમાજની જેમ ઓસ્ટ્રિયામાં હાહાકાર મચી ગયો. મૃતકોનો આંક ૩૦૦ સુધી મુકાવા માંડ્યો. સરકારની માલિકીની હૉસ્પિટલમાં આવું અધમ કૃત્ય થઈ જ કેવી રીતે શકે?

સરકારી આરોગ્ય કેન્દ્રોની વિશ્વસનીયતા પર પ્રશ્નાર્થ મુકાવા માંડ્યા. ૧૯૮૩થી ૧૯૮૯ વચ્ચે હૉસ્પિટલમાં મરનારાઓના મૃતદેહ બહાર કાઢવાની વાતો થઈ. હૉસ્પિટલના વહીવટીતંત્રની સાથે પોલીસને માથે છાણાં થપાયાં કે માછલાં ધોવાયાં. નર્સો સામેનો ગુસ્સો આસમાને પહોંચ્યો. ટેલિવિઝન પ્રોગ્રામમાં એક નર્સે કબૂલ કર્યું કે લોકો મારા મોઢા પર થૂંક્યા. નર્સોની સંખ્યા, અછત, પગાર, ભથ્થાં અને સવલતોની ચર્ચાબાજી ચાલી.

પરંતુ મૃતકોના પરિવારને આ બધા બકવાસમાં શા માટે રસ પડે? પોલીસ સામે વોલ્ટ્રુડ વાગનેર પોપટની જેમ બોલવા માંડી : 'યસ, જે લોકો મારા માથાની નસ ખેંચતા હતા તેમને સીધા જ 'ફ્રી બેડ વિથ ગુડ લૉર્ડ' પાસે રવાના કરી દીધા. જોકે આ કામ કાયમ સહેલું નહોતું. અલબત્ત, દર્દીઓ પ્રતિકાર કરતા, પણ અમે શક્તિશાળી હતાં. અમે જ નક્કી કરતાં કે કયા બુઢ્ઢા કે બુઢિયાએ જીવવું કે મરવું. આ લોકોના મરવાનો સમય ક્યારનોય પાકી ચૂક્યો હતો. તેમને જિવાડવા-મારવાની સત્તા મારા હાથમાં હતી.'

નિર્દોષોનાં મોતની સજા આપવાની મજા માણનારી સહેલીઓ હવે પોતાની

જાતને બચાવવામાં ગળાડૂબ થઈ ગઈ. તેમણે દોષનો ટોપલો પૂરેપૂરો વાગનેર પર ઢોળી દીધો. આઈરીન એડોલ્ફે વટાણા વેરી નાખ્યા કે છેલ્લાં બે જ વર્ષમાં વાગનેરે સો દર્દીનું કામ તમામ કરી નાખ્યું હતું. આ સાથે જ વાગનેરની અંદરના પોપટના રામ રમી ગયા અને જીભ બોલતી બંધ થઈ ગઈ.

લાંબી વાતને ટૂંકાવીએ. ચારેએ મળીને માત્ર ૪૯ હત્યાની કબૂલાત કરી, જેમાંથી વાગનેરે ૩૯ હત્યા સ્વીકારી, પરંતુ ખટલો ચાલતો ગયો અને વાગનેરે માત્ર દસનાં મોતની જવાબદારી સ્વીકારી અને એના માટે કારણ આપ્યું, 'મેં તો દર્દીઓની પીડાનો અંત લાવવા આવું પગલું ભર્યું હતું.' પરંતુ જજ, જ્યુરી કે જનતાને વાગનેરનું બચાવનામું બોદું લાગ્યું. અંતે વાગનેરને નવ હત્યા, ૧૭ હત્યાના પ્રયાસ અને બે હુમલા બદલ જન્મટીપની સજા થઈ. પાંચ હત્યાના ગુના સબબ લીડોલ્ફને પણ જન્મટીપ મળી. જ્યારે અન્ય માનવ-વધ અને હત્યાના પ્રયાસ માટે ૧૫ વર્ષની સજા ફટકરાઈ.

ઑસ્ટ્રિયાના ઇતિહાસના આ સૌથી કમકમાટીભર્યા અપરાધના ખટલા વખતે એક વાત ઘણાને ખટકી કે કાયદામાં મૃત્યુદંડની જોગવાઈ નથી અને વધુમાં વધુ માત્ર ૧૫ વર્ષની જ કેદની સજા શક્ય છે. છેવટે ૧૯ વર્ષની જેલ બાદ ૨૦૦૮માં વોલ્ટ્રુડ વાગનેર (૪૯) અને આઈરીન લીડોલ્ફ (૪૬)ને સારા વર્તન બદલ જેલમાંથી છોડી મુકાઈ ત્યારે ઘણો ઊહાપોહ મચી ગયો. આ છુટકારો શરતી હતો, પણ આ બંનેને નવી ઓળખ અપાઈ હતી કે નહીં એ અંગે જણાવવાનો સરકારે ઇન્કાર કરી દીધો. આ અગાઉ મારિયા ગ્રુબેર અને સ્ટીફાનીજી મેયરને તો નવી ઓળખનાં પ્રમાણપત્રો સાથે છોડી મૂકવામાં આવી હતી.

છેલ્લે... આ કેસમાં વાસ્તવિકતા અને કળાની સેળભેળની રસપ્રદ વાત. જાણીતી નવલકથા 'કોમા' પરથી પ્રભાવિત થઈને ડૉ. માઇકલ સ્ટીફન પાલ્મરે પોતાની પહેલી નવલકથા ૧૯૮૨માં લખી, 'ધ સિસ્ટર હૂડ.' આ મેડિકલ થ્રિલરમાં એક હૉસ્પિટલની કેટલીક નર્સો દર્દીઓની પીડાથી અત્યંત વ્યથિત થઈને તેમને છુટકારો અપાવવા એક થાય છે અને દયાના ધોરણે દર્દીઓનું જીવન ટુંકાવી નાખે છે, પરંતુ કેટલીક 'દયાની દેવી' વીફરે છે અને વાત હાથ બહાર નીકળી જાય છે. આ અમેરિકાના એક લેખકની કલ્પના હતી, જે મહદ્અંશે ૧૯૮૩માં ઓસ્ટ્રિયાના વિયેનામાં મૂર્તિમંત થવા માંડી!

❖

૧૧

ગાઓ ચેંગયોંગ

એકદમ નગણ્ય અપરાધ બદલ સાવ ફુટકળિયો ગુનેગાર પકડાય. નિયમ મુજબ એની પૂછપરછ થાય. રેકોર્ડ પૂરતાં ફિંગરપ્રિન્ટ લેવાય અને ડીએનએ ટેસ્ટ થાય. આ બધું રાબેતા મુજબ કમ્પ્યૂટરમાં ફિડ કરીને સેવ થાય, ત્યાં સ્ક્રીન પર કંઈ એવું દેખાયું કે સંબંધિત પોલીસ અધિકારી માની ન શક્યો. આંખ ચોળી જોઈ, શરીરને ઝાટકો મારીને ખુરસી પર એકદમ ટ્ટાર બેસી ગયો. ખરેખર આવું બની શકે ખરું? એક સવાલ વિચારતાં વિચારતાં આશ્ચર્ય સાથે એ ઊભો થઈ ગયો.

લગભગ ત્રીસ વર્ષ જૂનો એક ભયંકર ક્રાઇમ કેસ ઉકેલવામાં હતો. અનાયાસે કદી હાથ લાગી જતો હિપોપોટેમસ કે ડાયનાસોર પિંજરામાં આવી ગયા જેવો ઘાટ થયો હતો.

વાત ચીનની છે, વાયવ્યમાં આવેલા ગાન્સુ પ્રાંતની. પરચૂરણ ગુના બદલ પકડાયેલા ઇસમના ડીએનએ એકદમ ભયંકર અપરાધી સાથે મળતાં આવતા હતા, જે પોલીસને ત્રણ-ત્રણ દાયકાથી હાથતાળી આપતો હતો.

પકડાયેલા ગુનેગારના ડીએનએ ટેસ્ટના રિઝલ્ટ એક બહુ ખતરનાક હત્યારા સાથે મળતા આવતા હતા, પરંતુ પોલીસના તાબામાં આવેલા ગુનેગારે એકદમ અજાણતાં જ ખૂબ મોટા અપરાધી સુધી પહોંચવામાં પોલીસની ઘણી મદદ કરી હતી. આ સાથે જ દુનિયાભરનાં અખબારોમાં સમાચાર ચમક્યા કે અંતે ૩૦ વર્ષ બાદ ચીનનો જેક જ રિપર પોલીસના હાથમાં.

ચીનનો આ 'જેક ધ રિપર' એટલે ગાઓ ચેંગયોંગ. ઉંમર વર્ષ બાવન. કરિયાણાનો વેપારી. ગાન્સુના બેઈયીનમાં પત્ની અને બે દીકરા સાથે રહે.

ગાઓ ચેંગયોંગને શા કારણસર પકડવામાં આવ્યો અને તેણે શું કર્યું હતું એ બધી વાતો ચીનની સત્તાવાર અર્થાત્ સરકારી સમાચાર સંસ્થાએ પોલીસ સૂત્રોને હવાલેથી ટાંકેલી છે. ગાન્સુ અને નજીકના અંતરિયાળ મોંગોલિયામાં વર્ષ ૧૯૮૮થી ૨૦૦૨ વચ્ચે મહિલાઓનાં ખૂન થયાં હતાં. આ ખૂન પણ એક-બે નહીં, પૂરેપૂરાં અગિયાર! આમાંથી મોટા ભાગની મહિલાઓ એકદમ યુવાન હતી.

આ યુવતીઓની હત્યા લૂંટફાટ માટે નહોતી થઈ. છેડછાડનો મામલોય નહોતો. બધામાં સમાન મોડસ ઓપરેન્ડી હતી. ઊડીને આંખે વળગે એવી શેતાનિયત હતી, પાગલપણું હતું.

બધી યુવતીઓ એકદમ યુવાન. મોટા ભાગની લાલ વસ્ત્રોમાં હતી. આ બધાનો પીછો કરાયો હતો. એના ઘરે જઈને બળાત્કાર કરાયો હતો અને પછી મારી નખાઈ હતી. એમનાં ગળાં કાપી નખાયાં હતાં, શરીરનાં અંગોની ચીરફાડ કરાઈ હતી. મોટા ભાગના કેસમાં ગુપ્તાંગ પર કમકમાં ઉપજાવે એવા અને એટલા બધા ઘા કરાયા હતા. ઘણાનાં તો ગુપ્તાંગ જ કાઢી નંખાયાં હતાં. જાણે સ્ત્રીજાતિ પર વેર વાળવાનું હોય અને એમાં લાલ રંગનું કોઈ વિશેષ મહત્ત્વ હોય. એ જંગલીએ જે મહિલાઓને પોતાની વિકૃતિ અને વાસનાનો ભોગ બનાવી એમાં સૌથી નાની છોકરીની ઉંમર માત્ર આઠ વર્ષની હતી!

ગાઓ ચેંગયોંગે આ બધી હત્યાઓ કબૂલી લીધી હોવાનો પોલીસે દાવો કર્યો હતો. અગાઉ પકડાયેલી વ્યક્તિ ગાઓ ચેંગયોંગનો કાકો હતો. કાકાના ડીએનએ વર્ષોથી લાપતા સિરિયલ કિલર સાથે મેચ થતા હતા, પણ પોલીસના રેકોર્ડમાં ભાગેડુનાં નામ, સરનામાં કે કોઈ વિગત ઉપલબ્ધ નહોતાં. એવું કેવી રીતે થયું હશે?

પોલીસે આ રહસ્ય પરથી પડદો ઊંચક્યો કે ગાઓ ચેંયયોંગે ૧૪ વર્ષના ગાળામાં ૧૧ મહિલા અને છોકરીની ઘાતકી હત્યા ગાન્સુ અને મેંગોલિયામાં કરી હતી, પરંતુ સરકારી દસ્તાવેજોમાં એ બેઈયીનનો રહેવાસી હોવાની નોંધ જ નહોતી. એટલે પોલીસને આ આરોપીના ફિંગરપ્રિન્ટ, ફૂટ-પ્રિન્ટ, ડીએનએના સેમ્પલ અને વીર્યના નમૂના મળ્યા હતા, પણ એને મળતો આવતો કોઈ રહેવાસી પોલીસનું કમ્પ્યૂટર બતાવતું જ નહોતું. પોલીસને અંધારામાં અને પોતાનાથી દૂર રાખવા માટે ગાઓ અફલાતૂન ચાલ ચાલ્યો હતો. એક તો તે બેઈયીનમાં નોંધાયેલો નાગરિક નહોતો. અધૂરામાં પૂરું, ૨૦૦૨ પછી હત્યાઓ બંધ થઈ ગઈ હતી. જો કાકો ન પકડાયો હોત તો આ ભયંકર અપરાધી જાણે હજી કેટલો બધો સમય છૂટો ફરતો હોત.

ગાઓ ચેંગયોંગે પહેલો શિકાર કર્યો ૧૯૮૮ના મે મહિનામાં. ૨૩ વર્ષની યુવતી બેઈયીન સ્થિત ઘરમાં મૃત અવસ્થામાં મળી આવી હતી. તેના શરીર પર પૂરા ૨૬ ઘા ઝીંકાયા હતા. બીજા બધા ખૂનમાં પણ લગભગ આવી જ ઊડીને આંખે વળગતી પદ્ધતિ. મોટેભાગે એકલી રહેતી હોય, યુવાન હોય અને લાલ રંગનાં વસ્ત્રો પહેરતી હોય એવી મહિલાને શિકાર બનાવે. વધુ રસપ્રદ

અને મહત્ત્વની બાબત એ છે કે ગાઓ કાયમ આ ભૂંડા કામ ધોળા દિવસે જ કરતો હતો.

એક પછી એક હત્યા અને એ પણ આવી કમકમાટીભરી રીતે થવાથી બેઈયીનની મહિલાઓ પૂરા બે દાયકા સુધી ફફડાટમાં જીવતી હતી. એક કે બાદ એક હત્યાઓ થતી રહી, એની તપાસ ચાલતી રહી પણ પરિણામ શૂન્ય. અચાનક પોલીસતંત્રમાં કોઈના દિમાગમાં ટ્યૂબલાઇટ થઈ કે આ તો એકદમ સરખી હત્યાઓ છે એટલે ખૂની એક જ માણસ કે ગૅંગ હશે. છેક ૨૦૦૪ના ડિસેમ્બરમાં પોલીસને બધી હત્યાને જોડતી કડી દેખાઈ. આ સાથે જ ગુનેગારની ધરપકડ ભણી દોરી જાય એવી માહિતી કે કડી પૂરી પાડનારાને બે લાખ યુઆનનું ઇનામ આપવાની જાહેરાત પોલીસે કરી દીધી હતી. આટઆટલી હત્યાઓ, એની તપાસ અને પૂછપરછ બાદ પોલીસે ૨૦૦૪માં અંદાજ લગાવ્યો હતો કે હત્યારો ૩૩ વર્ષથી ૪૦ વર્ષની વચ્ચેનો હોવો જોઈએ. આ સાથે પોલીસે સ્પષ્ટપણે જાહેર કર્યું હતું કે હત્યારો મહિલાઓને ભારોભાર નફરત કરતો હોવો જોઈએ.

બેઈયીન પોલીસે ગાઓ ચેંગયોગની ધરપકડ કરી. પછી ડીએનએ એક્સપર્ટે જાહેરાત કરી હતી કે એક મામૂલી ગુના સબબ પકડાયેલા આરોપીના ડીએનએ ટેસ્ટ કર્યા બાદ ખબર પડી કે પોલીસ ૨૮ વર્ષથી જે આરોપીને શોધી રહી હતી તેની સાથે આ નમૂના મેચ થતા હતા. અમારાથી બચતા ફરતા હત્યારાના કાકાના ડીએનએથી અમને ઓચિંતી સફળતા મળી હતી.

પોલીસ, પાડોશીઓ અને પરિવારના જણાવ્યા મુજબ ગાઓ ખૂબ શાંત અને એકાકી માણસ છે. એ લોકો સાથે ઝાઝો હળતોમળતો નથી. એ જાતીય વિકૃતિ ધરાવતો અને મહિલાઓને નાપસંદ કરતો હોવો જોઈએ.

ઓળખીતાઓના મત મુજબ ગાઓ એકદમ શાંત, લાગણીહીન પણ વડીલોનો આદર કરનારો માણસ છે. એ પોતાના મોટા દીકરાને વર્ષે એકવાર તહેવારમાં મળતો હતો, પણ એ સમજી શકતો નથી કે પપ્પાએ આવું શું કામ કર્યું હશે? નાના દીકરાએ સ્પષ્ટ શબ્દોમાં કહ્યું કે, 'મારા પપ્પાને યુવાનીમાં ખૂબ કડવા અનુભવો થયા હતા. નાનપણમાં એના કુટુંબ સાથેના લાગણીભર્યા સંબંધ રહ્યા નહોતા, પણ એ ધાર્મિક વૃત્તિનો હતો. રાજકીય કારણોસર પાઇલટ બનવાનું સપનું સાકાર ન થવાથી એ ખૂબ જ વ્યથિત અને દુ:ખી થઈ ગયો હતો.'

જોકે હજી ઘણા પ્રશ્નો અનુત્તર છે. ગાઓ ચેંગયોંગ ખૂન ચોક્કસ કયા કારણોસર કરતો હતો? ૨૦૦૨ બાદ એકદમ હત્યાઓ કેમ બંધ થઈ ગઈ? ગાઓ ચેંગયોંગ ખરેખર ખૂની છે કે પછી ન્યાયની કસુવાવડ માટે જાણીતા

ચીનમાં એને બલિનો બકરો બનાવાયો છે? ત્યાં પોલીસના દમનથી અનેકે ન કરેલા અપરાધો કબૂલી લીધાના થોકબંધ કિસ્સા બહાર આવતા રહે છે.

ચીનની પોલાદી દીવાલો કુદાવીને વધુ સત્ય બહાર આવે એની દુનિયાને પ્રતીક્ષા રહેવાની.

❖

૧૨

સાઈકો શંકર

સિરિયલ કિલર, સિરિયલ રેપિસ્ટ અને સિરિયલ ભાગેડુ કેદી. આ બધાં વિશેષણ મેળવનારો માણસ એટલે, એમ. જયશંકર. એનાં કુકર્મોને લીધે મીડિયામાં એ ઓળખાતો 'સાઇકો શંકર' તરીકે.

ગુનાખોરીમાં ગળાડૂબ ૩૬ વર્ષનો જયશંકર બળાત્કાર અને હત્યા કરવા જેટલો જ બદનામ છે પોલીસને હાથતાળી આપીને જેલમાંથી રફુચક્કર થઈ જવામાં. એના માથે દોઢ ડઝન રેપ, સવા ડઝન મર્ડરના આરોપ છે. જેલ તોડીને ભાગવાના આરોપો છોગામાં.

દખ્ખણને માથે લેનારા જયશંકરનું નામ કર્ણાટક, તમિલનાડુ અને આંધપ્રદેશનાં અનેક પોલીસ-સ્ટેશનોના ચોપડે ચડેલું છે. ૨૦૧૩ની ૩૦મી ઑગસ્ટે એ બેંગ્લોરની સૌથી વધુ સલામતી-વ્યવસ્થા ધરાવતી બેંગલોર સેન્ટ્રલ જેલમાંથી જે રીતે ભાગી છૂટ્યો એને લીધે જોરદાર હોબાળો મચી ગયો.

એ 'ગ્રેટ એસ્કેપ' જરા વિગતે જાણીએ. એક બળાત્કારના મામલામાં જયશંકરને બેંગલોરથી ૮૦ કિલોમીટર દૂર આવેલા તુમકુરની કોર્ટમાં લઈ જવાયો હતો. કોર્ટથી પાછા ફરતી વખતે તેણે તબિયત અસ્વસ્થ હોવાની ફરિયાદ કરી અને તેને જેલમાં આવેલી હૉસ્પિટલમાં ખસેડાયો હતો.

કોઈ પણ દિલધડક ડ્રામા કે સ્ટંટ ફિલ્મને શરમાવે એવી એક પછી એક ઘટનાઓની જાણે શરૂઆત થવાની હતી. કોર્ટમાં લઈ જવા માટે મહાબદનામ કેદીને જેલની બહાર કાઢવો, પાછા ફરતી વખતે તબિયત બગડવી અને હૉસ્પિટલમાં દાખલ કરવો.

પહેલી નજરે કોઈને કંઈ શંકાસ્પદ ન લાગ્યું, પરંતુ રાતે અચાનક જેલ સંકુલની વીજળી ગાયબ થઈ ગઈ. આ અંધારા અને અંધાધૂંધીનો લાભ લઈને જયશંકરે ગજબનો સ્ટંટ કરી નાખ્યો. ૧૫-૧૫ ફૂટની જેલની અંદરની બે દીવાલો એ કૂદી ગયો અને પછી ૩૦ ફૂટ ઊંચી બહારની મેઈન વૉલ સુધ્ધાં પાછળ છોડી ગયો. આ બહારની દીવાલ વીજળીના કરન્ટથી સજ્જ હોય છે.

એ ભાગ્યો ત્યારે જ વીજળી ગુલ થઈ હતી. એમાંય જેલના ૨૨માંથી માત્ર પાંચ સીસીટીવી કાર્યરત હતાં.

વીસ-વીસ ખટલાનો સામનો કરતા અને દસ વર્ષની સજા ભોગવતા આવા નામચીન ગુનેગારનું ગાયબ થવું સાવ ઓચિંતું કે આકસ્મિક નહોતું. એ ૨૦૧૧થી આ જેલમાં હતો. અંદરની મદદ વગર આ પરાક્રમ કરવું શક્ય જ નહોતું. આ અત્યંત હાઈસિક્યોરિટી જેલમાંથી કોઈ કેદીના ભાગવાનો આ પહેલો બનાવ હતો. જેલની ૨૧૦૦ કેદીને સમાવવાની પ્રવર્તમાન ક્ષમતા સામે એમાં ચાર હજારથી વધુને ઠાંસી દેવાયા હતા. આમાંથી ૧૨૫૦ પાકા ગુનેગાર સાબિત થયેલા કેદી હતા. તો ૨૭૫૦ જેટલા કાચા કામના કેદી. આ બધાને સાચવવા માટે જેલનો સ્ટાફ માત્ર ૨૫૦ માણસોનો.

આ ભાગેડુ, એનાં લાંબા ઘૃણાસ્પદ કાર્યો અને સનસનાટીભર્યા જેલ-બ્રેકને લીધે ઉગ્ર પ્રત્યાઘાત પડવા સ્વાભાવિક ગણાય. 'ઘોડો ભાગી ગયા બાદ તબેલાને તાળાં મારવા'ની કહેવતને સાર્થક કરતા હોય એમ એક સહાયક સુપરિન્ટેન્ડેન્ટ, બે જેલર તથા એક ચીફ વૉર્ડન સહિત કુલ ૧૧ જેલ અધિકારીઓને ફરજ પ્રત્યે બેદરકારી બદલ સસ્પેન્ડ કરાયા અને...? એ કોણ બોલ્યું કે તપાસ કરવાનો આદેશ અપાયો? અફકોર્સ, એવું જ થયું.

એક ભયંકર નામચીન કેદી રાજ્યની સૌથી વધુ સલામતીવાળી જેલમાંથી ફરાર થઈ ગયો. એમાંય અગાઉ જેનો જેલફોડીનો રેકોર્ડ હોય છતાં આવી ભયંકર ઢીલ, અક્ષમ્ય બેદરકારી કે રોકડાની સોદાબાજી? જેટલાં મોઢાં એટલી વાત. ત્યાં સુધીની શક્યતા વ્યક્ત થઈ કે દીવાલ સુધી પહોંચતાં પૂર્વે ઓળખ છુપાવવા માટે જયશંકર પોલીસના ગણવેશમાં જ ભાગ્યો હતો.

શનિવારની રાતે જયશંકર ભાગ્યો એ સાથે જ પોલીસની ઊંઘ હરામ. ચોમેરથી ટીકા અને ચાબખાને લીધે જયશંકરની માહિતી માટે જાહેર કરાયું રૂા. ૫ લાખનું ઇનામ. ત્રણેય રાજ્યમાં પોલીસના નેટવર્કને ઝણઝણતાં કરી દેવા માટે લુક-આઉટ નોટિસ બહાર પડાઈ.

આ સાથે જ એની લાઇફ-સ્ટોરી ફરી ચર્ચાવા માંડી. તામિલનાડુના સાલેમ જિલ્લાના કન્યાપટ્ટનમ કોનાસમુદ્રા ગામનો રહેવાસી જયશંકર વ્યવસાયે ટ્રક ડ્રાઇવર. પરણેલો ખરો અને ત્રણ દીકરીનો પિતા. કદાચ ટ્રક ડ્રાઇવિંગને લીધે જ તેણે કાળાં કામોની શરૂઆત કરી. એકાકી મહિલાઓ અને એમાંય હાઈવે પરની વેશ્યાઓને શિકાર બનાવીને તામિલનાડુના જ સાલેમ, ધરમપુરી, તિરપુર, ઈરોડ અને નામાક્કલમં એક પછી એક બળાત્કાર અને હત્યાઓને લીધે એ નામચીન વૉન્ટેડ બન્યો.

માત્ર તામિલનાડુમાં જ એને નામે કુલ ૧૧ રેપ અને ત્રણ મર્ડર કેસ નોંધાયા. અંતે ૨૦૦૯ની ૧૯મી ઑક્ટોબરે મહિલા કૉન્સ્ટેબલના બળાત્કાર-હત્યા કેસમાં ધરપકડ થઈ અને એને ધકેલી દેવાયો કોઈમ્બતૂર સેન્ટ્રલ જેલ ભેગો. પરંતુ ૨૦૧૧મી માર્ચે કોર્ટમાંથી સુનાવણી પતાવીને પાછા લાવતી વખતે એ ભાગી છૂટ્યો. આ ઘટનાની નાલેશીથી હતાશ થઈને એને સાચવવાની ફરજ બજાવનારા અર્થાત્ 'વળાવિયા' કૉન્સ્ટેબલે બે દિવસ બાદ આપઘાત કરી લીધો હતો.

અંતે ૨૦૧૧ના જ મે મહિનામાં કર્ણાટકના બીજાપુર જિલ્લામાંથી કર્ણાટક પોલીસના હાથે જયશંકર ફરી પકડાઈ ગયો. એ સમયે ત્રણેય રાજ્યની પોલીસે એના માથા પર જાહેર કર્યું હતું કુલ દસ લાખ રૂપિયાનું ઇનામ. એ ભાગી છૂટ્યો ત્યારે સત્તાવારપણે માનસિક રોગી જાહેર કરાયો હતો અને એને સારવારની ભલામણ સુધ્ધાં કરાઈ હતી!

ભારે જહેમત બાદ શુક્રવાર, તારીખ છઠ્ઠી સપ્ટેમ્બર, ૨૦૧૩ના રોજ બેંગલોરના કુડલીગેટથી જયશંકરની ધરપકડ થઈ ત્યારે ખુદ શહેરના પોલીસ કમિશનર રાઘવેન્દ્ર ઉરાડકરે પત્રકાર-પરિષદ બોલાવીને જાહેરાત કરી. જયશંકરના પહેલીએ પલાયન થવાથી છઠ્ઠીએ પકડાવા વચ્ચે ઘણી ચર્ચા થતી રહી.

જયશંકરને ભાગવામાં જેલની અંદરથી મદદ મળી હતી? એની પાસે હૉસ્પિટલની ડુપ્લિકેટ ચાવી હતી? એ પોલીસનો યુનિફૉર્મ પહેરીને ભાગ્યો હતો? દીવાલ કૂદતી વખતે એ ઘાયલ થયો હતો? શું તોતિંગ દીવાલ કૂદવા માટે તેણે બાંબુ અને ચાદરનો ઉપયોગ કર્યો હતો? આ ફિલ્મી સ્ટંટ સાથે અનેક મોટા પ્રશ્નો ઉપસ્થિત થાય છે કે કર્ણાટક રાજ્યની સૌથી વધુ સલામતી ધરાવતી જેલમાં આવા અને આટલા બધા ધાંધિયા? આ 'એસ્કેપ ફ્રોમ જેલ' વ્યવસ્થિત આયોજન સાથેનો મામલો છે. લાઇટનું ગુલ થવું, ચાદર-બાંબુ, પોલીસ યુનિફૉર્મ અને... આ બધી 'સગવડ' એક નામચીન ભયંકર કેદીને આપવાની 'દયા' બતાવી કોણે? કે કેટલાઓએ? અને કેટલા રૂપિયા લઈને?

૨૦૧૮ની ૨૫મી ફેબ્રુઆરીએ જયશંકરે ભાગવાનો ફરી પ્રયાસ કર્યો. આ નિષ્ફળતા બાદ એણે અંડા સેલમાં એકલો રખાયો, પરંતુ ૨૭મી તારીખે દાઢી કરવાની બ્લેડથી ગળું કાપીને આપઘાત કરી લીધો. આ બ્લેડ ક્યાંથી આવી?

❖

૧૩

હેરોલ્ડ ફ્રેડરીક શીપમૅન

નામ હેરોલ્ડ ફ્રેડરીક શીપમૅન. હુલામણું નામ ફ્રેડ. ૧૪ જાન્યુઆરી, ૧૯૪૬ના રોજ ઇંગ્લૅન્ડના નોટિંગહામ પરગણામાં જન્મેલા આ માણસનો વ્યવસાય બીમાર-લાચાર-વૃદ્ધોને રાહત-જીવતદાન આપવાનો, પરંતુ શોખ-ગાંડપણ દર્દીઓની ઠંડે કલેજે ક્રૂરતાથી હત્યા કરવાનો. આ ડૉક્ટરસા'બની તાકાતનો પરચો એ વરવી હકીકત પરથી મળે છે કે તે છે સૌથી વધુ માણસોનો જીવ લેનારો વિક્રમી સિરિયલ કિલર યમદૂત.

આ માણસના કેસના અભ્યાસ પરથી જાણ થાય છે કે બાળકને ખોટા માર્ગે વાળવામાં વાલીનો કેટલો મોટો હાથ હોય છે. મધ્યમ વર્ગીય પરિવારમાં વચલા ક્રમનું સંતાન ફ્રેડ, માતાને વધુ પડતો વહાલો. એકદમ પ્રભાવશાળી અને સૌની પર છવાઈ જવાની વૃત્તિવાળી આ મહિલા વેરાએ બાળપણથી જ ભૂલકા ફ્રેડમાં ગુરુતાગ્રંથિ-સુપિરિઆરિટી કૉમ્પ્લેક્સની લાગણી ઠાંસીઠાંસીને એવી ભરી કે આગળ જતાં કોઈ સાથેના સંબંધ એ ટકાવી ન શક્યો. સરવાળે ગણતરીના જૂજ મિત્રો જ રહ્યા અને એકાકી જીવનના અભિશાપનો શિકાર બનતો ગયો. આ એકાકીપણા વચ્ચે સૌથી વહાલી વ્યક્તિ એવી માતાને જીવલેણ કૅન્સર થતાં તે સ્વેચ્છાએ જ નહીં, પણ સાચા દિલથી સેવામાં લાગી ગયો. વેરાની તબિયત કથળતી ગઈ, ત્યારે તેની પીડા ઘટાડવામાં મોર્ફિનના ડોઝે ભજવેલી કામગીરીથી એ એકદમ અભિભૂત થઈ ગયો. ૧૯૬૩ની ૨૧મી જૂને વેરા તો જતી રહી, પણ પાછળ બે વસ્તુ મૂકી ગઈ : માતાના મૃત્યુથી અત્યંત વ્યથિત ફ્રેડના મનમાં ડૉક્ટર બનવાની ઇચ્છા અને મોર્ફિનની તાકાત.

બે વર્ષ બાદ હેરોલ્ડ શીપમૅન લીડ્સ યુનિવર્સિટી મેડિકલ સ્કૂલમાં એડ્મિશન લઈ શક્યો, કારણ કે પહેલી વખત પ્રવેશ-પરીક્ષામાં નાપાસ થયો હતો. પછી તેણે હૉસ્પિટલમાં ઇન્ટર્નશિપ શરૂ કરી.

આ આવતી કાલના એકાકી ડૉક્ટરને મળી એક છોકરી પ્રીમરોઝ. ટૂંક સમયમાં બંનેએ લગ્ન કર્યાં ત્યારે હેરોલ્ડ હતો ૧૯ વર્ષનો. પત્ની પ્રીમરોઝ હતી ૧૭ વર્ષની. તેના પેટમાં હતો પાંચ માસનો ગર્ભ. સમયને જતા ક્યાં વાર

લાગે છે? ૧૯૬૭માં તો તે બની ગયો બે બાળકનો પિતા અને યોર્કશાયરના ટોડમોર્ડનનો પ્રેક્ટિસિંગ ડૉક્ટર.

શીપમૅન ફૅમિલી ડૉક્ટર તરીકે જમાવટ કરવા માંડ્યો. આ સાથે (અપ) લખણ જોર કરવા લાગ્યાં. ધીરે-ધીરે એ પેઇનકિલર પેથીડાઇનનો બંધાણી બની ગયો. નશાની લતમાં આ દવા મોટા પ્રમાણમાં મેળવવા માટે તે બનાવટી પ્રિસ્ક્રિપ્શન બનાવવા માંડ્યો, પરંતુ ૧૯૭૫માં તબીબી સાથીઓએ પકડી પાડતા તેને વ્યવસાય છોડવો પડ્યો. તપાસ પૂરી થવા સાથે બનાવટનો આરોપ સાબિત થયો, દંડ કરાયો અને નશામુક્તિ માટે ડ્રગ રિહેબ પ્રોગ્રામમાં જવું પડ્યું.

પરંતુ માનવ-સ્મૃતિ ખૂબ નબળી હોય છે. સમય વીતવા સાથે બધું ભુલાઈ ગયું. થોડાં વર્ષ બાદ હાઈડના ડોનીબ્રુક મેડિકલ સેન્ટરમાં શીપમૅનને ફરી નોકરી મળી ગઈ. આ નવા દાવમાં અત્યંત ખંતીલા ડૉક્ટર તરીકે શીપમૅને દર્દીઓ અને સાથીઓનો વિશ્વાસ જીતી લીધો. આ મુખવટા પાછળ તે પોતાના હાથ નીચેના જુનિયરો સાથે અત્યંત અભિમાન અને ઉદ્ધતાઈથી વર્તતો હતો.

આ સેન્ટરમાં ડૉ. શીપમૅને લગભગ બે દાયકા નોકરી કરી. આ નોકરીની સાથે સાથે કે પડછે તે જે કંઈ કરતો હતો તેના તરફ કોઈનું ધ્યાન ભાગ્યે જ ગયું, પરંતુ કોઈ પાપ ક્યાં સુધી છાનું રહી શકે? એક સ્થાનિક સાથીના ધ્યાનમાં આવ્યું કે ડૉ. શીપમૅનના દર્દીઓમાં મૃત્યુનું પ્રમાણ અકારણ વધુ પ્રમાણમાં છે. એટલું જ નહીં, મોટા ભાગના દર્દીઓ અંતિમ પળે લગભગ સમાન સ્થિતિ કે પોઝમાં કેમ?! બધાએ પૂરેપૂરાં કપડાં પહેર્યાં હોય, બેઠા હોય કે સેટ્ટી પર અઢેલીને કે માથું ટેકવીને બેઠા હોય. આ માણસે સીધી ડૉ. શીપમૅન સાથે જ વાત કરી પણ ડૉક્ટરસાહેબે જરાય ફિકર ન કરવાની સલાહ આપી. આના થોડા સમય બાદ અન્ય સાથી ડૉ. સુસાન બુથને પણ આ બધી બાબતો અકળાવનારી લાગી અને તેમણે સ્થાનિક કોરોનર ઑફિસને સાવધ કરી દીધી.

આ સાથે જ છૂપી તપાસ શરૂ થઈ. જૂના રેકોર્ડના આધારે ડૉ. શીપમૅન બચી ગયા. આ તપાસ વધુ વ્યવસ્થિત-ઊંડાણપૂર્વકની હોત તો ડૉ. શીપમૅનના જૂના ગુના જરૂર ધ્યાનમાં આવ્યા હોત. સરવાળે આ માણસની પ્રેમાળ-દરકાર કરનારા ફૅમિલી ડૉક્ટરની ઇમેજ અખંડ અતૂટ રહી, જેના પર જોરદાર નિર્ણાયક હથોડો માર્યો એક ધનવાન વિધવાના મોતે.

ધનવાન વિધવા કેથલીન ગ્રુંડી ૮૧ વર્ષેય સક્રિય હતા. ૧૯૯૮ની ૨૪મી જૂને પોતાના ઘરમાં તેઓ મૃતઅવસ્થામાં મળી આવ્યાં, એના થોડા કલાકો પૂર્વે જ ડૉ. શીપમૅન વિઝિટ માટે આવ્યા હતા. દીકરી એન્જેલા વુજરૂફે સામેથી પૂછ્યું

છતાં ડૉ. શીપમૅને સલાહ આપી કે ઓટોપ્સીની જરૂર નથી. અંતે દીકરીની ઇચ્છા પ્રમાણે કેથલીન ગ્રુંડીની દફનવિધિ થઈ.

ડૉ. શીપમૅનના નસીબનો સ્ટોક પૂરો થવામાં હતો, કારણ કે વુડરૂફ વકીલ હતી અને કાયમ મમ્મીનું બધું કામકાજ સંભાળતી હતી. આથી વુડરૂફને આંચકો લાગ્યો કે માતાની બીજી વસિયત હતી, જેમાં મોટા ભાગની મિલકત-સંપત્તિ ડૉ. શીપમૅનના નામે કરાઈ હતી. વુડરૂફને ગળા સુધી ખાતરી હતી કે નવું વસિયતનામું ખોટું છે, બનાવટી છે. આ સાથે જ વુડરૂફના મનમાં શંકા મજબૂત થઈ ગઈ કે આ ડૉક્ટરે મારી માતાની હત્યા કરી છે અને પોતાના લાભ માટે બનાવટી વસિયત બનાવી છે. એ બાહોશ સ્ત્રીએ તરત પોલીસને જાણ કરી. ડિટેક્ટિવ સુપરિન્ટેન્ડેન્ટ બર્નાર્ડ પોસ્ટલ્સને પણ પુરાવાના નિરીક્ષણ બાદ લાગ્યું કે દાળમાં કંઈક કાળું છે જ.

હવે ઝડપભેર એક પછી એક ઘટનાઓ બનવા માંડી. કેથલીનનું શબ કબરમાંથી કાઢીને પોસ્ટમોર્ટમ માટે મોકલાયું, જેમાં ઘટસ્ફોટ થયો કે મૃત્યુનું કારણ મોર્ફિનનો ઓવરડોઝ હતો, જે મોતના ત્રણેક કલાક પહેલાં અપાયો હતો. આ સમય બરાબર ડૉ. શીપમૅનની વિઝિટનો હતો.

...અને ડૉ. શીપમૅનના ઘરે દરોડામાંથી એના મેડિકલ રેકોર્ડ, ઝવેરાતોનો વિચિત્ર લાગતો જથ્થો અને જૂનું ટાઇપરાઇટર મળ્યું. પોલીસે તરત શોધી કાઢ્યું કે આ જ ટાઇપરાઇટર પર કેથલીનનું બનાવટી વસિયતનામું બનાવાયું હતું. જપ્ત કરાયેલા રેકોર્ડ પરથી પોલીસને તરત સમજાઈ ગયું કે આ મામલો છે એકથી વધુ ખૂનનો. આથી કેસમાં સૌથી ઉપયોગી થઈ શકે એવા ખૂનને પ્રાથમિકતા અપાઈ, એમાંય પહેલાં તપાસ હાથ ધરાઈ ન હોય અને દફનાવાયેલા મૃતદેહોની અને જેઓ ડૉ. શીપમૅનની વિઝિટ બાદ કાયમ માટે પોઢી ગયા હતા.

તપાસમાં પોલીસને ચોંકાવનારી જાણકારી હાથ લાગી કે સાવ અજાણી કે નવી માંદગીસર દર્દીનું મૃત્યુ થયાનું સત્તાવારપણે જણાયું એવા મામલામાં પણ ડૉ. શીપમૅને કુટુંબીજનોને સમજાવી દીધા હતા કે ઓટોપ્સી કે વધુ તપાસની જરૂર નથી. તમતમારે દફનવિધિ પતાવી નાખો. જે કુટુંબીજનોએ સવાલ કે શંકા વ્યક્ત કરી તેમના હાથમાં ડૉ. શીપમૅને પોતે કરેલા મૃત્યુના કારણ સાથે બંધબેસતી કમ્પ્યુટરાઇઝડ તબીબી નોંધ પકડાવી દીધી હતી.

તપાસમાં એક પછી એક આંચકાજનક હકીકત પ્રગટ થવા માંડી. મોટા ભાગના કેસમાં દર્દીની હત્યા કર્યા બાદ ડૉ. શીપમૅન કમ્પ્યૂટર પરના જૂના રેકોર્ડમાં મૃતકના દર્દ સાથે બંધબેસતા બનાવટી મેડિકલ રિપોર્ટ ઉપજાવી કાઢતા હતા. ડૉ. શીપમૅન એક વાત ભૂલી ગયા કે મેડિકલ રિપોર્ટમાં થતા

દરેક ફેરફારની તારીખ અને સમયની નોંધ કમ્પ્યૂટરમાં આપોઆપ થઈ જતી હતી. આનાથી પોલીસને મજબૂત પુરાવો મળી ગયો કે એક મેડિકલ રેકોર્ડમાં કુલ કેટલી વખત ફેરફાર થયા હતા. આ આંકડો તેણે કરેલી હત્યા કે એથી ઓછો હોઈ શકે!

માતા માટે અનન્ય પ્રેમ, એના શિરપાવરૂપે મળેલી ગુરુતાગ્રંથિ અને મોર્ફિનની લતે એક તબીબને બનાવી દીધો વિશ્વનો સૌથી મોટો સિરિયલ કિલર. બ્રિટનના ડૉ. હેરોલ્ડ ફ્રેડરીક શીપમૅનની વાત હવે આગળ...

ડૉ. હેરોલ્ડ શીપમૅનનો પ્રેમાળ અને લોકપ્રિય ફૅમિલી ડૉક્ટરનો મુખવટો લાંબા અરસા બાદ મૂળ ચહેરા પરથી ઊખડી જાય એવા એક પછી એક બનાવ બનવા માંડ્યા હતા.

પોલીસે વ્યાપક તપાસ-પૂછપરછ સાથે કબરમાંથી લાશો બહાર કાઢવા અને એના પર ઓટોપ્સી હાથ ધરવા માંડી. છેવટે ડૉ. શીપમૅન સામે ૧૯૯૮ની સાતમી સપ્ટેમ્બરે હત્યાના ૧૫ આરોપ અને બનાવટનો એક આરોપ મુકાયો.

પછી ૧૯૯૯ની પાંચમી ઑક્ટોબરે પ્રેસ્ટન ક્રાઉન કોર્ટમાં આ સનસનાટીભર્યા મર્ડર કેસની સુનાવણીના શ્રી ગણેશ થયા. શરૂઆતમાં તો બચાવ પક્ષના વકીલે જોરદાર માગણી કરી કે ૧૪ ખૂન, કેથલીન મર્ડર કેસ, બનાવટી વસિયતનો કેસ તથા મોર્ફિનનો જથ્થો છેતરપિંડીથી મેળવવાનો કેસ અલગ અલગ ચલાવવામાં આવે. આની પાછળનો આશય સ્પષ્ટ હતો – વધુ ને વધુ સમય મેળવવાનો, પરંતુ અદાલતે આ માગણી ફગાવીને સોળેસોળ કેસ એકસાથે ચલાવવાનો આદેશ આપ્યો.

આ સાથે જ સરકારી વકીલે ભારપૂર્વક સાબિત કરવાનો પ્રયાસ કર્યો કે જીવન અને મૃત્યુ પર અંકુશ હોવાના પાશવી ઘમંડની મજા માણવા માટે ડૉ. શીપમૅને ૧૫ નિર્દોષ, બીમાર અને વૃદ્ધોની હત્યા કરી હતી. આ સાથે જ ડૉ. શીપમૅને કોઈ હત્યા દર્દીની હાલત પર દયા-રહેમ ખાઈને કર્યાની શક્યતાનો છેદ ઉડાડી દેવાતાં સાબિત કરાયું કે એક પણ પેશન્ટ ગંભીર કે જીવલેણ બીમારીથી પીડાતો નહોતો.

વિટનેસ બૉક્સમાં સૌપ્રથમ આવી એન્જેલા વુડરૂફ. કેથલીન ગ્રુંડીની આ વકીલ દીકરીની સ્પષ્ટ, વેધક અને લાગણીભરી વાતો તથા સચ્ચાઈ સુધી પહોંચવા લગી ઝઝૂમતા રહેવાના લડાયક નિર્ધારે અદાલતને અને જ્યૂરીને પ્રભાવિત કર્યા. આ સાક્ષીને ભીંસમાં લેવાના બચાવ પક્ષના કીમિયા સાવ નિષ્ફળ નીવડ્યા. બીજા સાક્ષી તરીકે આવ્યા સરકારી પેથોલૉજિસ્ટ. તેમણે અદાલત સમક્ષ પોસ્ટમોર્ટમોનાં ચોંકાવનારા તારણ રજૂ કર્યાં કે મોટા ભાગના

કેસમાં મૃત્યુનું કારણ મોર્ફિનનું ઝેર હતું. ત્યાર બાદ ફિંગરપ્રિન્ટ એક્સપર્ટે સાબિત કર્યું કે કેથલીન ગ્રુંડીએ ક્યારેય બીજા એટલે કે બનાવટી વસિયતને હાથ સુધ્ધાં લગાડ્યો નહોતો અને એના પર કરાયેલા હસ્તાક્ષરને નિષ્ણતોએ ખૂબ ખરાબ-વરવા ગણાવ્યા. કમ્પ્યૂટર નિષ્ણાતે અદાલતને સમજાવ્યું કે આ મૃતકમાં ક્યારેય નહોતાં એવાં લક્ષણ બતવવા માટે ડૉ. શીપમૅન કમ્પ્યૂટરમાં તૈયાર મેડિકલ રિપોર્ટમાં દર્દીની હત્યાના કલાકોમાં કેવી રીતે ચેડાં કરતા હતા, પરંતુ અન્ય મૃતકોના મામલા હાથ ધરાયા અને તેમના સંબંધીઓની જુબાની પરથી ડૉ. શીપમૅનની વર્તણૂક અને ખાસ તો ખૂની મોડસ ઓપરેન્ડી સ્પષ્ટ થવા માંડી.

આ માણસમાં કોઈ જાતની દયા-અનુકંપા નહોતી, દર્દીના નિકટજનોની ઇચ્છા-લાગણીની દરકાર નહોતી અને દર્દીઓને બચાવવાના પ્રયાસ માટે ભયંકર અચકાટ હતો. આમાં બહાર આવેલી રસપ્રદ છેતરપિંડીથી ડૉ. શીપમૅનના શેતાની દિમાગનો વધુ પરિચય મળે છે. તે દર્દીના સગાની હાજરીમાં ઇમર્જન્સી સર્વિસને બોલાવવા માટે ફોન કરે, પણ દર્દીનું મોત થયા બાદ ફોન કરીને ઇમર્જન્સી સર્વિસને આવવા માટે ના પાડી દે. પણ ટેલિફોન રેકોર્ડ્સે બોલતા પુરાવા આપ્યા કે ઇમર્જન્સી સર્વિસને બોલાવવા કે ન આવવાનું કહેવા માટે એકેય ફોન થયો જ નહોતો.

અંતે આવ્યો મોર્ફિનના ગેરકાયદે સંઘરાખોરીનો મામલો. દર્દીને જરૂર ન હોય છતાં મોર્ફિનનું પ્રિસ્ક્રિપ્શન આપવું, જરૂરથી વધુ દવા લખી આપવી અને હત્યા બાદ ખુદ દર્દીને ઘરે જઈને વધારાની દવા નિકાલ માટે ભેગી કરવાના પુરાવા રજૂ થયા.

સામે પક્ષે એક નિષ્ઠાવંત સેવાભાવી તબીબની ઇમેજ ઊભી કરીને પ્રભાવિત કરવાના પ્રયાસો કારગત ન નીવડ્યા. આની વચ્ચે ડૉક્ટરની ઉદ્ધતાઈ અને બદલાતી વાર્તાઓ જુઠ્ઠાણાની પરંપરાનો પર્દાફાશ કરતી ગઈ.

જજે આ કેસનું સવિસ્તર, વિગતપૂર્ણ સમાપન કર્યું અને જ્યુરી સમક્ષ મહત્ત્વનો મુદ્દો પણ રજૂ કર્યો કે ડૉ. શીપમૅને એકેય દર્દીની હત્યા કર્યાનું નિહાળનારો કોઈ સાક્ષી નથી, પરંતુ જુબાનીઓ અને પુરાવાઓથી સંપૂર્ણપણે સંતુષ્ટ જ્યુરીએ ૨૦૦૦ની ૩૧મી જાન્યુઆરીએ સર્વાનુમતે જાહેર કર્યું કે ૧૫ ખૂન અને એક બનાવટના મામલામાં ડૉ. શીપમૅન દોષી છે. આ સાથે જ જજે શીપમૅનને ૧૫ આજીવન કારાવાસ અને બનાવટ માટે ચાર વર્ષની સજા કરી. આ ચુકાદામાં એક બાબત સ્પષ્ટ કરાઈ કે ડૉ. શીપમૅન સજાની મુદત વચ્ચે પેરોલ પર નહીં છૂટી શકે.

દરહામ જેલ હવે ડૉ. શીપમૅનનું નવું ઘર હતું. હવે એ સવાલ નહોતો કે ડૉ. શીપમૅન ખૂની છે કે નહીં? પરંતુ એક વધુ ભયંકર પ્રશ્ન માથું ઊંચકી રહ્યો હતો. લિસ્ટર યુનિવર્સિટીના પ્રો. રિચાર્ડ બેકરે હાથ ધરેલા ક્લિનિકલ ઑડિટમાં હેરોલ્ડ શીપમૅનની પ્રેક્ટિસ દરમિયાન થયેલાં દર્દીઓનાં મોતની સંખ્યા અને પદ્ધતિનું નિરીક્ષણ કર્યું. સાથોસાથ અન્ય તબીબોના પણ આવા આંકડા સાથે સરખામણી કરાઈ. તારણ એ આવ્યું કે ડૉ. શીપમૅનના વૃદ્ધ દર્દીઓનાં મોતનું પ્રમાણ ઘણું વધું હતું. આ ઑડિટ મુજબ ડૉ. શીપમૅન ૨૪ વર્ષમાં ઓછામાં ઓછા ૨૩૬ દર્દીનાં મોત માટે જવાબદાર હોઈ શકે.

હાઈકોર્ટના જજ ડેમ જેનેટ સ્મિથની આગેવાની હેઠળના તમામ પંચે ડૉ. શીપમૅન પાસે સારવાર કરાવતી વખતે મરણ પામેલા ૫૦૦ દર્દીના રેકોર્ડની તપાસ કરી. આ પંચનાં બે હજાર પાનાંનો સાર અને સૂર એ નીકળ્યો કે ડૉ. શીપમૅને પોતાના ૨૧૮ દર્દીની હત્યા કરી હતી. આ આંકડાને પણ એક અંદાજ તરીકે જ રજૂ કરાયો હતો, કારણ કે અમુક કેસમાં તો અપૂરતા પુરાવા જ ઉપલબ્ધ થઈ શક્યા હતા.

આ પંચે વધુ એક ચોંકાવનારી વાત કરી કે ડૉ. શીપમૅન કદાચ 'હત્યાના બંધાણી' હોઈ શકે. આ સાથે જ પંચે પોલીસ તપાસની ટીકા કરતાં સ્પષ્ટ શબ્દોમાં કહ્યું કે તપાસ અધિકારીઓના પક્ષે અનુભવના અભાવને લીધે ઘણા લાંબા સમય અગાઉ ડૉ. શીપમૅનનો ન્યાય કરવાની તક ચૂકી જવાઈ હતી. પંચે તો ત્યાં સુધી કહ્યું કે મેડિકલ પ્રેક્ટિસની મંજૂરી મળ્યાના મહિનાઓમાં જ ડૉ. શીપમૅને ૧૯૭૧ના માર્ચમાં ૬૭ વર્ષના માર્ગારેટ થોમસનની હત્યા કરી હતી. જોકે સત્તાવારપણે તો ૧૯૭૫ પછીનાં કોઈ મોત સાબિત થઈ શક્યાં નહોતાં.

લગભગ ૨૫ વર્ષમાં ૪૭થી ૯૩ વર્ષના ઓછામાં ઓછા ૨૧૮ નિર્દોષોના જીવ લેનારા ડૉ. શીપમૅનના શિકારોની સત્તાવાર સંખ્યા ક્યારેય સાબિત ન થઈ શકી, પરંતુ વિશ્વના નંબર વન સિરિયલ કિલરનું બિરુદ મેળવ્યું. ખટલા દરમિયાન અને જેલવાસ દરમિયાન ડૉ. શીપમૅન પોતે નિર્દોષ હોવાની વાતને વળગી રહ્યા. પત્ની પ્રીમરોઝ અને પરિવારજનો ઉગ્રપણે સતત તેમનો બચાવ કરતાં રહ્યાં.

૨૦૦૩ જૂનમાં ડૉ. શીપમૅનને બેકફિલ્ડ જેલમાં ખસેડાયા. અહીં ૨૦૦૪ની ૧૩મી જાન્યુઆરીએ સવારે ૬ વાગ્યે ડૉ. શીપમૅન પોતાની કોટડીમાં ગળાફાંસો ખાધેલી હાલતમાં લટકતા મળી આવ્યા હતા. આ કામ માટે તેમણે જેલની બારીના પડદાનો ઉપયોગ કર્યો હતો. આ છેલ્લા પગલામાં પણ ડૉ. શીપમૅન એક રહસ્ય મૂકતા ગયા. તેમના શબના નિકાલ અંગે ક્યારેય કોઈ સત્તાવાર

જાહેરાત ન થઈ. અમુક દાવા પ્રમાણે તેમનું શબ શેફિલ્ડ મોર્ગમાં સચવાયેલું હતું, જ્યારે અન્ય દાવા પ્રમાણે તેમના પરિવારે શબનો કબજો લઈને શબઘરમાં સાચવી રાખ્યું, કારણ કે તેમને ડૉ. શીપમૅનની હત્યા થયાની શંકા હતી અને વધુ તપાસ તથા આખરી નિર્ણય માટે શબ જાળવી રાખ્યું હતું.

❖

૧૪

ઈરિના ગાઈદામચુક

ઈરિના ગાઈદામચુક. આપણને નામ વિચિત્ર લાગે, પરંતુ બે સંતાનની આ માતાનું નામ રશિયામાં લોકજીભે ચડેલું છે, ખોટા કારણસર.

પૂરું નામ ઈરિના વિકટોરાવાના ગાઈદામચુક. જન્મ ૧૯૭૨માં, સ્થળ ન્યાગાન. યુવાન વયે જ દારૂની ભયંકર લત લાગી ગઈ. કાયમ એક જ ધૂનઃ લાવ વૉડકા, લાવ વૉડકા. માતા-પિતાનો અંકુશ સાવ હટી જતાં ૧૯૯૦ના આરંભે સ્થળાંતર કરી ગઈ. અહીં યુરી નામનો યુવાન મળ્યો. એની સાથે પરણીને તે બે બાળકની માતા બની. યુરી ભાગ્યે જ ઈરિનાને રોકડા એટલે કે રૂબલ આપે. એને ગળા સુધી ખાતરી કે એ રોકડા ઈરિનાની વૉડકાની બાટલીમાં જ ડૂબી જવાના. ચૌદેક વર્ષના સહવાસ બાદ યુરી પણ વૉડકા, સૉરી પત્ની ઈરિનાને છોડીને બીજી સ્ત્રી સાથે રહેવા જતો રહ્યો.

બિચારી ઈરિના. બે-બે બાળકો અને એકલી માતા. એની ઇમેજ પણ દયાળુ સ્ત્રીની, પરગજુ માતાની અને મદદ કરવા સદાય તત્પર મહિલાની, પરંતુ ૨૦૦૨થી ૨૦૧૦ વચ્ચે ઈરિનાએ જે કર્યું અને બહાર આવ્યું એનાથી બિચારી, એકલી, દયાળુ, પરગજુ અને મદદગારની ઇમેજના ભાંગીને સાવ જ ભુક્કા થઈ ગયા.

ઈરિના મોટી ઉંમરના પેન્શનરોને એટલી મદદરૂપ થાય કે લોકો એને સમાજસેવિકા માનવા લાગ્યા, પરંતુ સચ્ચાઈ ખૂબ જ ભયંકર, ખતરનાક અને જીવલેણ હતી. તે સમાજસેવિકાના રૂપમાં વયોવૃદ્ધોને મદદને નામે એમના ઘરમાં પગપેસારો કરી લેતી અને મોકો મળતાં જ હથોડી કે કુહાડી માથામાં ઝીંકીને વયોવૃદ્ધોની બેરહમીથી હત્યા કરી નાખતી. આની પાછળ કોઈ જૂનું વેર, ખુન્નસ કે માનસિક બીમારી નહોતી. એ મોટી ઉંમરની વ્યક્તિની ઠંડેકલેજે હત્યા માત્ર ને માત્ર રૂપિયા માટે કરતી હતી અને રૂપિયા શા માટે જોઈતા હતા? અફકોર્સ, વૉડકાનો નશો કરવા માટે.

આ માટે ઈરિનાએ એકલદોકલ નહીં, પણ પૂરી સત્તર વૃદ્ધ સ્ત્રીઓની હત્યા કરી. આ બધી મૃતકોની ઉંમર ૬૧થી ૮૯ વર્ષ વચ્ચેની. આ બધીને યમલોક પહોંચાડીને એ માંડ હજારેક ડૉલર જેટલી રકમ મેળવી શકી હતી. અમુક મર્ડર

બાદ તેના હાથમાં ફક્ત ૨૦ ડૉલર જેટલી દમડી આવી હતી. એ વ્યવસ્થિત યોજના ઘડીને એક-એક શિકારની પસંદગી કરતી હતી. તે બરાબર નજર રાખતી કે તેઓ ક્યારે ઘરની બહાર નીકળે છે, ક્યાં જાય છે અને ઘરે મળવા માટે કોઈ સગાં-સંબંધીની અવરજવર છે કે નહીં. આ બધી માહિતી પૂરેપૂરી મેળવી લીધા બાદ તે શિકારના દરવાજે મૃત્યુ-ટકોરા મારતી. પોતે સોશિયલ વર્કર હોવાનું કહીને અંદર ઘૂસી જતી. એકાકી જીવન જીવનારા વડીલોનો વિશ્વાસ જીતવામાં કેટલી વાર? આટલું થયા બાદ વ્યવસ્થિત કપડાથી સજ્જ મહિલાની અંદરની હત્યારણ પ્રગટ થતી અને હથોડી કે કુહાડી લઈ શિકારના માથા પર ફટકારીને ત્યાં ને ત્યાં ઢાળી દેતી. પછી નિવૃત્તિ-ભથ્થા પર જીવતી કમનસીબ વૃદ્ધાના ઘરમાંથી જે રોકડ મળે તે ચોરીને-લૂંટીને ઈરિના રફુચક્કર થઈ જતી. ક્યારેક તો પોતાના સગડ મિટાવવા માટે ઘરને બાળી નાખવા એ ઘરમાં ઇસ્ત્રી ચાલુ કરી દેતી કે ગૅસનો ચૂલો ચાલુ કરી નાખતી. આ નિર્મમ હત્યાઓને લીધે ક્રાસ્નોવફિસ્ક નગર એકદમ આતંક હેઠળ જીવતું હતું. હત્યા ખૂબ પાશવી અને જંગલી રીતે થતી હતી. આથી પોલીસ માનતી હતી કે કોઈ પુરુષ જ ખૂની હોવો જોઈએ અને એ પણ કદાવર-મજબૂત પુરુષ. પૂછપરછ અને તપાસમાં મળેલી માહિતી બાદ પોલીસ એવા તારતમ્ય પર આવી કે કોઈ પુરુષ હત્યારો સ્ત્રી બનીને આવીને કાળો કેર વર્તાવે છે.

સાત વર્ષમાં ૧૭ વૃદ્ધાની હત્યા થતી રહી છતાં પોલીસના હાથમાં કંઈ ન લાગ્યું. આ દરમિયાન પાંચ વર્ષની તપાસમાં પોલીસે ત્રણ હજારથી વધુની પૂછપરછ કરી. બે હજારથી વધુ ફૉરેન્સિક એક્ઝામિનેશન્સ હાથ ધર્યાં.

પોલીસ અને પ્રજાના સદ્ભાગ્યે એક પેન્શનર મહિલા ઈરિનાના વૉડકા-ઘાતથી બચી ગઈ. તેણે કરેલા વર્ણન પરથી પોલીસને પહેલી વાર હકીકતની જાણ થઈ કે દાદી-કિલર તો મહિલા છે. આ સાંભળીને પોલીસ સ્તબ્ધ થઈ ગઈ. પછી પોલીસે વૃદ્ધાએ કરેલા વર્ણનના આધારે હત્યારણનો સ્કેચ તૈયાર કરાવી લીધો.

આ સ્કેચને આધારે પોલીસ જોમપૂર્વક કામે લાગી ગઈ અને પોલીસ ખરા દિલથી કામ કરે તો ગુનેગારનો બાપ પણ બચી ન શકે. આ કેસમાં ખૂની પકડાઈ ગઈ : નામ મરીના વાલેયેવા. આ ૨૯ વર્ષની મહિલા નિર્દોષ હોવા છતાં પોલીસના સામ-દામ-દંડ-ભેદ અને દબાણમાં આવીને પોતે સિરિયલ દાદી-કિલર હોવાની કબૂલાત સુધ્ધાં કરી લીધી! જુઓ પોલીસની તાકાત, કાર્યક્ષમતા અને ચાલાકી?

પોલીસના દાવા સામે જાણે અટ્ટહાસ્ય કરતી હોય એમ અસલી ઈરિનાએ હવે નવી ચાલ રમી. સામાજિક કાર્યકરને બદલે એ ઇન્ટિરિયર ડેકોરેટર બનીને

શિકાર પાસે ગઈ. તેણે ૮૧ વર્ષની એલેકઝાન્ડ્રા પોવારીત્સ્યાનાનો ફ્લૅટ રિડેકોરેટ કરી આપવાની ઑફર મૂકી. એકલાંઅટૂલાં રહેતાં માજીને તો ઈરિના દેવી જેવી લાગી. અહીં વધુ પડતા વિશ્વાસને લીધે એ ભૂલ કરી બેઠી. તે એલેકઝાનડ્રા માજી માટે પોતાના અક્ષરમાં ચિઠ્ઠીઓ લખીને મૂકવા માંડી, '૧૧ વાગે ઘરે રહેજો, એક સામાજિક કાર્યકર આવશે.' આ હસ્તાક્ષર જ તેને ભારે પડી ગયા. એલેકઝાન્ડ્રાની કરપીણ હત્યા બાદ એ જે હાથ આવ્યું એ લઈને રફુચક્કર થઈ ગઈ. ત્યાર બાદ પડોશીઓએ ડેકોરેટર કમ પેન્ટર મહિલાનું વર્ણન કર્યું. જે અગાઉના વર્ણન સાથે મેચ થતું હતું. આને પગલે ઈરિનાની ધરપકડ થઈ. પછી એલેકઝાન્ડ્રાના ઘરેથી મળેલી ચિઠ્ઠી અને ઈરિનાના હસ્તાક્ષરની સરખામણી થઈ અને પોલીસને અસલી ઈરિના, અસલી હત્યારણ મળી ગઈ અને એની સામેના સજ્જડ પુરાવા અને સાક્ષી એક પછી એક હાથ લાગવા માંડ્યા.

પરંતુ ઈરિના રશિયાની સૌથી ઘાતકી મહિલા સિરિયલ કિલર હોઈ શકે એ માનવા કોઈ તૈયાર નહોતું. નવી પત્ની સાથે રહેવા માંડેલા ભૂતપૂર્વ પતિ યુરીએ સુધ્ધાં કહ્યું કે, 'હું ઈરિના સાથે ૧૪ વર્ષ રહ્યો છું, પણ મને ક્યારેય કોઈ શંકા ગઈ નહોતી.' ઘાતકી કારનામાની વિગતો બહાર આવ્યા બાદ ઈરિનાની એક ફ્રેન્ડે આઘાત સાથે કહ્યું, 'ઈરિના સિરિયલ કિલર હોવાનું હું માની જ શકતી નથી. એ તો ખૂબ દયાળુ અને લાગણીશીલ માતા હતી, જે કાયમ અન્યને મદદ કરવા તત્પર રહેતી.' અરે! એ તો પોતાની નાની દીકરી અનાસ્તાસિયાની સ્કૂલમાં પણ મદદ કરવા જતી હતી.

ઈરિનાએ આરંભિક પોલીસ તપાસમાં બધી જ કબૂલાત કરી લીધીઃ 'મેં આ (હત્યાઓ) પૈસા ખાતર કરી છે. મારે તો માત્ર એક સામાન્ય (પ્રેમાળ) માતા બનવું હતું, પણ દારૂની મને જોરદાર ઘેલછા-ઇચ્છા હતી. મારો પતિ યુરી ક્યારેય મને વૉડકા ખરીદવા પૈસા આપતો જ નહોતો.' વધુ સવાલમાં એણે શબ્દો ચોર્યા વગર કહી દીધું કે, 'મારે કામ કરવું નહોતું એટલે મેં આ અપરાધ કર્યો.'

૨૦૧૨ની ફેબ્રુઆરીમાં રશિયાના ચોથા નંબરની સૌથી મોટા શહેર યેકાટેરીનબર્ગમાં શરૂ થયેલા ખટલામાં તબીબી પ્રમાણપત્ર મેળવાયું કે હત્યા કરતી વખતે તેની માનસિક સ્થિતિ બરાબર હતી. ગાંડપણમાં નહીં, પૂરા ડહાપણમાં તેણે આઠ વર્ષમાં ૧૭ હત્યા કરી હતી. આ ૧૭ હત્યા અને હત્યાના એક પ્રયાસ બદલ ઈરિના સામે વિવિધ કલમ હેઠળ કુળ ૪૩૬ આરોપ લગાવાયા હતા. અખબારોમાં 'બ્લોન્ડ વિથ અ હેમર' અને 'ગ્રેની કિલર' જેવાં નામ સાથે ગાજેલા કેસમાં ઈરિનાએ અદાલતમાં અગાઉનું કબૂલાતનામું ફગાવી દીધું અને પોતે નિર્દોષ હોવાનું ગાણું જોરજોરથી શરૂ કરી દીધું.

પરંતુ ૨૦૧૨ની ૧૨મી જૂને કોર્ટે ઈરિનાને ૨૦ વર્ષની સજા કરી. જજે સ્પષ્ટ શબ્દોમાં કહ્યું કે, 'સજા ૨૫ વર્ષની હોવી જોઈએ, પણ ગુનેગાર એક માતા હોવાથી પાંચ વર્ષની સજા ઓછી કરાઈ છે.'

જોકે મૃતકોના સંબંધીઓને આ સજા ખૂબ જ ઓછી અને એકદમ નજીવી લાગી. આ તો ખૂન દીઠ એકાદ વર્ષથી થોડી વધુ સજા થઈ. એ હત્યારણ ક્યારેય જેલમાંથી છૂટવી જ ન જોઈએ. આનાથી તદ્દન વિપરીત ઈરિનાના વકીલ સરેન સાર્કિસ્યાને વધુ દયા-રહેમની માગણી કરતાં આ સજા સામે અપીલ કરવાની જાહેરાત કરી હતી.

જેલમાં વોડકા વગર શું કરશે ઈરિના ગાઈદામચુક?

❖

૧૫

જાવેદ ઇકબાલ મુઘલ

કોઈ સેન્ચુરી મારે અને પૂરા શહેર, આખા દેશ કે સંપૂર્ણ દુનિયાને ખબર ન પડવા દે એવું બને? અને સદી પણ કેવી? ખરા અર્થમાં ન ભૂતો, ન ભવિષ્યતિ. આ મામલામાં આંખ, કાન અને મગજ પૂરેપૂરાં બંધ રાખવાનું શ્રેય મળે છે લાહોરની પોલીસને અને પ્રજાને. આ જશનું એટલું જ હકદાર આખું પાકિસ્તાન પણ ખરું જ.

આ સદી ફટકારનાર કપૂતનું નામ છે જાવેદ ઇકબાલ મુઘલ. આ માણસે ૧૯૯૯ના ડિસેમ્બરમાં પોલીસ અને લાહોરના અખબારને પત્ર લખીને નફ્ફટ કબૂલાત કરી કે મેં સો (૧૦૦) ટીનેજર કે એથી નાના છોકરાની હત્યા કરી છે. આ બધા છોકરાની ઉંમર છથી સોળ વર્ષ વચ્ચેની. પત્રમાં જ જાવેદે શેતાની બડાશ મારી કે મેં બધાનું ગળું દાબી દીધું, તેમના શબના ટુકડેટુકડા કરી નાખ્યા અને પછી હાઈડ્રોલિક ઍસિડમાં નાખીને નિકાલ કરી નાખ્યો. રહ્યાંસહ્યાં અંગ નદીમાં પધરાવી દીધાં.

આ બધા માસૂમો લાહોરની શેરીના રખડુ કે અનાથાશ્રમમાં રહેનારા બદ્નસીબો હતા. આને પગલે પોલીસ અને પત્રકારોનાં ધાડાં જાવેદના ઘરે પહોંચ્યાં, ત્યારે ભીંત અને જમીન પર લોહીના ડાઘા મળ્યા, ગળું દબાવવા માટે વપરાયેલી સાંકળ મળી, પ્લાસ્ટિક બેગમાંથી ઘણા શિકારના ફોટા મળ્યા. આ બધી ચીજો પર હાથેથી લખેલી વ્યવસ્થિત પટ્ટી ચિપકાવેલી હતી. પોલીસને આસાનીથી મળી આવે તે રીતે મુકાયેલા ઍસિડ ભરેલાં બે વાસણ દેખાયાં, જેમાં માનવ-અંગોના ઓગળેલા અંશ હતા. દાવો એવો પણ કરાયો કે પોલીસ-સત્તાધીશો શોધી શકે એ માટે માનવ-અંગોનો પૂરેપૂરો નિકાલ ઇરાદાપૂર્વક કરાયો નહોતો.

આ માની ન શકાય એવા અક્ષમ્ય અપરાધ બાદ જાવેદ ઇકબાલ રાવી નદીમાં ડૂબીને જીવ આપી દેવા તત્પર હતો, પરંતુ સાથે રાખેલી જાળમાં એ નદીમાં જીવતો ફંગોળાતો જ રહ્યો. આ તરફ પોલીસે પાકિસ્તાનની સૌથી મોટી-વ્યાપક ગુનેગાર શોધો ઝુંબેશ હાથ ધરી. સોહાવામાંથી જાવેદના ચાર ટીનેજર સાથીની ધરપકડ થઈ, જે એના થ્રી-બેડરૂમ ફ્લૅટમાં સાથે રહેતા હતા, પરંતુ ગણતરીના

જ દિવસોમાં આમાંથી એકનું પોલીસ કસ્ટડીમાં જ મોત થયું. સત્તાવાર કારણ અપાયું કે બારીમાંથી કૂદવામાં જીવ ગયો. પોસ્ટમોર્ટમમાં બહાર આવ્યું કે મૃતક પર ઘણી બળજબરી કરાઈ હતી.

૧૯૯૯ની ૩૦મી ડિસેમ્બરે જાવેદ ઉર્દૂ અખબાર 'ડેઈલી જંગ'ની ઑફિસમાં પહોંચી ગયો. પછી પોલીસે તેની ધરપકડ કરી. આ અગાઉ જાવેદ ઇકબાલે જાહેર કરી દીધું હતું કે મેં અખબાર સમક્ષ થઈને સમર્પણ કર્યું, કારણ કે મારો જીવ જોખમમાં છે. પોલીસ મને મારી નાખે એવો મને ડર છે.

જાવેદ ઇકબાલની ડાયરીમાં હત્યાઓનાં વર્ણન હતાં. એના ઘરેથી મળેલી કાપલી પરના અક્ષર પણ જાવેદના જ હોવાનું નિષ્ણાતોએ સાબિત કર્યું. પોતાને નિર્દોષ ગણાવતા જાવેદ ઇકબાલે જાહેર કર્યું કે આ તો ગરીબ ઘરોના ભાગેડુ છોકરાઓના મામલા પ્રત્યે સરકારનું અને પ્રજાનું ધ્યાન જાય એ માટે મેં ઊભું કરેલું ગતકડું છે. પોલીસ સમક્ષના નિવેદન અને કબૂલાત દબાણ હેઠળના હોવાનો પણ તેણે દાવો કર્યો. એકસોથી વધુ સાક્ષીએ જાવેદ વિરુદ્ધ જુબાની આપી. જાવેદ અને તેના સાથીઓ દોષિત ઠર્યા.

જજે ઇકબાલને ફાંસીની એવી ક્રૂરતમ સજા સંભળાવી કે રૂઢિચુસ્ત અને કટ્ટર મનાતું જનરલ પરવેઝ મુશર્રફનું પાકિસ્તાન પણ હચમચી ગયું અને ખુદ લશ્કરી સરકારે આવા પાશવી-ઘાતકી ચુકાદા અને સજા સામે અપીલ કરી, પરંતુ અપીલની સુનાવણી અગાઉ ૨૦૦૧ની આઠમી ઑક્ટોબર જાવેદ ઇકબાલ અને તેના સાથી સાજીદ અહમદે કોટ લખપતસ્થિત સેન્ટ્રલ લાહોરમાં આપઘાત કરી લીધો. ઓટોપ્સીમાં બહાર આવ્યું કે મૃત્યુ અગાઉ બંનેની ખૂબ મારપીટ કરાઈ હતી

❖

જાવેદ ઇકબાલ મુઘલ. જન્મ આઠ ઑક્ટોબર, ૧૯૫૬, પાકિસ્તાન લાહોર સ્થિત પંજાબમાં. મૃત્યુ લાહોરની જેલમાં આઠ ઑક્ટોબર, ૨૦૧૧ના રોજ. બંને આઠ ઑક્ટોબર વચ્ચેના ૪૫ વર્ષની વિગતો ખૂબ આઘાતજનક છતાં અત્યંત રસપ્રદ છે. એ પાકિસ્તાની સમાજ, પોલીસ, લશ્કર અને ચોથી જાગીરની ભૂમિકા પર ઘણો પ્રકાશ ફેંકે છે અને વિચારતા કરી મૂકે છે.

❖

ધનવાન વેપારી મોહમ્મદ અલીના કુલ છ દીકરા. એમાંના ચોથા પુત્ર જાવેદે ઇસ્લામિયા હાઈસ્કૂલમાં મેટ્રિક કર્યું. ઇન્ટર કૉલેજમાં ભણતી વખતે ૧૯૭૮માં જ

પોતાનો ધંધો શરૂ કરી દીધો. પિતાએ શાહબાગમાં બે વિલા ખરીદી એમાંથી એકમાં જાવેદે સ્ટીલ રિકાસ્ટિંગનું કામકાજ શરૂ કર્યું. બીજામાં એ વર્ષો સુધી છોકરાઓ સાથે રહ્યો. આ છોકરાંઓમાંથી ત્રણ સાથી મહત્ત્વના રહ્યા - મામદ નદીમ, મામદ શબીર અને સાજીદ અહમદ.

જાવેદે ઇન્ટરવ્યૂમાં કરેલા દાવા મુજબ એક નોકરે તેની મારપીટ કરી હતી. આની ફરિયાદ નોંધાવવા એ પોલીસ પાસે ગયો. ત્યારે ગાઝિયાબાદ થાણાના એસ.એચ.ઓ. શકુર ખોખરે ઊલટાની તેની જોરદાર ધોલધપાટ કરીને ગંભીર ઈજા પહોંચાડી હતી. સારવાર કરાવવા છતાં આ ઈજાથી તેને છુટકારો મળ્યો નહોતો. આ ઘટનાના આઘાતને લીધે દુ:ખી થઈ ગયેલી જાવેદની માતા વધુ જીવી ન શકી. એક સાક્ષીની જુબાની મુજબ પોતાની માતાના મોતનું વેર વાળવા માટે જાવેદે કતલેઆમ શરૂ કરી હતી. આ કતલ-કારનામા માટે જ તેણે રાવી રોડ એરિયામાં ઘર ખરીદ્યું હતું.

૧૯૯૮ની ૧૩મી ફેબ્રુઆરીએ જાવેદ સામે પહેલી ફરિયાદ લોઅરમોલ પોલીસ સ્ટેશનમાં થઈ હતી. બંદૂકની અણીએ દાતા દરબાર નજીક બે તરુણ સાથે જાતીય કુચેષ્ટા કર્યાનો જાવેદ પર આરોપ મુકાયો હતો. વાત આટલેથી જ પૂરી કરવાને બદલે જાવેદે માછલી વેચનારાના આ બે દીકરાને રૂા. ૧૧૩ આપીને આવતા અઠવાડિયે એ જ સ્થળે પાછા આવવા કહ્યું હતું, પરંતુ ફિશ-સેલરના સોળમાંના બે બાળકોએ બધી વાત અબ્બાજાનને કરી હતી. પછી અબ્બા અને બંને બાળકો એ જ સ્થળે પ્રતીક્ષા કરતા હતા, ત્યારે જાવેદ કારમાં આવ્યો એવો તેને પકડીને પોલીસને હવાલે કરાયો, પરંતુ ફરિયાદી અને આરોપી વચ્ચે અદાલતની બહાર સમાધાન થઈ જતાં લાહોર હાઈકોર્ટે જાવેદને જામીન પર છોડ્યો હતો.

જોકે સો તરુણોની હત્યાના કેસમાં પોતાના બચાવમાં જાવેદે દાવો કર્યો હતો કે લોઅરમોલ પોલીસ સ્ટેશનના ઇન્સ્પેક્ટર કરામત ભટ્ટીએ મને બે બાળકો સાથે જાતીય કુકર્મના મામલામાં ખોટી રીતે ફસાવ્યો હતો. હું મિયાં શાહબાઝ શરીફના રાજમાં પંજાબમાં થયેલા બનાવટી પોલીસ એન્કાઉન્ટરોમાં કરામત ભટ્ટીની સંડોવણીનો પર્દાફાશ કરતો હતો. હું મોટા મૅગેઝિનમાં કરામત ભટ્ટીને ઉઘાડા પાડતા લેખ લખતો હતો, એની સજા આ કેસમાં ફસાવીને ભટ્ટીએ કરી હતી.

આ ખોટા કેસની માઠી અસર મારા વેપાર પર થઈ હતી. આથી ધંધામાં વધુ રોકાણ કરવા માટે મારે ઘર વેચી નાખવું પડ્યું હતું. એક રાતે હું મારા ઘરમાં નોકરીએ રખાયેલા ભાગેડુ બાળકો સાથે ઊંઘતો હતો, ત્યારે એમાંના બે જણે

અમારા પર હુમલો કર્યો હતો. હુમલાખોરોએ મને અને મારા આરબ નામના નોકરને લગભગ મારી જ નાખ્યા હોત, પરંતુ એક હુમલાખોરને લોકોએ પકડી લીધો અને બીજો ભાગી ગયો, પરંતુ ગાઝિયાબાદના પોલીસ સ્ટેશનના હાજી શકુરે પકડાયેલા આરોપી વિરુદ્ધ ફરિયાદ લખવાને બદલે મને બળજબરીથી પોતાના ઘરે નોકર તરીકે રાખી લીધો. મને ગંભીરપણે ઘાયલ કરાયો અને હૉસ્પિટલમાંથી પણ તગેડી મુકાયો. ડૉ. ઇફ્તીખાર રાજા પાસે મારી કરોડરજ્જુની ઈજા માટે સારવાર પણ કરાવી હતી.

મારા પરના આ હુમલાને લીધે હું અપંગ જેવો થઈ ગયો છું અને કોઈના ટેકા કે સાથ વગર ન ચાલી શકું કે ન ઊભો રહી શકું છું, એવો દાવો જાવેદે અદાલતના વિટનેસ બૉક્સમાં કર્યો ત્યારે એ ચાર કલાકથી વધુ સમય કોઈના ટેકા વગર સ્વસ્થપણે ઊભો હતો!

જાવેદ ઇકબાલ મુઘલના કેસમાં અપરાધ જેટલો જ ચકચારભર્યો બન્યો અદાલતનો ચુકાદો. ૨૦૦૦ની ૧૬મી માર્ચે જાવેદને ૧૦૦ છોકરાની કતલ માટે કસૂરવાર ઠેરવતાં લાહોરની સિટી કોર્ટે એને દેશનો સૌથી ખતરનાક સિરિયલ કિલર ગણાવ્યો. ઇકબાલ અને સહ-આરોપીઓને મોતની સજા આપી. જજ અલ્લાબકશ રાંઝાએ ઇસ્લામિક કાયદો લાગુ કરતાં સંભળાવ્યું કે જાવેદ ઇકબાલ અને તેના સાથીઓનાં મોત તેમના શિકારની માફક જ થવાં જોઈએ. તેમણે કહ્યું, 'તમે મારી નાખ્યાં એ બાળકોનાં મા-બાપ સમક્ષ તમારું ગળું દબાવીને મારી નાખવામાં આવશે. તમારા શરીરના સો ટુકડા કરાશે અને તે ટુકડા ઍસિડમાં નખાશે. પોતાના શિકાર સાથે કર્યું એ જ તમારી સાથે કરાશે.'

કટ્ટરવાદી અને ઇસ્લામિક પાકિસ્તાન પણ આવો અકલ્પ્ય ચુકાદો કે સજાને સ્વીકારી કે પચાવી ન શક્યું. દેશના ગૃહપ્રધાન મોઈનુદ્દીન હૈદરે જાહેર કર્યું કે આવી સજા આપવાને મંજૂરી નથી અને એને હાઈકોર્ટમાં પડકારવામાં આવશે. આપણે (પાકિસ્તાન) માનવઅધિકાર પંચના સભ્ય છીએ અને આવી સજાને સ્થાન નથી.

જજસાહેબે ૪૨ વર્ષના જાવેદ ઇકબાલને જાહેરમાં ગળું ઘોંટીને મોત, ૧૦ વર્ષના સાજિદ અહમદને મોતની સજા અને તેર વર્ષના મામદ સાબિરને ૬૩ વર્ષની કેદ ફટકારી હતી. જ્યારે ૧૫ વર્ષના જાવેદ નદીમને એક ખૂન દીઠ ૧૪ વર્ષની સજા કરી અને તેની સંડોવણી સાબિત થઈ ૧૩ ખૂનમાં એટલે કુલ ૧૮૨ વર્ષની કેદ.

...અને ત્યાર બાદ ઇકબાલ અને સાબિરના મોત માટે તપાસ યોજવાની જાહેરાત થઈ. પંજાબ પ્રાંતની કોટ લખપત જેલના છ અધિકારીને નોકરીમાંથી સસ્પેન્ડ કરાયા.

ઇકબાલના વકીલ ફૈઝલ નજીબ ચૌધરીએ બી.સી.સી. સમક્ષ ખુલ્લેઆમ

પડકાર ફેંક્યો હતો કે જાવેદના મોતના સત્તાવાર દાવામાં મને વિશ્વાસ નથી. જાવેદે જ મને લખ્યું હતું કે, મને જેલમાં મારી નાખશે. આ પત્ર સર્વોચ્ચ ઇસ્લામિક અદાલત સમક્ષ છે.

આ કેસના એક મહત્ત્વના સાક્ષીને પોલીસ પૂછપરછ માટે લઈ ગઈ પછી ૧૯૯૯ના ડિસેમ્બરમાં એનું મોત થયું હતું. પોલીસે દાવો કર્યો કે એ પોલીસ ચોકીની બારીમાંથી કૂદવાને લીધે મરી ગયો હતો.

જજ રાંઝાની અતિ-આકરી સજા બાદ પાકિસ્તાનના ટોચના ઇસ્લામિક વિદ્વાનો અને મૌલાનાઓએ જાહેર કર્યું કે જાવેદ ઇકબાલને થયેલી સજા ઇસ્લામ વિરોધી છે. ગુનેગારને મોતની સજા સુધી ઠીક છે, પરંતુ એની લાશના ટુકડા કરવા અને ઍસિડમાં નાખવા એ ઇસ્લામના સિદ્ધાંત વિરુદ્ધ છે. આ લાશનું અપમાન ગણાય, જે ચલાવી ન લેવાય. આ આપણા બંધારણની પણ વિરુદ્ધ છે.

પરંતુ દેશની સર્વોચ્ચ ઇસ્લામિક અદાલતે સજા સામેની અપીલ સુનાવણી માટે સ્વીકારી એના ચાર દિવસ બાદ ઇકબાલ અને શાબીરે જેલમાં આપઘાત કરી લીધાનો પોલીસે દાવો કર્યો હતો. સજા સાંભળ્યા બાદ ઇકબાલે ભય વ્યક્ત કર્યો હતો કે પોલીસ મારું મર્ડર કરી નાખશે. તેના વકીલે પણ ઇકબાલના મોતને પોલીસનું કાવતરું ગણાવ્યું, તો સામે પક્ષે જેલ સત્તાધીશોએ દાવો કર્યો કે ભૂતકાળમાં જેલમાં આપઘાત કરવાના ઇકબાલે બે વખત પ્રયાસ કર્યા હતા. તો પછી જેલવાળા જાગ્યા કેમ નહીં?

દુનિયા અને પાકિસ્તાનનાં મવાળ તત્ત્વો માટે કટ્ટરવાદી રૂઢિચુસ્તોનો આ અણધાર્યો અચકાટ હતો, નવો ચહેરો હતો. એને બહાર લાવવામાં એક સો નિર્દોષોની શહાદત ઉપરાંત જાવેદ ઇકબાલ ઍન્ડ કંપનીની કાતિલ કરતૂત નિમિત્ત બની. અદાલતમાં આ સનસનાટીભર્યા કેસની સુનાવણીમાં જે બહાર આવ્યું તે પણ કલ્પનાતીત છે. ઊલટતપાસ અને સામસામી દલીલબાજી વચ્ચે ખોવાઈ ગયેલા વણસ્પર્શ્યા રહેલા કે ડરીને સંતાઈ ગયેલા સત્યને જોવા-જાણવાનો-સમજવાનો પ્રયાસ કરીશું.

❖

જજ અલ્લાબક્શ રાંઝાના ૧૬મી માર્ચ, ૨૦૦૦ના ચુકાદાને પડકારવાની તૈયારી વચ્ચે જાવેદ ઇકબાલના વકીલ અબ્દુલ બાકીએ દાવો કર્યો હતો કે ત્રણ અઠવાડિયાંના રિમાન્ડ દરમિયાન પોલીસે દબાણ હેઠળ જાવેદ પાસે હત્યાઓની કબૂલાત કરાવી હતી. પણ હકીકતમાં તેણે એકેય ખૂન કર્યું નથી. આરોપીના શિકારોની યાદીમાં ગણાવાયેલાં ઘણાં બાળકો તો પોતાના ઘરે પાછાં પહોંચી ગયાં

છે. ખુદ જાવેદ ઇકબાલે જજને જણાવ્યું હતું કે, મારું અગાઉનું કબૂલાતનામું બનાવટી હતું અને પશ્ચિમના દેશોની ડિટેક્ટિવ વાર્તાઓ પરથી પ્રેરિત હતું. મેં ઘરેથી ભાગી જતાં બાળકો અને તેમના જાતીય શોષણ પ્રત્યે સરકારનું ધ્યાન ખેંચવા માટે આ બનાવટી કબૂલાત કરી હતી. આરોપીની આ દલીલો જજને ગળે ઊતરી નહોતી. સરકારી વકીલે ૧૦૫ સાક્ષી કોર્ટમાં પેશ કર્યા હતા, જેમાં લાપતા બાળકોના ૭૩ કુટુંબી હતા. પોલીસે પણ દાવો કર્યો કે અમને જાવેદના ઘરમાંથી ત્રણ બાળકોની કોહવાયેલી લાશ મળી હતી. આ ઉપરાંત 'હાઉસ ઑફ હોરર'માંથી બાળકોનાં કપડાંનાં બંડલ અને જૂતાં મળ્યાં હતાં. ફોટોનું આલબમ મળ્યું હતું.

આ કેસની બે મહિનાની સુનાવણી દરમિયાન લાપતા બાળકોના વાલીઓએ કોર્ટની બહાર દેખાવ કરીને બુલંદ અવાજે એક માગણી કરતા હતા : જાવેદ ઇકબાલ મુઘલને ફાંસી આપો.

આ કેસની એક રસપ્રદ બાબત એ છે કે જાવેદના ઘરેથી મળેલાં કપડાં અને ફોટાને આધારે પોલીસે લાપતા બાળકોના વાલીઓને બોલાવ્યા હતા. પોલીસના દાવા મુજબ મોટા ભાગના લાપતા બાળકોની ઓળખ થઈ ગઈ હતી, પરંતુ વધુ નોંધપાત્ર હકીકત એ છે કે પોલીસ સમખાવા પૂરતું એકેય બાળકની લાશ કે હાડપિંજર મેળવી શકી નહોતી.

પોલીસના દાવા મુજબ છ મહિનાની ઘોર કતલેઆમ દરમિયાન જાવેદ ઇકબાલે હત્યાઓની વિગતો ટપકાવી રાખી હતી, જેમાં શિકારનું નામ, ઉંમર અને મૃત્યુની તારીખ હતી. તેણે મૃતકોનાં કપડાં અને બૂટ સાચવી રાખ્યાં હતાં. દરેક બાળકના સંપૂર્ણપણે નિકાલ માટે ખર્ચની વિગતો પણ નોંધાયેલી હતી. શિકારદીઠ રૂા. ૧૨૦નો ખર્ચ (ઍસિડ સહિત).

સરકારી વકીલ અસગર રોકારીએ જાવેદ ઇકબાલને બાળકદીઠ એક મૃત્યુદંડ અર્થાત્ પૂરા એકસો મૃત્યુદંડ ફટકારવાની માગણી કરી હતી. બે ગાયબ થઈ ગયેલાં બાળકો સાથે જાવેદ સૌથી છેલ્લે દેખાયો હતો એવા બે સાક્ષીનાં નિવેદન સાંયોગિક પુરાવાને સબળ બનાવે છે. તેમણે સાંયોગિક પુરાવામાં લાપતા બાળકોનાં કપડાં, જૂતાં અને ફોટાને ગણાવ્યાં, જે ૬૦ વાલી-સંબંધીઓ દ્વારા ઓળખી કઢાયાં હતાં. આ સાથે જ તેમણે બાળકો સાથે સૃષ્ટિ વિરુદ્ધના કૃત્યના જૂના પેન્ડિંગ કેસની અદાલતને યાદ અપાવી હતી.

જાવેદને અદાલતે આપેલી સરકારી સજાના ઉગ્ર વિરોધ છતાં મુખ્ય સરકારી વકીલે જજને ટેકો આપતાં કહ્યું હતું કે જાવેદ માનવી નથી, રાક્ષસ છે.

બી.બી.સી.એ આ કેસના કવરેજમાં મહત્ત્વનો મુદ્દો રજૂ કર્યો હતો કે જાવેદ

ઇકબાલે પોતે અપને મુંહ મીઠ્ઠુ મિયાં બન્યો ત્યાં સુધી કેમ કંઈ જ બહાર ન આવ્યું એ સવાલ પાકિસ્તાનમાં ચર્ચાઈ રહ્યો છે.

આ કેસમાં એકમાત્ર અને સૌથી સબળ પુરાવો કે નિવેદન હતા ખુદ જાવેદ ઇકબાલના રેકોર્ડેડ ઑડિયો અને વીડિયો નિવેદન. જોકે આ નિવેદન અદાલત સમક્ષ થયાં નહોતાં. આ ઇન્ટરવ્યૂ અને નિવેદન સાંભળવા અને તેને લગતા સાક્ષીઓની ઊલટતપાસ ઘણી રસપ્રદ-વિચારપ્રેરક રહી. આમાં 'ડેઈલી જંગ'ના એડિટર (ક્રાઇમ) જમીલ ચિશ્તી, ક્રાઇમ રિપોર્ટર અશદ શાહી અને હેન્ડ રાઇટિંગ એક્સપર્ટ ઇન્સ્પેક્ટર પરવેઝ આલમ સહિતનો સમાવેશ થાય છે.

'ડેઈલી જંગ'ના પત્રકારો ચિશ્તી અને શાહીની ઊલટતપાસ વખતે જાવેદને કબૂલાતની આ ત્રણ મિનિટની ફિલ્મ છ વખત બતાવાઈ હતી. જાવેદ ઇકબાલે દાવો કર્યો હતો કે મારો લાંબો ઇન્ટરવ્યૂ લેવાયો હતો અને તેમાં આ કેસમાં સંડોવાયેલા માણસો વિશે મહત્ત્વના ઘટસ્ફોટ કર્યા હતા.

આ અંગેના બચાવ પક્ષના વકીલોના સવાલોના જવાબમાં પત્રકારોએ અદાલતને જણાવ્યું કે, જાવેદના ઇન્ટરવ્યૂની બીજી ૩૦ મિનિટની ફિલ્મ અમારા બૉસ પાસે છે. ફિલ્મનો આ ભાગ પોલીસ સહિત કોઈને બતાવાયો નથી. જાવેદના આગમન બાદ મેં તરત જ અમારા કૅમેરામૅનને બોલાવ્યો હતો, પણ તેને આવતાં ૧૫ મિનિટ થઈ હતી. આ અગાઉ એક ખાનગી કૅમેરામૅને ૧૦ મિનિટની ફિલ્મ ઉતારી હતી. ત્યાર બાદ આવેલા અમારા કૅમેરામૅને ઉતારેલી ફિલ્મ કોઈએ જોઈ નથી.

જાવેદે લાપતા બાળકોના ખૂની તરીકે જાવેદે અમુક લોકોનાં નામ લીધાં હતા, તેમને બચાવવા માટે નાની અવધિની ફિલ્મ બનાવવાના આક્ષેપને પત્રકારે નકારી કાઢ્યા હતાં. આ સાથે જ જાવેદે ઇન્ટરવ્યૂ દરમિયાન લીધેલાં નામોને અખબારી સંસ્થા બ્લેકમેઈલ કરવા ઇચ્છતી હોવાના આક્ષેપને પણ પત્રકારે નકારી કાઢ્યા હતા. પત્રકારે ખુલાસો કર્યો કે, આ ખૂબ મહત્ત્વના કેસ છે અને છુપાવી રખાયેલા ભાગનો ઉપયોગ 'જંગ' દ્વારા બનાવનારી ડોક્યુમેન્ટરી એક્સક્લુઝિવ કવરેજ બની રહેશે. આરોપીએ ઇન્ટરવ્યૂ દરમિયાન અખબારના માલિકો વિરુદ્ધ કંઈ બોલ્યાની વાતને પણ નકારી કઢાઈ હતી. આ સાક્ષીએ મહત્ત્વનું અને રમૂજી નિવેદન કર્યું હતું કે અપ્રગટ ફિલ્મ આ કેસમાં મહત્ત્વનો પુરાવો થઈ શકે તેવી કોઈ જાણકારી મને નથી.

અદાલતને બતાવેલી ફિલ્મમાં તો સહ-આરોપી નદીમ અને શબ્બીરનો નામોલ્લેખ નહોતો. આ ફિલ્મમાં ક્યાંક કાપકૂપ કરાઈ હોવાનું સાક્ષીને લાગ્યું નહોતું. જાવેદ ઇકબાલના ઇન્ટરવ્યૂના આરંભમાં પોલીસ અને લશ્કરના અધિકારી હાજર હતા, પણ એક્સક્લુઝિવ ઇન્ટરવ્યૂ માટે તેમને જતા રહેવા કહેવાયું હતું.

જાવેદનો ઇન્ટરવ્યૂ 'જંગ'માં ૧૯૯૯ની ૩૧મી ડિસેમ્બરે પ્રગટ થયો હતો. જેની કૉપી આપવા માટે સાક્ષી-પત્રકાર ખુદ કિલા ગુજ્જર સિંહ પોલીસ સ્ટેશનના ઇન્વેસ્ટિગેશન ઑફિસર ડી.એસ.પી. મસૂદ અઝીઝને આપવા ગયો હતો. આ બાબતે બચાવ પક્ષના વકીલે આશ્ચર્ય વ્યક્ત કર્યું હતું કે એક ડી.એસ.પી. સ્તરનો પોલીસ અધિકારી એક અખબાર ન મેળવી શક્યો કે સિનિયર પત્રકારે પોતે કૉપી આપવા જવું પડ્યું? જવાબ એ મળ્યો કે, પોલીસ સ્ટેશનની મુલાકાતે જતી વખતે મને જાણ નહોતી કે ડી.એસ.પી. પાસે અખબારની નકલ હશે કે નહીં. પોતે કૉપી આપી ત્યારે પોલીસ ઑફિસર ઝહીર હાજર હોવાનો તેમણે દાવો કર્યો, પરંતુ પુરાવા તરીકે આ અખબાર મેળવવાના મેમોમાં ઝહીરની સહી નહોતી. પોતે પોલીસ સમક્ષ બે વખત નિવેદન નોંધાવ્યું હતું, પણ એમાં સહી કરી નહોતી એમ પણ સાક્ષીએ જણાવ્યું હતું. આરોપીની મારપીટ કર્યાની અને ફિલ્મનો અણધાર્યો અંત આવ્યાની વાત તેમણે નકારી કાઢી હતી.

બચાવ પક્ષે દલીલ કરી હતી કે ૧૦૦ બાળકોની હત્યા વિશેના સવાલનો જવાબ આપતી વખતે જાવેદ રૂમમાં બેઠેલા એક લશ્કરી અધિકારી સામે જોતો હોવાનું ફિલ્મમાં સ્પષ્ટપણે દેખાઈ આવે છે.

આવા ઘણા સવાલો અને એના જવાબમાં ઘણી અધૂરપ છે, ઘણું અનુત્તર રહે છે. પ્રજામાં ગુસ્સો એ વાતનોય હતો કે સો હત્યા કર્યા બાદ જાવેદ ઇકબાલ રોકાઈ ગયો એમાં પોલીસનો કોઈ જ રોલ નથી. તેણે પોતે નક્કી કરેલો સેન્ચુરીનો ટાર્ગેટ પૂરો થઈ જતાં તેણે બ્રેક મારી હતી. તેણે પોલીસ અને અખબારને પત્ર લખ્યો. પોલીસ અધિકારીએ આ ચોંકાવનારી કબૂલતાવાળા પત્રને બકવાસ સમજીને કચરાપેટીમાં પધરાવી દીધો! આથી સો બાળકોની હત્યા સ્થળે પોલીસ અગાઉ પત્રકારો પહોંચી ગયા હતા! આવી પોલીસ અને કાનૂની વ્યવસ્થા વચ્ચે એ ૫૦૦ની હત્યા કરી શક્યો હોત, એવી શક્યતાથી પાકિસ્તાની પ્રજા તમતમી ગઈ હતી.

અને આટલો મોટો કેસ તાસકમાં ભેટ મળ્યા બાદ પણ પોલીસ બેદરકારી કે ઇરાદાપૂર્વક એક સહ-આરોપીને છટકવા એટલે કે મરવા દીધો! બિન-કાર્યક્ષમતા અને ભ્રષ્ટાચારમાં ગળાડૂબ પોલીસ પાસે જવામાં લાપતા બાળકોના વાલીઓને ડર લાગતો હતો. પોલીસ માટે વધુ શરમજનક એ પણ છે કે ખુદ જાવેદે પોતાના વિસ્તારમાં એક છાપ ઊભી કરી હતી કે એ પોલીસવાળો છે એટલે બધા એની કરણી-કથની સામે આંખ, કાન અને મોઢું બંધ રાખતા હતા.

પ્રજાને એ વાતનો પણ ભયંકર ગુસ્સો હતો કે અમેરિકાની એક શાળામાં ગોળીબારમાં બે વિદ્યાર્થી માર્યા ગયા હતા તો અમેરિકન પ્રમુખ બિલ ક્લિન્ટન

તેમનાં માતા-પિતાને આશ્વાસન આપવા અને બચી ગયેલાઓ માટે પ્રાર્થના કરવા ગયા પણ સો-સો બચ્ચાની ઘાતકી હત્યાથી પરવેઝ મુશરફના પેટનું પાણીય ન હલ્યું?

કેટલાક પાકિસ્તાની બૌદ્ધિકોએ દબાયેલા અવાજે સ્વીકાર્યું કે જાવેદ ઇકબાલનો કેસ આપણા દંભી સમાજમાં વ્યાપ્ત ભયંકર જાતીય હતાશા-નિરાશા તથા વિકૃતિનું પ્રતીક છે. આનાથી સમાજના ભયંકર કદરૂપા ચહેરા પરનો મુખવટો નીકળી ગયો છે.

❖

૧૬

દરબારા સિંહ

પંજાબના અમૃતસરનું નાનકડું ગામ. રસ્તાની બંને બાજુ હરિયાળી જ હરિયાળી. શેરડીનો ઊભો પાક મસ્ત લહેરાતા પવન સાથે ટકી રહેવાની મથામણમાં મજા માણી રહ્યો છે. પાંચેક વર્ષની માસૂમ બાળકી હવામાં ઊડતી લટને આંખ પરથી હટાવે છે. શેરડી સામે જોઈ રહે છે. ત્યાં એની નજર રસ્તા પર જાય છે. દૂર કંઈક ટપકા જેવું દેખાય છે. ધીરે-ધીરે આ ટપકું મોટું થતાં સ્પષ્ટ થાય છે કે સાઇકલ આવી રહી છે. સાઇકલ પર પચાસેક વર્ષનો માણસ બેઠો છે. એ બાળકીની નજીક આવે છે. એની સામે સ્મિત ફરકાવે છે. થેલામાંથી એક પીપરમિન્ટ કાઢીને બાળકી સામે હાથ ધરે છે. એક પળના ખચકાટ બાદ બાળકી હાથ લંબાવે છે...

કોઈને થાય કે આ પંજાબી કાબુલીવાલા છે, ત્યાં જ યશ ચોપરાની ફિલ્મના કર્ણપ્રિય સંગીતને બદલે રામગોપાલ વર્માની હોરર ફિલ્મ જેવું બેકગ્રાઉન્ડ મ્યુઝિક શરૂ થાય અને...

❖

નામ દરબારા સિંહ. જન્મ ૧૯૫૨માં. પઠાણકોટમાં મેમોન કેન્ટોનમેન્ટના મિકેનિકલ એન્જિયનિયરિંગ આર્મ્સ યુનિટમાં નોકરી. કસરત દરમિયાન પીઠમાં થયેલી ઈજાને લીધે પુરુષત્વ ખોઈ બેઠાની વાતો ચર્ચાતી હતી. ૧૯૭૫માં પઠાણકોટના એરફોર્સ સ્ટેશન પર પોસ્ટિંગ વખતે પોતાના સિનિયર ઑફિસર મેજર વી. કે. શર્મા સાથે જીભાજોડી થતાં દરબારા સિંહે તેમના ઘર પર હેન્ડગ્રેનેડ ફેંક્યો, જેમાં મેજરની પત્ની અને ટીનએજ પુત્રને ગંભીર ઈજા થઈ હતી, પરંતુ ધરપકડ બાદ ચાલેલા ખટલામાં એ નિર્દોષ છૂટી ગયો હતો.

મૂળ અમૃતસર જિલ્લાના બીસ નજીકના જાલ્લુપુર ખૈરા ગામના રહેવાસી દરબારા સિંહ ત્રણ બાળકોના પિતા, પરંતુ તેની 'ખરાબ આદત'ને લીધે પત્નીએ ઘરમાંથી તગેડી મૂક્યો હતો.

એની સૌથી પહેલી ધરકપડ થઈ ૧૯૯૬માં. ચાઈલ્ડ એબ્યુઝના દસેક કેસ

હતા. તે છથી નવ વર્ષની બાળકીઓની જાતીય સતામણી કરવાનો આરોપી હતો. એની આ અમાનવીય વિકૃતિ ચાલતી જ રહી હોત, પરંતુ વસાહતી મજૂરની સાત વર્ષની એક બાળકી એની ચુંગાલમાંથી નાસી છૂટી. આ માસૂમે પોલીસને માહિતી આપી કે બદમાશ સાઇકલ પર મને લઈ ગયો હતો અને તેના ઘરમાં પોપટ હતો. આટલી માહિતીને પગલે દરબારા સિંહ ઓળખાઈ ગયો અને તેની ધરપકડ થઈ. પોલીસે પૂરતા પુરાવા સાથે લશ્કરી અધિકારીઓનો સંપર્ક સાધ્યો.

અદાલતે દરબારાને ૩૦ વર્ષની જેલ કરી. જેલમાં આઠ વર્ષ રહ્યા બાદ સારા વર્તન બદલ દરબારાને ૨૦૦૪ના એપ્રિલમાં જામીન મળ્યા. તે વખતે દરબારાના પાષાણ હૃદય એના શૈતાની દિમાગ પર બે જ બાબત છવાયેલી હતી. વેર અને વસાહતી મજૂરોનાં બાળક.

હા, દરબારા સિંહની ધરપકડ અને સજામાં નિમિત્ત બનેલી બાળકી પરપ્રાંતીય મજૂરની દીકરી હતી. એ માસૂમની બહાદુરીની આકરી કિંમત કેટલીય નિર્દોષ બાળાઓ ચૂકવવાની હતી.

પછી કપૂરથલાથી છૂટીને એ જલંધર આવ્યો અને શેતાનને શરમાવવા માંડ્યો. એક પછી એક કરતાં છ બાળકો ગાયબ થઈ ગયાં. બધેબધાં બાળકો પરપ્રાંતીય મજૂરોનાં જ. મોટા ભાગની છોકરીઓની ઉંમર પાંચથી બાર વચ્ચેની. યોગાનુયોગે, ૧૯૯૬માં દરબારા સિંહની ધરપકડ કરનારા પોલીસ સુપરિન્ટેન્ડેન્ટ રાકેશ કૌશલની આગેવાની હેઠળ જ આ મામલાઓની તપાસ માટે વિશેષ ટુકડીની રચના થઈ.

જલંધરમાં દરબારાએ મૉડેલહાઉસ વિસ્તારમાં ભાડાની રૂમ લીધી. નજીકમાં આવેલી ફેક્ટરીમાં નોકરી કરવા માંડ્યો. સાથોસાથ પરપ્રાંતીય મજૂરોની બાળકીને પોતાની ઘાતકી વિકૃતિનો શિકાર બનાવવા માંડ્યો.

પોતે જેલમાં ગુજારેલાં દસ વર્ષનું વેર વાળવા અને પરપ્રાંતીય મજૂરોનાં બાળકોને પાઠ ભણાવવા માટે દરબારા સિંહ ચૉકલેટ, પીપરમિન્ટ, સમોસાં, મીઠાઈ, ફટાકડા અને શેરડીના રસની ભૂલકાંઓને લાલચ આપતો. તેમને પોતાને ઘરે કે નિર્જન સ્થળે લઈ જઈને ગળું ચીરીને મારી નાખતો. પછી મૃતદેહ સાથે પોતાની વાસના સંતોષતો. અંતે શબને સલામત સ્થળે ફેંકી દેતો. આવાં ભયંકર, અધમ અને અકલ્પ્ય કુકર્મ કરતી વખતે દરબારા સિંહની ઉંમર હતી બાવન વર્ષ.

દરબારા સિંહ વારંવાર ઘર બદલતો રહેતો હતો. ગૅંગ બનાવ્યા વગર કામ કરતો વન મૅન પાપી હતો. સવારે ૧૦-૩૦થી ૧૨-૩૦ વાગ્યા વચ્ચે જ ઑપરેશન કરે કે જ્યારે બધા મજૂરો પેટિયું રળવા પરસેવો પાડતા હોય. તેને નજરે જોનારા ભાગ્યે જ કોઈ હોય. આ બધી બાબત પોલીસનું કામ અત્યંત મુશ્કેલ બનાવતી હતી, પરંતુ સ્પેશિયલ ઇન્વેસ્ટિગેશન ટીમે મોડસ ઓપરેન્ડીનો

અભ્યાસ કર્યો, જે કંઈ આછીપાતળી માહિતી મળી તેના આધારે શકમંદનો સ્કેચ બનાવ્યો. કોઈ ખબરીએ માહિતી આપી કે સ્કેચ સાથે મેળ ખાતો માણસ સાઇકલ પર જઈ રહ્યો છે અને તેની પાસે પીપરમિન્ટની થેલી છે.

દરબારા પોતાના વધુ પડતા વિશ્વાસના નશામાં રમમાણ હતો. ૨૯મી ઑક્ટોબરે દરબારા સાઇકલ પર લેધર કૉમ્પ્લેક્સથી કપૂરથલા જઈ રહ્યો હતો. તેને ગળા સુધી ખાતરી હતી કે માજી સૈનિક તરીકે પોતાના પર કોઈને શક નહીં જાય, પરંતુ સ્થાનિક પોલીસ અધિકારી પ્રીતમ સિંહ અને સી.આઈ.એ. ઇન્ચાર્જ સબ-ઇન્સ્પેક્ટર નિર્મલ સિંહની આગેવાની હેઠળની ટીમે એને રોક્યો. સ્વાભાવિકપણે નિવૃત્ત લશ્કરી સૈનિક હોવાથી એને આગળ જવા દેવાયો હોત, પરંતુ તેની પાસેની પીપરમિન્ટે પોલીસના મનમાં શંકા જમાવી. એ પોલીસ પાર્ટીના સવાલોના જવાબ આપતો હતો, ત્યારે જલંધર પોલીસે બનાવેલા શકમંદના સ્કેચ સાથેની સરખામણીએ શંકાને વધુ મજબૂત બનાવી દીધી.

દરબારા માટે બીજા શસ્ત્ર જેવી પીપરમિન્ટનો જ કડવો સ્વાદ ચાખીને જેલભેગા થવાનો વારો આવ્યો, પરંતુ પોલીસને ડર હતો કે આ માણસ હતો એવો ચાલાક કે મોઢું નહીં જ ખોલે, પરંતુ દરબારા સિંહે રીતસર કરગરતાં કહ્યું કે, 'મને મારતા નહીં, હું બધું જ કહી દઈશ.'

અને દરબારાએ કહ્યું, 'પરપ્રાંતીય મજૂરોનાં બાળકોને મારી નાખ્યાનો મને લેશમાત્ર પસ્તાવો નથી. એ લોકોએ જ મને જેલ મોકલ્યો હતો. હું પરપ્રાંતીયોનાં બાળકોને ઉપાડી જતો. જો આમાંથી કોઈ છોકરો કે છોકરી પ્રતિકારનો પ્રયાસ કરે તો તેમનાં ગળાં કાપીને લાશ ફેંકી દેતો કે ડુબાડી દેતો અને મારી પાસે કોઈ વિકલ્પ પણ નહોતો, કારણ કે તેઓ મારા માટે મુશ્કેલી ઊભી કરી શકે. પાછળ કોઈ પુરાવા ન છોડવા માટે જ મારે બધાં બાળકોને મારી નાખવાં પડ્યાં. લગભગ દરેક હત્યાની ઉજવણી હું દારૂ અને સરસ ભોજનથી કરતો. મને એનો જરાય પસ્તાવો, રંજ કે દુઃખ નથી. પણ હા, મેં ભૂલથી એક પંજાબી છોકરીને મારી નાખી, એ વાતે મને એકદમ હચમચાવી નાખ્યો.'

પોલીસને સમજાયું નહોતું કે અત્યંત ચાંપતા બંદોબસ્ત અને નાકાબંધી છતાં દરબારા કેવી રીતે અગાઉ છટકતો રહ્યો. એકદમ બેશરમીથી હસતાં-હસતાં દરબારાએ કબૂલ્યું, 'કોઈને ક્યારેય મારા પર શક ન ગયો. એક નિવૃત્ત સૈનિક તરીકે હું સાઇકલ પર નિરાંતે શહેરની અંદર-બહાર આવ-જા કરી શકતો હતો. આનાથી ક્યારેય મારો અંતરાત્મા ડંખ્યો નહીં. મને હજી લાગે છે કે મેં જે કર્યું એ બરાબર હતું અને સમયની માગ હતી. હવે ભવિષ્યમાં હું આવું કંઈ નહીં કરું.'

ડરપોક દરબારાના પોપટપાઠના આઘાતમાંથી બહાર આવ્યા બાદ પોલીસ

એકદમ કામે લાગી ગઈ. દરબારાને સાથે લઈ જઈને નહેર, ખેતર અને અન્ય સ્થળેથી બાળકોનાં શબ કે હાડપિંજર શોધી કાઢ્યાં. આ સમયે પણ નાનાં, માસૂમ અને નિર્દોષોનાં મોત બદલ એના ચહેરા પર વિષાદની એક રેખા સુધ્ધાં દેખાઈ નહીં.

લગભગ છ મહિનામાં એ નરાધમે ૨૫ શિકાર કરી લીધા હતા. એની કબૂલાત છતાં પોલીસ ફક્ત ૧૭ ભૂલકાંના શબ શોધી શકી.

પછી કાનૂની પ્રક્રિયામાં કોઈ કેસમાં દરબારા પુરાવાના અભાવે છૂટી ગયો. કોઈ કેસમાં આજન્મ કારાવાસની સજા થઈ. ફાસ્ટ ટ્રેક કોર્ટના એડિશનલ સેશન્સ જજ આઈ. જે. બાજવાએ બે બાળકોની હત્યાના કેસમાં સિરિયલ બેબી કિલર દરબારા સિંહને ફાંસીની સજા ફરમાવી હતી.

ભારતીય ગુનાખોરીના ઇતિહાસમાં દરબારા સિંહની ગણના સૌથી ક્રૂર, ઘાતકી અને નિર્દયી ચાઈલ્ડ એબ્યુઝર અને કિલર તરીકે થાય છે. એ પ્રેમાળ કાબુલીવાલા નહીં, કિલર કથૂરથલાવાળો હતો.

દરબારા સિંહની નજર પડી અને...

જીવ ગુમાવ્યો : પાંચ વર્ષની લછ્મી, છ વર્ષનો સતીષ, દસ વર્ષની ગુડિયા, દસ વર્ષનો રાજેશકુમાર અને તેની પાંચ વર્ષની બહેન ગીતા, ચાર વર્ષનો લાલુપ્રસાદ, દસ વર્ષની દીક્ષા, નવ વર્ષની રાની, પાંચ વર્ષનો અમૃત, નવ વર્ષનો જતીન્દર, આઠ વર્ષની પૂજા...

સદ્ભાગ્યે બચી ગયાં : મૃતક દીક્ષાની બહેન આશા શેતાનની ચુંગાલમાંથી ભાગીને બચી ગઈ, મૃતક રાની સાથે અપહરણ કરાયેલી નવ વર્ષની નીતુને બચાવીને હૉસ્પિટલમાં સારવાર અપાઈ, મૃતક તઝબીનની બહેન મુમતાઝે મોતને હાથતાળી આપી, મૃતક સતીષ-ગુડિયા સાથે અપહરણ કરાયેલા આઠ વર્ષના શંકરની જીવનરેખા લાંબી હતી, ચાર વર્ષની રવીનાનું અપહરણ થયું, પણ જિંદગી હજી બાકી હતી, પાતાલકુમારી અને નિકિતાનાં અપહરણ થયાં પણ નસીબદાર નીકળ્યાં તથા પાંચ વર્ષના રાજેશકુમારનું અપહરણ થયું, પણ જિંદગી બચી ગઈ

દરબારા સિંહે કબૂલ કરેલાં અમુક ખૂન મુજબ પોલીસને લાશ ન મળી. સાથોસાથ પોલીસ અને જનતા માનતી હતી કે દરબારા સિંહના શિકારની સંખ્યા જાહેર થયાં કરતાં વધુ હોઈ શકે.

❖

૧૭

ઉમેશ/રાજુલુ/વેંકટેશ/રમેશશંકર

ઉમેશ... બી.એ. ઉમેશ... રાજુલુ... રમેશ... વેંકટેશ... આ બધાં નામ છે કર્ણાટકના ચિત્રદુર્ગ જિલ્લાના બસપ્પામલીગે ગામના નિવાસીના. આ ઉમેશ રેડ્ડીએ ૧૯૯૫માં પી.યુ.સી. (પ્રી-યુનિવર્સિટી કોર્સ, આપણા એચ.એસ.સી. સમકક્ષ)નું ભણતર પૂરું કર્યું. ૧૯૯૬માં કાશ્મીરમાં સેન્ટ્રલ રિઝર્વ પોલીસ ફોર્સમાં કૉન્સ્ટેબલ તરીકે કામગીરી બજાવી. આ જ વર્ષે ચિત્રદુર્ગમાં ડિસ્ટ્રિક્ટ આર્મ્ડ રિઝર્વ (ડી.એ.આર.)માં જોડાયો.

આ ઉમેશ રેડ્ડી માટે કોઈને થોડું કે ઘણું માન ઊભું થાય એ અગાઉ મૂળ વાત શરૂ કરીએ. આ માણસે ત્રણ રાજ્યની નારીઓ અને પોલીસોના જીવ એવા અધ્ધરશ્વાસ કરી દીધા હતા કે ન પૂછો વાત.

૧૯૬૯માં જન્મેલા ઉમેશે સૌપ્રથમ પોતાનાં લક્ષણ ઝળકાવ્યા કાશ્મીરમાં. પોતાના ઉપરી એટલે કે સી.આર.પી.એફ. કમાન્ડરની દીકરી પર બળાત્કાર કરીને ભાગી છૂટ્યો. પછી ચિત્રદુર્ગમાં સ્કૂલ-ગર્લ પર રેપનો પ્રયાસ કર્યો. મુંબઈ, અમદાવાદ, વડોદરા અને મૈસુરમાં બળાત્કારના મામલામાં સંડોવાયો. પૂણે, દાવણગિરિ અને હુબલી-ધારવાડમાં ત્રણ છોકરીઓ પર બળાત્કાર કર્યા. બેંગલોરમાં ઉમેશ રેડ્ડી સામે બળાત્કારના ચાર કેસ નોંધાયા હતા.

આ સિરિયલ રેપિસ્ટ માત્ર બળાત્કાર જેવું ઘૃણાસ્પદ પાપ જ નહોતો કરતો, પણ એનામાં ભારોભાર નિર્દયતા અને વિકૃતિઓ હતી.

ઉમેશ રેડ્ડી સાવ એકલી રહેતી મહિલાનાં ઘર શોધી લેતો. એ સવારે ત્રણથી બપોરે ત્રણ વચ્ચે જ ત્રાટકતો, જ્યારે પુરુષો ઘરે ન હોય. યોગ્ય સમયે પાણી માગીને કે ઍડ્રેસ પૂછવાને બદલે ઘરમાં ઘૂસીને ચાકુની અણીએ મહિલા પર કબજો જમાવી લેતો. એક પછી એક કપડાં ઉતારતો, બેરહેમીથી મુશ્કેટાટ બાંધી દેતો, પહેલાં બળાત્કાર અને પછી ખૂન. અંતે ઘરમાં લૂંટ ચલાવતો અને હા, ઘટનાસ્થળેથી રફુચક્કર થઈ જતા પહેલાં મહિલાનાં આંતઃવસ્ત્ર ઉપાડી લેવાનું ભૂલતો નહીં. એની પાસેથી પોલીસને મહિલાનાં આંતઃવસ્ત્રો ભરેલી બેગ મળી હતી. આ બેગમાં દસ બ્રેસિયર, ૩૬ પેન્ટી, છ સાડી, બે નાઇટી, આઠ ચૂડીદાર

અને ચાર બ્લાઉઝ હતાં. આ સામગ્રી એની ધરપકડ વખતે કબજે કરાઈ હતી.

અંતે ૨૦૦૨ની ૧૭મી મેએ ઉમેશ પકડાયો. આ શુક્રવારે ઉમેશ લોરીમાં બેસીને ટુમકુટ આવ્યો. સવારે આઠ વાગે સલૂનમાં વાળ કપાવવા ગયો, પણ એને ખબર નહોતી કે અણગમતા વધેલા વાળ સાથે મનગમતી આઝાદી પર પણ કાતર ફરી વળવામાં છે. એ સલૂનની અંદર ગયો ત્યારે સત્યાવેલુ નામના રિક્ષા-ડ્રાઇવરની નજર એના પર પડી. ઉમેશને જોઈને એની આંખમાં ચમક આવી ગઈ. સત્યાવેલુને યાદ આવ્યું કે આ માણસનો ફોટો તો છાપામાં જોયો હતો. તેણે યશવંતપુર પોલીસને માહિતી આપી અને ઉમેશ રેડ્ડી સલૂનમાંથી ફ્રેશ થઈને બહાર આવ્યો, ત્યારે ઇન્સ્પેક્ટર નાગરાજ સામૈયું કરવા માટે હાજર જ હતા. આ મદદ માટે પોલીસે સત્યાવેલુને ઇનામરૂપે રૂ. વીસ હજારનો ચેક આપ્યો હતો.

ઉમેશના કારનામાથી પૂરેપૂરી વાકેફ ભીડ તો ઑન ધ સ્પોટ ન્યાય કરવાના આક્રોશમાં હતી, પરંતુ જનતાને શાંત પાડી પોલીસ એને લઈ ગઈ. પછી ચોથી માર્ચે બસમાં બેંગલોર લઈ જવાતી વખતે પોલીસને હાથતાળી આપીને ઉમેશ ભાગી ગયો. પોલીસે દાવો કર્યો કે ભાગી જતી વખતે એ હાથકડીમાં બંધાયેલો હતો, પરંતુ ફરી પકડાયો ત્યારે હાથકડીવાળી વાત નકારીને ઉમેશે ધડાકો કર્યો કે રસ્તામાં વળાવિયા પોલીસ સાથે મેં દારૂ પીધો અને પછી બાથરૂમ જવાને બહાને તેમને ઉલ્લુ બનાવીને ભાગી છૂટ્યો હતો.

ઉમેશ ભૂતપૂર્વ પોલીસ કૉન્સ્ટેબલ, અનેક બળાત્કાર, મર્ડર અને લૂંટનો બદનામ આરોપી અને વારંવાર ભાગી છૂટવાના રેકોર્ડ છતાં પોલીસે દારૂના પ્યાલામાં આબરૂ ડુબાડી દીધી! ત્યાંથી ભાગીને ઉમેશે દાવણગિરિ, હુબલી, ધારવાડ-બેલગામ અને પૂણેમાં ત્રણ બળાત્કાર અને ચાર ચોરી કરી હતી. પુણેની હોટલમાં કામ કરતી વખતે તે રોકડ પેટી ચોરીને ધારવાડ ભાગી ગયો હતો.

પોતાના કૉન્સ્ટેબલ તરીકેના અનુભવનો ઉપયોગ પોલીસને જ બેવકૂફ બનાવવામાં ઉમેશે પૂરેપૂરો કર્યો. સૌપ્રથમ તો ચિત્રદુર્ગ જિલ્લાના ચલ્લોકેરે તાલુકાસ્થિત પરશુરામપુરાથી પોલીસના હાથમાં પકડાઈને છટકી ગયો. પછી આ જ તાલુકાના રામપુરા નજીક પકડાયા બાદ પોલીસની આંખમાં ધૂળ નાખી ગયો. ત્યાર બાદ સેન્ટ્રલ ક્રાઇમબ્રાંચ કસ્ટડીમાંથી પણ ભાગી ગયો. પોલીસ સાથે એ લગભગ છ વાર પકડદાવ રમ્યો.

આ વિકૃત કામીને સ્ત્રીઓનાં આંતઃવસ્ત્રનું ગજબનું આકર્ષણ હતું. ૧૯૯૭ની સાતમી જુલાઈએ તો એ લેડીઝ અંડરગારમેન્ટની ચોરી કરવામાં પકડાઈ ગયો હતો, પણ માત્ર ૨૪ કલાકમાં જ પોલીસના કબજામાંથી ભાગી છૂટ્યો હતો. એ

ઘણી વાર સ્ત્રીઓનાં અંડરગારમેન્ટ પહેરીને હસ્તમૈથુન કરતો હોવાનું પોલીસ તપાસમાં બહાર આવ્યું હતું. વિકૃતિ, ક્રૂરતા અને પાશવીપણાના વિકલ્પ સમાન ઉમેશ રેડ્ડીને ૧૭મી મે, ૨૦૦૯ના રોજ કર્ણાટક હાઈકોર્ટે હત્યા, બળાત્કાર અને લૂંટ બદલ આરોપી ઠેરવીને મૃત્યુદંડ ફટકાર્યો હતો. સ્પેશિયલ જજ એસ. આર. બાન્નુમથે ઉમેશને ૧૯૯૮માં ૨૮મી ફેબ્રુઆરીએ જયશ્રી સુબૈયા નામક (૩૭) વર્ષ વિધવાના મર્ડર અને રેપકેસમાં હિંસક અપરાધી અને એમાં પણ 'રેરેસ્ટ ઑફ રેર' ગણાવતા નિરીક્ષણ કર્યું હતું કે આ કેસમાં ભૂતપૂર્વ પોલીસ કૉન્સ્ટેબલે વિકૃતિ પૂરી કરવાની આદતમાં માત્ર લૂંટ જ નથી ચલાવી, પણ પોતાની હવસખોરી સંતોષવા લાચાર મહિલાઓ પર હુમલો કરીને બળાત્કાર કર્યો છે. તેમણે સ્પષ્ટ શબ્દોમાં કહ્યું કે, 'આવા માણસના રૂપે રહેતા શેતાનને શા માટે જિંદગીભર જેલમાં પૂરી રાખીને સમાજે સાચવવો જોઈએ એ હું સમજી શકતો નથી. નીચલી અદાલતે કરેલી મૃત્યુદંડની સજાને બહાલી મળવી જ જોઈએ નહીંતર ન્યાયતંત્રમાં પ્રજાએ મૂકેલો વિશ્વાસ ડગમગી જશે.'

પોતે હજી ભણે છે અને માતાની દેખરેખની જવાબદારી નિભાવવાની છે એવી ઉમેશની દલીલ અદાલતને ગ્રાહ્ય ન લાગી.

લગભગ ૧૮થી ૨૦ રેપ-મર્ડરના કેસ ઉમેશ સામે ચાલ્યા. અમુકમાં નિર્દોષ છૂટ્યો. બાકીનામાં કદાચ મૃત્યુદંડ થાય કે આજીવન કારાવાસની સજા મળે, પણ એક મધ્યમ વર્ગનો માનવી જે પોલીસ કૉન્સ્ટેબલ સુધ્ધાં બન્યો, એ શા માટે આવો વિકૃત હત્યારો બની ગયો? આ કારણો શોધવા-સમજવાની જરૂર પોલીસને લાગતી નથી કે એના માટે સમય કે સૂઝ નથી? એક અપરાધીને પકડી લેવા જેટલું જ કે એનાથી વધુ મહત્ત્વનું એ છે કે ભવિષ્યમાં આવા ઉમેશો સમાજમાં ફરી પેદા ન થાય એની વ્યવસ્થા કરવાનું.

❖

૧૮

ડૉ. દેવેન્દ્ર શર્મા

વ્યવસાયે તબીબ. એમાંય પાંચ હજાર વર્ષ જૂની પરંપરાગત ભારતીય આયુર્વેદ પદ્ધતિની પસંદગી. ખૂબ જ પ્રસન્ન અને હસમુખું લાગે તેવું અત્યંત આકર્ષક વ્યક્તિત્વ. નામ ડૉ. દેવેન્દ્ર શર્મા. ડૉક્ટરનું કામ જીવન દેવાનું, વધારવાનું કે બચાવવાનું પણ આ દેવેન્દ્ર શર્માએ એકદમ વિરોધાભાસી અને આંચકાજનક માર્ગ અપનાવ્યો – જીવન આંચકી લેવાનો.

કારણો સ્પષ્ટ નથી, પણ તબીબી વ્યવસાયમાં આરંભિક નિષ્ફળતાથી માંડીને ચિટફંડમાં પડેલા આર્થિક ફટકાએ ડૉ. દેવેન્દ્ર શર્માને બનાવી દીધો એક ઘાતકી સિરિયલ કિલર. અલીગઢમાં દેવેન્દ્રે ઉત્તર ભારતના ચાર રાજ્ય ઉત્તર પ્રદેશ, રાજસ્થાન, હરિયાણા અને દિલ્હીમાં એક પછી એક નિર્દોષોને રહેંસી નાખ્યા. ન કોઈ માનસિક બીમારી કે જૂનો વેરભાવ છતાં દેવેન્દ્ર શર્મા સિરિયલ કિલર બન્યો.

સિરિયલ કિલરોના ઇતિહાસમાં એકદમ વિચિત્ર ગણાય એવા દેવેન્દ્ર શર્માએ માત્ર ગરીબ-મહેનતકશ ટૅક્સી-ડ્રાઇવરોને જ પોતાના શિકાર બનાવ્યા. એ પણ માત્ર એટલા માટે કે ડ્રાઇવરનો ખાત્મો બોલાવી દીધા બાદ વાહન વેચીને રોકડા કરી શકાય. પોલીસના દાવા મુજબ ખુદ દેવેન્દ્રે જ કબૂલાત કરી હતી કે મેં ૩૦થી ૪૦ ટૅક્સી-ડ્રાઇવરોને બેરહેમીથી મારી નાખ્યા છે. તેને અંગતપણે ટૅક્સી-ડ્રાઇવરો સામે કોઈ રાગ, દ્વેષ, ક્રોધ કે વાંધો નહોતો. એ માત્ર એક કાર-ચોર હતો. જેને જીવલેણ રક્તપાત ગમતો હતો અને બિચારા ટૅક્સી-ડ્રાઇવર એકદમ આસાન-સરળ શિકાર હતા. લાંબા રૂટ પર નીકળે અને સમયસર ઘરે ન પહોંચે તો ઘરવાળા ખુશ થાય કે વધુ લાંબું ભાડું મળતાં સારી કમાણી થતી હશે, પણ...

દેવેન્દ્ર શર્મા રોડ પર ટૅક્સી માટે ઊભો રહે. ખાલી આવતી ટૅક્સીને રોકે. જો ટૅક્સી ઊભી રહે અને ડ્રાઇવરે હા પાડી તો માનો કે તેણે મોતને આમંત્રણ આપીને યમરાજને સવારી આપી દીધી. ટૅક્સી દોડવા માંડે એટલે ચોક્કસ સ્થળે રાહ જોતાં દેવેન્દ્રના બે-ત્રણ ઘાતકી સાથીદાર પણ ટૅક્સીની અંદર ઘૂસીને બેસી

જાય. પછી જેવું એકાંત કે નિર્જન સ્થળ આવે એટલે ડ્રાઇવરની એવી જંગલી રીતે મારપીટ કરે કે એ જીવતો ન બચે, લાશ બહાર ફગાવી દે અને ટેક્સી લઈને રફુચક્કર થઈ જાય.

ડૉ. દેવેન્દ્ર શર્માની આ કાતિલ મુસાફરી માટે પસંદ કરેલાં સ્થળો હતા દિલ્હી, ગાઝિયાબાદ, અલીગઢ, નોઇડા, મેરઠ, જયપુર, ફરીદાબાદ, રેવારી, અલવર અને ગુડગાંવ.

૨૦૦૩ની ૨૬મી નવેમ્બરે પહેલાં ટેક્સી-ડ્રાઇવરનું મર્ડર કર્યા બાદ દોઢેક વર્ષ સુધી ડૉ. દેવેન્દ્ર શર્મા એકદમ લાપતા-શાંત થઈ ગયો હતો. આ ઘાતકી દેવેન્દ્ર પોતાના લાચાર શિકાર સમક્ષ બડાશ હાંકતો કે ટેક્સી-ડ્રાઇવર ભલે મહિલા હોય કે કોઈ છોકરડો, મારા હાથેથી જીવતાં ન જ બચે.

પોલીસે વર્ણવેલી મોડસ ઓપરેન્ડી મુજબ 'ડૉક્ટરસાહેબ' વારંવાર અલીગઢથી દિલ્હી અથવા ગુડગાંવ પહોંચી જાય. પછી અલીગઢ જવા ઇચ્છુક પર્યટક બનીને ઊભા રહી જાય, ટેક્સીની પ્રતીક્ષામાં. ડ્રાઇવર તૈયાર થાય અને ટેક્સી દોડવા માંડ્યા બાદ ચોક્કસ સ્થળે પહોંચી જાય. પછી ડૉક્ટર ડેથના કાતિલ સહાયકો પણ ટેક્સીમાં ચડી બેસે. અવાવરું કે નિર્જન સ્થળે ટેક્સી-ડ્રાઇવરની પાશવી મારઝૂડ થાય જે છેવટે જીવલેણ સાબિત થાય. પછી ગૅંગ વાહન લઈને ભાગી જાય અને ગેરકાયદે વાહન બજારમાં ટેક્સી વેચી નખાય. એમાંથી એકાદ લાખ જેટલો દલ્લો મળે. આ ઓપરેશનમાંથી થયેલી આવકનો સિંહ-ભાગ ડૉક્ટરસાહેબ લઈ જાય એ કહેવાની જરૂરી ખરી? ૧૮-૨૦ નિર્દોષોના જીવ લઈને ડૉક્ટરને મળ્યા માત્ર રૂપિયા પંદર લાખ.

૨૦૦૪ની નવમી ફેબ્રુઆરીએ ટેક્સી-ડ્રાઇવર ધર્મેન્દ્રની હત્યા બદલ પાલવાલ પોલીસે ડૉ. દેવેન્દ્ર શર્માની અલીગઢમાંથી ધરપકડ કરી. પોલીસની આકરી ટ્રીટમેન્ટ સામે દેવેન્દ્રે મોઢું ખોલ્યું કે વર્ષ ૨૦૦૦ બાદ મેં અને મારા સાથીદાર જ્ઞાનસિંહે ૨૦ જેટલા ટેક્સી-ડ્રાઇવરને મારી નાખ્યા, તેમની ટેક્સી આંચકી લીધી અને પછી વેચી મારી. આ કેસમાં ૨૦૦૭ની ૧૩મી માર્ચે ફરીદાબાદ કોર્ટના એડિશનલ સેશન્સ જજ એ. કે. રાઘવે મુખ્ય આરોપી દેવેન્દ્ર શર્મા અને જ્ઞાનસિંહને આજીવન કારાવાસની સજા કરી. ત્રીજા ગુનેગાર ગિરીશને ત્રણ વર્ષની કેદ ફટકારી. ત્યારે આ મામલમાં બે આરોપીઓ હજી લાપતા હતા.

સદ્ભાગ્યે વાત આટલે જ ન અટકી, ગુડવાંવની સેશન્સ કોર્ટે ૨૦૦૮ની ૧૬મી મૅના રોજ ૩૦થી ૪૦ ટેક્સી-ડ્રાઇવરની હત્યા બદલ ડૉ. દેવેન્દ્ર શર્માને મોતની સજા ફરમાવી. એડિશનલ ડિસ્ટ્રિક્ટ એન્ડ સેશન્સ જજ બલવીર સિંહે ૨૦૦૨ની ૧૧મી ફેબ્રુઆરીએ દાખલ કરાયેલા કેસમાં આ ચુકાદો ફરમાવ્યો

હતો. આ કેસ ટાટા સુમો ચોરવા માટે કરાયેલા નરેશ શર્માના મર્ડરનો હતો.

આ કેસની તપાસ અને પૂછપરછ દરમિયાન દેવેન્દ્ર શર્માએ ઠંડા કલેજે કરેલી હત્યાઓની કબૂલાતમાં ધડાકો કર્યો હતો કે અમે પંદરેક ટેક્સી-ડ્રાઇવરને મારી નાખ્યા બાદ તેમની લાશ અલીગઢની કેનાલમાં જ ફગાવી દીધી હતી.

દરેક સિરિયલ કિલરના કેસમાં થાય છે એમ આ મામલામાં પણ ખાતરી કરાઈ હતી કે આવી ઘાતકી, પાશવી અને ક્રૂર હત્યાઓ કરનારો ડૉક્ટર માનસિક રીતે અસ્વસ્થ તો નથીને? આમેય આવા મામલામાં આરોપી કે ગુનેગારને ગાંડો કે અસ્થિર મગજવાળો સાબિત કરી શકાય તો તેને મૃત્યુદંડ જેવી આકરી સજાથી બચાવી શકાય, પરંતુ ડૉ. દેવેન્દ્ર શર્મા એકદમ સ્વસ્થ હોવાનું પોલીસે જાહેર કર્યું. જેલમાં પણ શર્માએ પોતાના દુષ્કૃત્ય બદલ ન કોઈ પસ્તાવો વ્યક્ત કર્યો કે ન કોઈ ક્ષમાયાચના કરી. આમાં સૌથી વધુ મૂંઝવતો સવાલ એ છે કે દેવદૂત સમાન તબીબની અંદર ઘાતકી શેતાન કેવી રીતે આવીને વસ્યો? આ માનસશાસ્ત્રનો વિષય છે, જેના અભ્યાસથી કદાચ તબીબના અપરાધીકરણનો તાગ મળી શકે. માત્ર ડૉક્ટરી ન ચાલવાથી કોઈ ફક્ત સસ્તી કમાણી ખાતર હત્યાના માર્ગે નીકળી પડે ખરું?

❖

૧૯

કે. ડી. કેમ્પમ્મા

કે. ડી. કેમ્પમ્મા..

યશોધરા...

લક્ષ્મી...

સાવિત્રીઅમ્મા...

જયાઅમ્મા...

મલ્લિકા...

અને...

આ બધાં નામ વચ્ચે કલ્પી ન શકાય એવી આઘાતજનક સમાનતા છે.

❖

૧૯ ઑક્ટોબર, ૧૯૯૯. બેંગલોર. આ શહેરના પાદરમાં મંદિરની નજીક એક શ્યામવર્ણી અને તેટલી જ મેદસ્વી મહિલા ચકળવકળ આંખે આમતેમ જોતી રહી હતી. એનાં વસ્ત્રો, સામાન્ય શણગાર અને ચહેરાના હાવભાવ પરથી તે એકદમ સાધારણ, પણ અત્યંત ધાર્મિક ગૃહિણી લાગે. સામેથી મમતા રાજનને આવતી જોઈને એની આંખે વિશ્રામ લીધો. પ્રતીક્ષાનો અંત આવ્યો. ચહેરા પર સ્મિત સાથે આંખમાં કોઈક અલગ જ ભાવ સાથે નીચેના હોઠ પર દાંત એવી રીતે દબાવ્યા કે કોઈના ધ્યાનમાં આ ફેરફાર જરાય ન આવે. કોઈ મોટી કે મહત્ત્વની પૂજા માટે તૈયાર થઈને આવી હોય એમ મમતા રાજન સરસ સાડી-બ્લાઉઝ અને ઘરેણાંઓથી સજ્જ હતી. મમતા રાજનને પ્રભુને રિઝવવા હતા, ખુશ કરવા હતા, સંતાનપ્રાપ્તિ માટેની પૂજાની આતુરતા સાથે મમતા પણ હૈયામાં સમાતી નહોતી. એ શ્યામવર્ણી પૂરેપૂરા પ્રેમ અને ભક્તિ સાથે મમતાને મંદિરમાં લઈ ગઈ...

...અને પછી ક્યારેય કોઈ મમતા રાજનને જોઈ કે મળી ન શક્યું.

❖

૩૦ માર્ચ, ૨૦૧૨. એ શુક્રવારે બેંગલોરની ફર્સ્ટ એડિશનલ રૂરલ કોર્ટે આધુનિક ભારતની પહેલી અને એકમાત્ર લેડી સિરિયલ કિલર કે. ડી. કેમ્પમ્મા ઉર્ફે યશોધરા... ઉર્ફે... ઉર્ફે...ને મૃત્યુદંડની સજા ફટકારી. આ સાથે કેમ્પમ્માનું વધુ એક તખ્ખલુસ બહાર આવ્યું : મલ્લિકા. એની મોડસ ઓપરેન્ડીએ એ તખલ્લુસમાં વધુ કાતિલ, જીવલેણ અને ઝેરીલો ઉમેરો કર્યો : સાઇનાઇડ મલ્લિકા.

કેમ્પમ્માને આ દેહાંત-દંડ બેંગલોર નજીકના યેલાહાન્કા પાસે આલ્લાસાન્દ્રાની રહેવાસી નાગવેણીની હત્યા બદલ કરાયો હતો. ૨૦૦૭ની ૧૮મી ડિસેમ્બરે દોડ્ડાબલ્લાપુરના મંદિરમાંથી નાગવેણીની લાશ મળી હતી. નાગવેણી નિઃસંતાન હતી અને પગલીના પાડનારનો પગરવ સાંભળવા એક મંદિરથી બીજા મંદિરે દોડધામ કરતી હતી. કેમ્પમ્માએ નાગવેણી સાથે દોસ્તી કરી લીધી. કદાચ કેમ્પમ્મા જીભને આરામ આપીને કાન પાસે ઓવરટાઇમ કરાવીને શિકારની વાત એકદમ શાંતિથી સાંભળતી, ચહેરા પર અનુકંપા અને સહાનુભૂતિ લાવતી અને પૂરેપૂરો વિશ્વાસ જીતી લેતી હશે.

નાગવેણીનું દર્દ સાંભળ્યા-સમજ્યા પછી કેમ્પમ્માએ સંતાનપ્રાપ્તિ માટે વિશેષ પૂજા કરાવવાની વાત કરી. સાથે-સાથે આપી રિઝલ્ટની ગેરન્ટી. બિચારી નાગવેણીને બીજું શું જોઈએ? કેમ્પમ્માની ધારણાથી વધુ ઝડપથી એ માની ગઈ. કેમ્પમ્માએ એને થોડે દૂર અને એકાંત સ્થળે આવેલા દોડ્ડાબલ્લાપુરના મંદિરે ખૂબ વહેલી સવારે સજીધજીને આવવા માટે કહ્યું. બધાં આભૂષણો અને અરમાનો સાથે નાગવેણી મંદિરમાં પહોંચી ગઈ. કેમ્પમ્માએ એને પીવા માટે પવિત્ર પાણી આપ્યું. આ પાણી પીતાંવેંત જ નાગવેણી ઢળી પડી અને પ્રાણપંખેરું ઊડી ગયું. પાણીમાં ભળેલા સાઇનાઇડને અસર કરતાં જેટલી વાર લાગી એટલી જ ઝડપથી નાગવેણીના શરીર પરથી એક-એક ઘરેણાં લઈને અદશ્ય થઈ ગઈ સાઇનાઇડ મલ્લિકા. અહીં મમતા રાજન કેસનું પુનરાવર્તન થયું.

❖

૨૦૧૦માં ટુમકુટની કોર્ટે પણ કુનીગલ તાલુકાના યેદીપુર સિદ્ધિલિંગેશ્વર મંદિરમાં મુનિયમ્માના મર્ડર બદલ કેમ્પમ્માને મોતની સજા ફટકારી હતી. વન્સ મોર સેમ શો બાય સાઇનાઇડ મલ્લિકા.

❖

કે. ડી. કેમ્પમ્મા ઉર્ફે સાઇનાઇડ મલ્લિકાને સજા થતાં જ તેનાં વધુ કારનામાં બહાર આવવા માંડ્યાં. એનાં કુકર્મમાં લગભગ સમાનતા હતી : ગૃહિણી, મંદિર,

ઘરેણાં અને સાઇનાઇડ... અને નિર્દોષનું મોત.

૨૦૦૬ની ૨૯મી ડિસેમ્બરે શંકરે બેંગલોરના માયકો લેઆઉટ પોલીસ સ્ટેશનમાં પોતાની ૨૩ વર્ષની પત્ની રેણુકા લાપતા હોવાની ફરિયાદ લખાવી હતી. પોતે દુબઈના પ્રવાસે હતો ત્યારે રેણુકા સાતમી ડિસેમ્બરથી ગાયબ થયાનો શંકરનો દાવો હતો. એ જ મહિનામાં નજીકના ચિંતામણિ પોલીસસ્ટેશનમાં કૈવારા યોગીનારાયણ આશ્રમ ગેસ્ટહાઉસમાંથી અજાણી મહિલાનો મૃતદેહ મળ્યાની ફરિયાદ નોંધાઈ હતી, પરંતુ કોઈ જ સગડ ન મળતાં કેસ બંધ કરી દેવામાં આવ્યો હતો. અખબારોમાં રેણુકાનો ફોટો જોઈને ચિંતામણિ પોલીસસ્ટેશનને લાશની ઓળખ મળી. આની સાથે જ આશ્રમના સત્તાધીશોએ કેમ્પમ્માને ઓળખી કાઢી. ત્યાં એ જયાઅમ્મા બનીને આવી હતી.

❖

૨૦૦૭ની ૩૧મી ડિસેમ્બરે પોલીસને માહિતી મળી કે એક શંકાસ્પદ મહિલા બસસ્ટેન્ડ પાસે ઘરેણાં ગીરવે મૂકવા અને સેલફોન વેચવાની ચેષ્ટા કરી રહી છે. પોલીસ ધરપકડ કર્યા બાદ તેણે પોતાની ઓળખ મલ્લિકા તરીકે આપી.

મલ્લિકાએ વેરેલા વટાણા પોલીસને માથે તોતિંગ પથ્થર બનીને પછડાયા. તામિલનાડુમાં એક અને કર્ણાટકમાં ચાર મહિલાની હત્યા કર્યાની તેણે બિનધાસ્ત બેશરમ કબૂલાત કરી. આ તો કદાચ શરૂઆત હતી.

પોતે એકદમ ધર્મનિષ્ઠ મહિલા તરીકે મંદિરની આસપાસ ફરતી રહે. સતત ધાર્મિક ક્રિયાકાંડમાં વ્યસ્ત હોવાનો દેખાવ. એની આંખો મંદિરમાં આવતી-જતી સમૃદ્ધ ઘરની મહિલાઓનું નિરીક્ષણ કરતી રહે. એકાદ યોગ્ય પાત્ર મળી જતાં વાતચીતની શરૂઆત, પછી ફ્રેન્ડશિપ. આગળ જતાં કોઈની પણ આફત કે મુસીબતમાંથી છુટકારા માટે ખાસ વિધિ કે પૂજા સૂચવે અને પૂરેપૂરો વિશ્વાસ જીતી લે. એ ખાસ ધ્યાન રાખે કે પૂજા-વિધિ માટે પસંદ કરાયેલું મંદિર શિકારના ઘરથી દૂર હોય, કંઈક અવાવરાં વિસ્તારમાં હોય. પછી પવિત્ર જળ કે પ્રસાદને નામે સાઇનાઇડ મિશ્રિત પાણી કે ખાવાનું આપી દેવાનું. શિકાર ઢળી પડે એ સાથે જ ઘરેણાં, રોકડ અને મોબાઇલ સાથે રફુચક્કર થઈ જવાનું.

પોલીસવાળાને મલ્લિકાની કબૂલાત પર વિશ્વાસ ન બેઠો. માથા પર રહ્યાસહ્યા અને કાન પર વધી રહેલા વાળ ઊભા થઈ ગયા : સાઇનાઇડ મલ્લિકા કેવી ખતરનાક, ઠંડા કલેજે અને એકલપંડે મર્ડર પર મર્ડર કરતી હતી!

❖

કેમ્પમ્માના લગ્નજીવનમાં પણ ઘણી નાટ્યાત્મકતા હતી. કાગ્ગાલીપુરમાં ચિટ ફંડ ચલાવનારી કેમ્પમ્મા દેવરાજ નામના દરજીને પરણી હતી, પરંતુ કેમ્પમ્માએ ધંધામાં મોટું નુકસાન કર્યા બાદ દેવરાજે લગ્નસંબંધ પર કાતર ચલાવી અને કેમ્પમ્માને વધેલા કપડાના ટુકડાની જેમ ત્યજી દીધી. ત્યાર બાદ તેણે પકડ્યો જીવલેણ માર્ગ, અન્ય નિર્દોષોના જીવ લેવાનો માર્ગ.

૨૦૦૧માં એક ઘરમાંથી ઘરેણાંની ચોરી કરવાના પ્રયાસમાં બિડાઈ પોલીસે કેમ્પમ્માની ધરપકડ કરી હતી, પરંતુ એ છૂટી ગઈ.

કેમ્પમ્માની કિલિંગ મોડસ ઓપરેન્ડી ઘૃણાનો વિષય બની જ. સાથોસાથ પોલીસ તપાસની પદ્ધતિ, ફૉરેન્સિક સાયન્સનો ઉપયોગ અને કર્ણાટકના પોલીસતંત્રમાં માહિતીના આદાનપ્રદાનની વ્યવસ્થાનો અભાવ ખૂબ ચર્ચાયાં.

પોલીસે કેમ્પમ્માની કબૂલાતને આધારે ૧૯૯૯થી ૨૦૦૭ વચ્ચે થયેલાં છ ખૂન નોંધ્યાં, પરંતુ પતિએ ત્યજી દીધેલી અને બે બાળકોની આ માતા મંદિરની આસપાસ જ શિકાર શોધતી ફરતી અને એકસરખી જ પદ્ધતિથી-સાઇનાઇડથી હત્યા કરતી હતી છતાં પોલીસને કંઈ ખબર ન પડી. પૂરા કર્ણાટકમાં તો ઠીક પણ બેંગલોર શહેરની અંદરનાં પોલીસ સ્ટેશનો પણ કમ્પ્યૂટરથી જોડાયેલાં ન હોવાથી આ જ મોડસ ઓપરેન્ડીથી થયેલી હત્યાઓનાં આંકડા-માહિતી ઉપલબ્ધ ન થયાં. ધરપકડ બાદ કેમ્પમ્મા છાપે ચડી, ત્યારે પાડોશી જિલ્લા ટુમકુટની પોલીસે ટહુકો કર્યો કે અમારે ત્યાં પણ મંદિર નજીકની હોટેલોમાં આવી જ રીતે થયેલી હત્યાના બે કેસ નોંધાયા છે. એમાં પણ કેમ્પમ્મા સંડોવાયેલી હોઈ શકે. કેમ્પમ્માએ વધુ કાતિલ કારનામા કર્યાનું બહાર આવે તો નવાઈ નહીં.

મોડે-મોડે કુંભકર્ણની ઊંઘમાંથી જાગીને રાજ્યની ફૉરેન્સિક સાયન્સના ટોક્સિકોલૉજી ડિપાર્ટમેન્ટના અધિકારીઓએ નજીકનાં વર્ષોમાં રાજ્યભરની લૅબોરેટરી પાસે આવેલા કેસોના આંકડા ભેગા કરવાની શરૂઆત કરી દીધી છે. સાઇનાઇડ ઝેરથી થયેલા ઘણાં મોત પૂરતી અને ચાલાકીભરી પોલીસ તપાસને અભાવે આપઘાતમાં ખપી જાય છે. મજાની વાત એ છે કે મલ્લિકાએ જે છ ખૂન કબૂલ કર્યા એમાંથી એકેયની નોંધ ફૉરેન્સિક લૅબમાં નહોતી. અન્ય 'મહત્ત્વનાં કામો'માં વ્યસ્ત પોલીસે આને આપઘાત ગણીને ફાઈલ બંધ કરી દીધી હશે!

શરૂઆતમાં ડરને લીધે કે બડાશ મારવા કબૂલી લીધેલાં છ મર્ડર બાદ કેમ્પમ્માએ હોઠ સીવી લીધા, ને પોલીસે હાથ પર હાથ બાંધી દીધા.

પોલીસે કેમ્પમ્માને આદત સે મજબૂર ચોર ગણાવતાં જાહેર કરી દીધું કે આર્થિક લાભ ખાતર તે ચોરી-ખૂન કરતી હતી, પરંતુ પહેલી હત્યા પછીનાં

પાંચ વર્ષ સુધી તે ચૂપ-શાંત-નિષ્ક્રિય કેમ રહી? પછી ૨૦૦૭ના ઑક્ટોબર પછી કેમ એકદમ ઓવરટાઇમ કરવા માંડી? અમુક લૅબોરેટરી અને ચોક્કસ ઉદ્યોગોમાં જ ઉપલબ્ધ સાઇનાઇડ ક્યાંથી મેળવતી રહી! હમ કો કુછ નહીં પતા... પોલીસ કો ભી કુછ નહીં પતા.

મૃત્યુદંડ સમયાંતરે આજીવન કારાવાસમાં ફેરવાઈ ગયા બાદ જેલમાં કેમ્પમ્માની બનાવટી શ્રદ્ધા ટકી રહી હશે ખરી?

❖

૨૦

ચંદ્રકાન્ત ઝા

પાંચ ફેબ્રુઆરી, ૨૦૧૩. દિલ્હી કોર્ટનાં એડિશનલ સેશન્સ જજ કામિની લાઉએ સજા સંભળાવીઃ 'આપકો સજા-એ-મૌત સુનાઈ ગઈ હૈ ઈસ મુકદ્દમે મેં.' અપરાધને 'રેરેસ્ટ ઑફ રેર કેસ' ગણાવતાં મહિલા ન્યાયમૂર્તિએ સ્પષ્ટ શબ્દોમાં કહ્યું કે, ગુનેગારની બર્બરતા એનામાં માનવતાના મૂળભૂત ગુણોનો સદંતર અભાવ દર્શાવે છે. અદાલતે ત્યાં સુધી કહી દીધું કે આ ગુનેગાર સમાજ માટે જોખમી છે. તેણે અકારણ કરેલી શ્રેણીબદ્ધ હત્યાઓ સાબિત કરે છે કે તેનામાં કોઈ સુધારો શક્ય નથી.

❖

ચાર ફેબ્રુઆરી, ૨૦૧૩. એ જ અદાલત, એ જ ન્યાયાધીશ અને એ જ આરોપી. હત્યાના કેસમાં આરોપીને થઈ જનમટીપ – જીવે ત્યાં સુધી જેલમાં રહેવાની સજા.

❖

ભારતમાં બે દિવસમાં ફાંસી અને જનમટીપની સજા પામેલા આ સિરિયલ કિલરનું નામ છે, ચંદ્રકાન્ત ઝા. મૂળ બિહારના માધેપુરાનો રહેવાસી, પણ કમકમાટીભર્યા અપરાધો કર્યા દિલ્હીમાં. ૧૯૬૭માં ઘોસાઈ ગામે જન્મેલા આ ગુનેગારે સાત હત્યા કર્યાનો પોલીસનો દાવો હતો. પહેલું ખૂન ૧૯૯૮માં, બાકીના ૨૦૦૩થી ૨૦૦૭ વચ્ચે.

ચંદ્રકાન્ત ઝાના શિકાર : (૧) ૧૯૯૮માં મંગળ (ઉર્ફે ઔરંગઝેબ)નું દિલ્હીના આદર્શ નગરમાં મર્ડર, જેમાં ધરપકડ બાદ ઝા ૨૦૦૨ સુધી જેલમાં રહ્યો. (૨) ૨૦૦૩ના જૂનમાં પોતાના સાથી શેખરનું ખૂન. (૩) ૨૦૦૩ના નવેમ્બરમાં વધુ એક સાથીદાર ઉમેશ રાઠોડની હત્યા. (૪) ૨૦૦૫ના નવેમ્બરમાં ત્રીજા સાથી ગુડ્ડુનો ખાતમો. (૫) ૨૦૦૬ના ઑક્ટોબરમાં ચોથા સાથી અચિતને મારી નાખ્યો. (૬) ૨૦૦૭ના એપ્રિલમાં વધુ એક સહ-કાર્યકર્તા ઉપેન્દ્રને યમ પાસે મોકલી

આપ્યો. (૭) ૨૦૦૭ના મે મહિનામાં સાથીદાર દિલીપનો ખાતમો.

અને આ હત્યાનાં કારણ પણ કેવાં વિચિત્ર? શેખર દારૂડિયો અને જુગારી હતો. ઉમેશે દગાબાજી કરી અને જૂઠું બોલ્યો. ગુડ્ડુની છુટ્ટા હાથે પૈસા વાપરવાની જીવનશૈલી અને ગાંજો પીવાની લત. અમિત છોકરીઓ સાથે લફરાબાજી કરતો હતો. ઉપેન્દ્ર તો પોતાના એક ઓળખીતાની પુત્રીના પ્રેમમાં પડ્યો. દિલીપ નોન-વેજિટેરિયન ખાતો હતો. એટલે જાતે બની બેઠેલા 'ન્યાયાધીશ', 'વકીલ', 'પોલીસ' અને 'ફાંસીગર' ચંદ્રકાન્ત ઝાએ આ તમામને આપ્યા દેહાંત-દંડ.

ચંદ્રકાન્ત ઝાના શિકારની યાદી અને તેમણે કરેલાં 'પાપ' કરતાં પણ વધુ ખતરનાક છે દેહાંત-દંડની પદ્ધતિ. ચંદ્રકાન્ત ઝા જીવતા માણસને અંગ કાપતાં-કાપતાં મારી નાખે અને પછી અલગ અલગ સ્થળે અંગો ફેંકી દે. શેખરનો મૃતદેહ અલીપુરમાં ફેંક્યો, ઉમેશના શરીરનાં અંગો તિહાર જેલના ગેટ નંબર વન પાસે ફગાવ્યાં, ગુડ્ડુની લાશ મોંગોલપુરીના સુલભ શૌચાલય પાસે ફગાવી, અમિતનું માથું, હાથ-પગ વગરનું ધડ તિહાર જેલ સામે ખડકી દીધું, દિલીપનું માથા વગરનું શબ પણ તિહાર જેલની બહાર મૂકી દીધું.

પાંચ ફૂટ અગિયાર ઇંચની ઊંચાઈ ધરાવતા ચંદ્રકાંતે પોલીસ સમક્ષ કબૂલાત કરી કે પોલીસે હપ્તો માંગતા જ મારે તેમની સાથે જીભાજોડી-માથાકૂટ થઈ હતી. કદાચ આમાંથી પોલીસ માટેની નફરતે જન્મ લીધો હશે. એટલે જ એ લાશ તિહાર જેલની બહાર મૂકી આવતો. ક્યારેક સાથે હાથે લખેલી ચિઠ્ઠી મૂકી આવે. એમાં ભાંગીતૂટી, ભૂલભરેલી હિન્દીમાં હસ્તલિખિત ધમકી આપે કે દર પંદર દિવસે તમને આવી એક ભેટ મોકલાવીશ. તાકાત હોય તો મને પકડી બતાવો.

ચંદ્રકાન્ત ઝા સાવ સુક્કી હૂલ આપનારો નહોતો. એ એકદમ હિંમતવાળો, તર્કબદ્ધ અને અભ્યાસુ હતો. મોટે ભાગે સફેદ કૂરતા-પાયજામામાં અદાલતમાં આવે. ક્યારેક મન્કી કેપ અને જાકીટ પહેરે. કોર્ટમાં એની બોડી લેંગ્વેજ, વર્તન અને વાતચીતમાં એવો આત્મવિશ્વાસ હિલોળા લેતો દેખાય કે જાણે એ દુનિયાનો સૌથી નિર્દોષ માનવી હોય. એટલે જ પોતાની સામેના ૧૫માંથી ૧૨ કેસમાં નિર્દોષ છૂટી ગયો. અદાલતે પૂરા પાડેલા વકીલે કહેલી વાતો-દલીલો પર સંપૂર્ણ તૈયારી કરે, ફાઈલ-પેપરોનો અભ્યાસ કરે, વકીલ સાથે ચર્ચા કરે અને પોતાના કેસસંબંધી કાયદાનાં પુસ્તકોનો અભ્યાસ કરે. ગુનેગાર ચંદ્રકાન્ત ઝા એક વકીલની જેમ બોલવા-વિચારવા માંડ્યો હતો.

આ દેઢ-શાણાને પોતાની બડાશ જ ભારી પડી ગઈ. દિલ્હીના જોઇન્ટ પોલીસ કમિશ્નર રાજેશ કુમારે ૨૦૦૭ના મેમાં પત્રકારો સમક્ષ આ સિરિયલ કિલર અંગેની રસપ્રદ વાતો કરી હતી, 'અમે ચંદ્રકાન્તને તેના હૈદરપુરના ઘરેથી

પકડ્યો હતો. તેણે સાત ખૂન કર્યાનું કબૂલ કરી લીધું છે. તે શિકારોના ટુકડા કરીને મોટે ભાગે ધડ તિહાર જેલ પાસે મૂકી જતો. માત્ર 'થ્રિલ ઑફ કિલિંગ' હત્યાના રોમાંચ માટે આ કુકર્મો કર્યાં.'

પોલીસ ચંદ્રકાન્તના શિકારોની ઓળખ ન મેળવી શકી, ત્યારે તેણે પોતે બધાનાં નામ આપી દીધાં, પણ પછી ચુપકીદી સેવી લીધી. પોલીસે વીડિયોગ્રાફ કરેલા કબૂલાતનામા મુજબ ચંદ્રકાન્ત મોટે ભાગે બિહાર-યુ.પી.થી આવતા મજૂરોને ઓટલો, રોટલો અને પ્રેમ આપતો હતો. પછી એકાદ ભૂલ કે વર્તનથી ચંદ્રકાન્ત ઉશ્કેરાય એટલે ક્રૂરતમ મોતની સજા. રાજેશકુમારના જ શબ્દોમાં : 'સજા આપવાને નામે એ શિકારના હાથ બાંધી દેતો. આ બિચારા ચંદ્રકાન્તને સ્વજન-ઉદ્ધારક માનતા હોય એટલે પોતાના ઘાતકી અંતની કલ્પના સુધ્ધાં ન કરી શકે.'

રાતે આઠ વાગ્યે ચંદ્રકાન્તનો જીવલેણ ખેલ શરૂ થાય. માર્શલ આર્ટ્સવાળા વાપરે એ બે લાકડાના હાથા વચ્ચે બંધાયેલી ચેન સાથેના નાનચાકુથી ગળું ઘોંટી નાખે. પછી એ જ રૂમમાં લાશ સામે જ ચંદ્રકાન્ત આરામથી ડિનર લે. પેટ ભરાયાનો ઓડકાર ખાધા બાદ તે શિકારનું માથું અને હાથ-પગ એવી રીતે કાપે કે ઓછામાં ઓછું લોહી નીચે પડે. પછી શિકારના શરીરનાં અંગો પ્લાસ્ટિકની બેગમાં પેક કરે. આ બેગ સ્કૂટરનું એન્જિન ફિટ કરેલી સાઇકલ-રિક્ષામાં મૂકીને તિહાર જેલ સુધી હંકારી જાય. ધડને તિહાર જેલ પાસે મૂકી દે, પણ ક્યારેય કોઈએ એને આમ કરતાં જોયો નહીં. પછી માથું અને હાથ-પગ યમુના નદીમાં ફેંકી દે. એક શિકાર દિલીપના હાથ-પગ તો તેણે તીસ હઝારી કોર્ટ પાસે મૂકી દીધા હતા...

૨૦૦૭ની પાંચમી ડિસેમ્બરે પોલીસ નક્કર પુરાવા આપવામાં નિષ્ફળ જતાં મેટ્રોપોલિટન મૅજિસ્ટ્રેટ મનીષ ગુપ્તાએ 'સિરિયલ કિલર' ગણાવાયેલા ચંદ્રકાન્ત ઝાને છોડી મૂક્યો હતો. ઉમેશ રાઠોડના મર્ડર કેસમાં ચંદ્રકાન્ત ગુનેગાર સાબિત થઈ શક્યો નહોતો, પણ બહાર આવ્યા બાદ તે જરાય સુધર્યો નહોતો.

બિહારના માધેપુરાના ઘોસાઈ ગામમાં ૧૯૬૭માં જન્મેલો અને દસમું ભણેલો ચંદ્રકાન્ત ૧૯૮૬માં દિલ્હી આવ્યો. સબ્જી મંડીમાં મજૂરી શરૂ કરી. ઝાએ બે વાર લગ્ન કર્યાં હતાં. પહેલી પત્નીને છોડી દીધાના એકાદ વર્ષમાં જ બિહારના મધુબનીની મમતા સાથે પરણ્યો. આ યુગલ પાંચ પુત્રીનાં માતા-પિતા બન્યું. ચંદ્રકાન્ત કાયમ રહેઠાણ બદલતો રહે. એ કુટુંબથી દૂર રહેવાનું પસંદ કરે, પરંતુ 'હેડ-ઑફિસ' તો હૈદરપુરમાં જ.

૧૯૯૭માં ઘરફોડીના ત્રણ કેસમાં તેની સંડોવણી, આર્મ્સ એક્ટ હેઠળ પણ ત્રણ કેસ થયા. પહેલા મર્ડર કેસમાં ૧૯૯૮માં પકડાયો અને ૨૦૦૨ સુધી

જેલમાં રહ્યો, પણ નિર્દોષ છૂટી ગયો. વધુ હત્યાઓ કરવા માટે...

પરંતુ ચંદ્રકાન્તે ૨૦૦૭માં ઉપેન્દ્રની બોડી તિહાર જેલ પાસે ફેંકી દીધી, ત્યારે તે પોલીસની નજરે ચડી ચૂક્યો હતો અને પોલીસ-રેકોર્ડમાં તેનો ફોટો સુધ્ધાં હતો. આ તેણે કરેલી છઠ્ઠી હત્યા હતી, પણ ચોથા મર્ડરથી તે પોલીસના રડારમાં આવી ગયો હતો. આ માટેના સગડ ખુદ ઝાએ જ આપ્યા હતા. ચોથા શિકાર અમિતના ધડ સાથે એક ચિઠ્ઠી મૂકી હતી, જેમાં પોતાને હત્યાઓને માર્ગે ધકેલવા માટે એડિશનલ ડેપ્યુટી પોલીસ કમિશનર મનીષ અગ્રવાલ અને હેડ કૉન્સ્ટેબલ બલવીર સિંહને દોષિત ઠેરવ્યા હતા. આ પત્ર પોલીસ માટે સચ્ચાઈ ભણી જવાનું પહેલું પગથિયું બન્યો. આ પત્રમાં ૨૦૦૩ના નવેમ્બરમાં હત્યા બાદ ધડ તિહાર જેલ પાસે ફેંકવાની કબૂલાત બની બીજી કડી.

૨૦૦૩માં અગ્રવાલ નૉર્થ-વેસ્ટ ડિસ્ટ્રિક્ટમાં એડિશનલ ડી.સી.પી. હતા, બલવીર સિંહ તિહારની જેલ નંબર ત્રણના વૉર્ડન હતા. આનો અર્થ સાફ હતો કે ૨૦૦૩ અગાઉ આરોપી તિહાર જેલમાં રહી ચૂક્યો હતો. અગ્રવાલે પોતાને ખોટા કેસમાં ફસાવ્યાનો આરોપ પણ પત્રમાં હતો. આ કેસમાં પોતાને તડીપાર કરાયાની માહિતી પણ તેણે પત્રમાં આપી. આટલી માહિતીને પગલે પોલીસ એકદમ કામે લાગી ગઈ.

૨૦૦૬ના ઑક્ટોબરમાં ચંદ્રકાન્તે વધુ એક ભૂલ કરી, અગાઉથી મોટી ભૂલ. એક શબ છોડી દીધા બાદ તેણે હરિનગરના પોલીસ અધિકારીને ફોન કર્યો. પોલીસે જાણીબૂઝીને વાત લંબાવી. વાર્તાલાપ સાત મિનિટ ચાલ્યો. આ બધા સગડને આધારે લાંબી લમણાઝીંક બાદ પોલીસના ધ્યાનમાં ચંદ્રકાન્ત ઝા સહિતના ચાર જણ આવ્યા. પછી પોલીસે પત્રમાંના અને તડીપાર કરાયેલા આરોપીના હસ્તાક્ષરની સરખામણીનો માર્ગ અપનાવ્યો.

પરંતુ પોલીસ આગળ વધે એ પહેલાં ઝાએ ફટાફટ પાંચમા અને છઠ્ઠા શિકાર કરી દીધા. પોલીસ ઊંઘતી ઝડપાઈ ગઈ. પોલીસની ઝા પર શંકા વધતી જતી પણ દર પંદર દિવસે સ્થળાંતર કરનારા ઝાને ઝબ્બે કરવાનું આસાન નહોતું. પોલીસે એના સંતાવાનાં ચાર સ્થળ શોધી કાઢ્યાં : યમુનાવિહાર, અલીપુર, બડોલા ગામ અને હૈદરપુર, પરંતુ પોલીસ એના સુધી પહોંચે એ પહેલાં ઝાએ દિલીપનો ખાત્મા કરીને એનું ધડ તિહાર જેલના ગેટ નંબર વન પાસે ફેંકી દીધું. છેલ્લી કડી એ મળી કે ઝા સ્કૂટરનું એન્જિન લગાડેલી સાઇકલ-રિક્ષા ચલાવે છે. પોલીસ એના ચારેય અડ્ડા પર ફરી વળી. અંતે પોલીસ અલીપુરમાં ચંદ્રકાન્ત સુધી પહોંચી ત્યારે એ પોતાનાં બાળકો સાથે હલવાની મજા માણતો હતો.

❖

૨૧

પેડ્રો ઓલોન્ઝો લોપેઝ

દિલ્હીમાં કોડભરી આશાસ્પદ યુવતી 'નિર્ભયા' પર પાશવી સામૂહિક બળાત્કાર અને ત્યાર બાદ એ કમનસીબની મોત સામેની લડાઈ કરોડો ભારતીયોને હચમચાવી ગઈ. બદ્નસીબ નિર્ભયાના મોત બાદ હવે આરોપીઓને કાનૂની કાર્યવાહી બાદ સજા થઈ, પરંતુ વધુ ચિંતાજનક સવાલ એ છે કે કયા સંજોગો આવા અપરાધીઓને જન્મ આપે છે? પાશવીપણા, વિકૃતિ અને ક્રૂરતાનાં રોપણ પાછળનાં સામાજિક, આર્થિક અને માનસિક કારણો જ આ દર્દના મૂળમાં છે.

માનવીને રાક્ષસ કે સવાયો શેતાન બનાવી દેતાં સંજોગો અને કારણોનો અભ્યાસ કરવા માટે વિશ્વના નંબર વન સિરિયલ કિલર પેડ્રો ઓલોન્ઝો લોપેઝનો કિસ્સો કમકમાટી ઉપજાવે એવું ઉદાહરણ પૂરું પાડે છે.

ઉનાળાની મધરાત હતી. ઇક્વાડોરની પોલીસે અંધારું ઓઢીને છાનામાના એક શખ્સને પેરુની સરહદ પર છોડી મૂક્યો. એ વર્દીવાળા જાણતા હતા કે પોતે જે કરી રહ્યા છે એનું ફળ કેવું ભયંકર આવી શકે. કદાચ તેમને પરિણામની પરવા નહોતી કે પરવા કરવાનું પરવડી શકે એમ નહોતું. એ શખ્સને પડોશી રાષ્ટ્રો પેરુ કે કોલંબિયા પણ સરહદ પર પકડીને વર્ષો સુધી જેલભેગા કરી શકે એમ હતા. એને બે-પાંચ વાર ફાંસીએ લટકાવવા કે પાંચ-પચીસ દેહાંતદંડ દેવાથી પણ કોઈને અરેરાટી ન થાય. પણ કોલંબિયા કે પેરુ પાસે ગાંડા, ઝનૂની અને વિકૃત રાક્ષસોને ન્યાય આપવાની આર્થિક ક્ષમતા કે રાજકીય ઇચ્છા-શક્તિની ખોટ હતી.

૧૯૯૮માં સરહદ પર મુક્તિ મેળવીને અંધારામાં ઓગળી ગયેલા એ શેતાનનો અપરાધ શો હતો? ત્યાં ત્રણ-ત્રણ દેશમાં તેણે ૩૫૦ (હા, સાડા ત્રણસો) માસૂમ કિશોરીઓના અપહરણ, પાશવી બળાત્કાર અને હત્યા કર્યાં હતાં. સિરિયલ કિલર્સમાં મોખરે આવતા એ દાનવનું નામ હતું, પેડ્રો ઓલોન્ઝો લોપેઝ.

જન્મ આઠમી ઑક્ટોબર, ૧૯૪૮. લોપેઝ માટે જન્મથી જ ખોટું થતું આવતું હતું. પૃથ્વી પર આવવા માટે ખોટા સમય, ખોટા સ્થળ અને ખોટી કૂખ મળ્યાં. કોલંબિયામાં રાજકીય અરાજકતા હતી. રમખાણ અને હિંસાના માહોલમાં દેશનો

ક્રાઈમ રેટ વિશ્વના અન્ય દેશો કરતાં પચાસ ગણો વધુ હતો. એકાદ વર્ષ અગાઉ જ ઉદારમતવાદી લોકપ્રિય નેતા જ્યોર્જ ઈલીની હત્યા બાદ ફાટી નીકળેલા હિંસાચારનો દાવાનળ દેશને ભરખી ગયો. આવા વાતાવરણે વેશ્યા માતાનાં તેર સંતાનમાં સાતમા બાળક લોપેન્ઝના ઘડતરમાં મોટો ફાળો આપ્યો.

કોલંબિયાના તોલમિયાની ભૂખડીબારસ જેવી આ વેશ્યાનાં બાળકોનાં નસીબમાં ઝૂંપડાની અંદર શાંતિ, આનંદ, પ્રેમ, હૂંફ, શિક્ષણ, કપડાં કે ભોજન નહોતાં. અધૂરામાં પૂરું બહારની શેરીઓમાં ગેરીલા, અર્ધ-લશ્કરી દળો અને રાષ્ટ્રીય સેના દ્વારા માનવઅધિકારની બેફામ કત્લેઆમ થતી. માસૂમ બાળપણને સંસ્કારમાં શું મળે? માતા વેશ્યા હોય, ખુલ્લેઆમ હવસખોરી આચરાતી હોય, અત્યંત ક્રૂર હોય ત્યારે કુમળું બાળમાનસ ગ્રહણ કરે શું?

૧૯૫૭માં માત્ર આઠ વર્ષની ઉંમરે પેડ્રોએ આ સવાલોનો જવાબ આપ્યો. નાની બહેનની છાતી સાથે કુચેષ્ટા કરતી વખતે તે માતાની નજરે ચડી ગયો. આકરી ધોલધપાટ અને ગાળાગાળીના ભાથાના સાથે પેડ્રોને ઘરની બહાર તગેડી મુકાયો. વિદાયમાં વોર્નિંગ અપાઈ કે ફરી ઘરમાં પગ મૂક્યો તો મર્યો જ જાણજે.

કોલંબિયાની લોહી નીતરતી ભેંકાર શેરીઓમાં લોપેઝ ભીખ માંગતો ભટકતો રહ્યો. એવામાં રણમાં મીઠી વીરડી જેવી ઘટના બની. આંખ ચોળતો પેડ્રો માની ન શક્યો કે આટલી ઝડપથી સારા દિવસો આવશે. એક મોટી ઉંમરના સજ્જને પેડ્રોને શેરી અને ભીખ ભૂલીને પોતાને ઘેર રહેવા આવવા સમજાવ્યો. સરસ ઘર, હૂંફાળી પથારી અને ભરપેટ ભોજનની કલ્પનામાત્રથી પેડ્રો એ દેવપુરુષ સાથે ચાલવા માંડ્યો. પરંતુ એ માણસે એક ત્યજી દેવાયેલા ભેંકાર મકાનમાં લઈ જઈને પેડ્રો પર જાતીય અત્યાચાર ગુજાર્યો. એક વાર નહીં વારંવાર. છેવટે તેણે કંટાળીને કડકડતી ઠંડીમાં ટાઢાબોળ સખત રોડ પર ફંગોળી દીધો ત્યારે જ પેડ્રોનો છુટકારો થયો.

આ કમનસીબ અનુભવ બાદ પેડ્રો અજાણ્યાઓથી ડરવા માંડ્યો. એ દિવસભર અવાવરુ ઘર કે સૂમસામ શેરીના ખૂણે લપાઈ રહેતો. રાત પડતાં કચરાપેટીમાં ખાંખાંખોળા કરીને પેટ ભરી લેતો. લગભગ એકાદ વર્ષ આ જ રીતે ગાડું ગબડાવ્યા બાદ પેડ્રોમાં થોડીક હિંમત આવી.

હવે તે રઝળપાટ કરતો દેશભરમાં ફરવા માંડ્યો. બોગોટામાં ભીખ માંગતા અને કચરાપેટી ફંફોસતી વખતે એ વૃદ્ધ અમેરિકન દંપતીની નજરે ચડ્યો. સાવ માયકાંગલા છોકરાને રોટલાના ટુકડા માટે ટળવળતો જોઈને અમેરિકનોનાં દિલ દ્રવી ઊઠ્યાં. તેમણે ખરેખર પેડ્રોને આશરો, હૂંફ, છત અને ખોરાક આપ્યાં. છેવટે

અનાથ બાળકોની સ્કૂલમાં એનું એડ્મિશન લેવાયું. પેડ્રોનું દુઃસ્વપ્ન પૂરું થવામાં હતું, પણ ૧૯૬૩માં બાર વર્ષના પેડ્રો પર એનો ટીચર સ્કૂલની અંદર જ તૂટી પડ્યો. આ જાતીય શોષણથી જૂનો ડર ફરી સળવળ્યો અને એની અંદરનો ગુસ્સો વધતો ગયો. શાળાની ઑફિસમાંથી રોકડ રકમ ચોરીને પેડ્રો સ્કૂલની સાથે ઘર છોડીને ભાગી ગયો.

ભણતર અને આવડત વગરના પેડ્રો માટે શેરી-જીવનમાં બે જ વિકલ્પ હતા : ભીખ અને ચોરી. નાની-નાની ચોરી ચપાટીથી આગળ વધીને એ કારની ઉઠાંતરી સુધી ગયો. ચોરેલી કાર ભંગારવાળાને વેચવામાં એને સારી આવક થવા માંડી હતી. ત્યાં જ ૧૮ વર્ષની ઉંમરે કારની ચોરી બદલ પકડાઈ ગયો. જેલમાં થોડા દિવસ વીત્યા અને એ કેદીઓના સામૂહિક બળાત્કારનો શિકાર બન્યો. નાનપણથી અંદર ભભૂકી રહેલો ગુસ્સો જ્વાળામુખી બનીને ફાટ્યો. તેણે પહેલી વાર પોતાની જાતને વચન આપ્યું કે હવે ક્યારેય કોઈ મારી સાથે મારી ઇચ્છા વિરુદ્ધનું કૃત્ય નહીં કરી શકે. અને હવે હું ક્યારેય શિકાર નહીં બનું આવા ઠાલા વચનથી અટકી રહેવાને બદલે તેણે ચારમાંથી ત્રણ બળાત્કારીને જેલની અંદર જ મોતને ઘાટ ઉતારી દીધા. આ હરકતને સ્વબચાવનું કૃત્ય માનીને એની સજામાં બે વર્ષનો વધારો થયો.

આ કારાવાસ દરમિયાન બાળપણના વિચારોએ કેડો ન મૂક્યો. માતા તરફનો ક્રોધ હદ ઓળંગવા માંડ્યો. પોતાનાં બધાં દુઃખ, વેદના અને યાતના માટે એને એક જ વ્યક્તિ ગુનેગાર લાગી : જન્મદાત્રી માતા. આ ગાંડપણમાં પોર્નોગ્રાફિક મૅગેઝિનનો સથવારો મળ્યો. નારીજાતિ સાથે કોઈ જાતના સામાજિક સંબંધ શક્ય ન રહ્યા. તેમની સાથેના અત્યાર સુધીના પરિચય અને અનુભવનું ફળ આવ્યું : સ્ત્રીઓ માટે હાડોહાડ નફરત.

૧૯૭૮માં જેલમાંથી પેડ્રોની મુક્તિ સાથે જ 'મોન્સ્ટર ઑફ એન્ડીઝ' નામે ઓળખાતા સિરિયલ કિલરનો જીવલેણ હાહાકાર શરૂ થયો. એ પેરુ પહોંચી ગયો અને શેરીઓમાં રખડવા માંડ્યો. તે કુમળી વયની છોકરીઓનાં અપહરણ કરવા માંડ્યો. તેમના પર પાશવી બળાત્કાર કરીને બેરહેમપણે ગળું ઘોંટીને હત્યા કરવા માંડ્યો, એક પછી એક. પાછળથી પેડ્રોએ કબૂલ કર્યા મુજબ પેરુમાં સો જેટલી છોકરીઓ તેની જુગુપ્સાજનક વિકૃતિનો શિકાર બની હતી.

ઉત્તર પેરુમા આ લોહી-તરસ્યા હસવખોરનો અંત આવવામાં જ હતો. નવ વર્ષની છોકરીના અપહરણનો પ્રયાસ કરતી વખતે એને સ્થાનિક હબસી રહેવાસીઓએ પકડી લીધો. આડેધડ મારપીટ બાદ પેડ્રોનાં કપડાં ઉતારી લેવાયાં અને પછી જીવતેજીવ માથા સુધી ખાડામાં દાટી દેવાયો. માથા સાથે હજી

એનું નસીબ બહાર હતું. અમેરિકન મિશનરીએ હસ્તક્ષેપ કરીને ઉશ્કેરાયેલા હબસીઓને ઈસુ ખ્રિસ્તની દુહાઈ આપીને ટાઢા પાડ્યા. પેડ્રોને પેરુના સત્તાધીશોને હવાલે કરાયો, પણ હબસીઓની ફરિયાદની તપાસ પાછળ વેડફવાનો ટાઇમ કે ઇચ્છા કોની પાસે હતાં? પેડ્રોને પાછો ઇક્વાડોર ધકેલી દેવાયો. મોત સાથેના સાક્ષાત્કાર છતાં જરાય ડર્યા વગર પેડ્રો ભમતો ભૂત બની ગયો. છાશવારે એ કોલંબિયા અચૂક પહોંચી જતો. આ જ સમયગાળામાં લાપતા લોકોની યાદીમાં કુમળી વયની છોકરીઓની સંખ્યા વધવા માંડી. પણ શાહમૃગી સત્તાધીશોએ આસાનીથી સ્વીકારી લીધું કે આ તો દક્ષિણ અમેરિકાની સેક્સ સ્લેવ ગૅંગનાં કામો છે.

૧૯૮૦ના એપ્રિલમાં ઇક્વાડોરમાં અંબોટા નજીક ઓચિંતા આવેલા પૂરે સત્તાધીશોની ઊંઘ ઉડાડી મૂકી. પૂરનાં પાણી ઓસર્યા બાદ ચાર છોકરીનાં શબ મળ્યાં.

મૃત્યનું કારણ જાણવું મુશ્કેલ હતું, પણ બચ્ચીઓ ગંદી રમતનો શિકાર બન્યાનું અને યાતના સહન કર્યાનું તરત સમજાઈ ગયું. આ લાશને સંતાડવા માટે કરાયેલા પ્રયાસો પરથી પોલીસને શંકા ગઈ કે કોઈ સિરિયલ કિલર જંગલી જાનવરોની જેમ ભૂરાયો થઈને ફરી રહ્યો છે અને થોડા દિવસોમાં જ એમની શંકા સાચી પડી.

કાર્વીના પોવેડા નામની ગૃહિણી પોતાની બાર વર્ષની દીકરી મેરી સાથે માર્કેટમાં શૉપિંગ કરતી હતી. એક અજાણ્યો માણસ અચાનક મેરીને ઊંચકીને ભાગવા માંડ્યો. મેરીએ કાગારોળ મચાવી મૂકી. સ્થાનિક વેપારીઓએ પીછો કરીને મેરીને બચાવી લીધી અને પોલીસને બોલાવી. પોલીસ આવી ત્યારે એ માણસ ગાંડાની જેમ આંટાફેરા મારતો હતો. એને લઈ જતી વખતે પોલીસે માન્યું કે પોતે કોઈ સામાન્ય પાગલને જેલમાં લઈ જાય છે, પરંતુ જેલમાં કેટકેટલીય રીત અજમાવ્યા છતાં પોલીસને કંઈ જ જાણવા ન મળ્યું.

બોલે તો પેડ્રો ઓલોન્ઝો લોપેઝ શાનો? અને... અને એમ હારી જાય તો પોલીસ શાની?

વર્લ્ડરનો નંબર વન સિરિયલ કિલર-રેપિસ્ટ પેડ્રો ઓલોન્ઝો લોપેઝ ૧૯૮૦માં ઇક્વાડોરમાં પકડાઈ ગયો પણ પોલીસે ધારી લીધેલો ગાંડો મોઢામાં મગ ભરીને બેસી ગયો હતો. એને બોલતો કરવા માટે પોલીસે સાવ નવો જ નુસખો અજમાવ્યો. સ્થાનિક ચર્ચના પાદરી ફાધર કોર્ડોબા ગુડીનોને કેદી બનાવીને પેડ્રો સાથે રાખ્યા. ફાધરે પેડ્રોનો વિશ્વાસ જીતીને એનું મોઢું ખોલાવવામાં સફળતા મેળવી. ડંફાસ મારવા માટે એ પોપટની જેમ બોલવા માંડ્યો, પરંતુ એના જુગુપ્સાજનક,

વિકૃત, હિંસક અને જંગલિયતભર્યાં કારનામાં સાંભળીને ફાધર ગુડીનોનું મગજ બહેર મારી ગયું. વધુ સહન ન કરી શકતાં પોતાને પેડ્રોની કોટડીમાંથી બહાર કાઢવાની તેમણે વિનંતી કરી. ફાધર પાસેથી મળેલી માહિતી બાદ પોલીસે ફરી પેડ્રોને બોલાવ્યો.

થોડા ખચકાટ બાદ તે પોતાનાં રાક્ષસી કુકર્મોનો હિસાબ આપવા બેઠો :

'મેં ઇક્વાડોરમાં ઓછામાં ઓછી ૧૧૦, કોલંબિયામાં અને પેરુમાં ૨૪૦ છોકરીઓનાં ખૂન કર્યાં છે.' નફફટાઈપૂર્વક તેણે પોલીસને કહ્યું કે, 'મને ઇક્વાડોરની છોકરીઓ વધુ ગમે છે, કારણ કે તેઓ વધુ નાજુક, વિશ્વાસપાત્ર અને ઘણી નિર્દોષ હોય છે. તેઓ કોલંબિયાની છોકરીઓની જેમ અજાણ્યા પર જરાય શંકા કરતી નથી.'

પોતાના અપરાધ માટે તેણે એકલવાયા બાળપણ અને કઠોર જીવનનો વાંક કાઢ્યો. તે સમજાવતો ગયો કે, 'મેં આઠ વર્ષની ઉંમરે નિર્દોષતા ગુમાવી દીધી. (બહેન સાથેની જાતીય ચેષ્ટા બદલ માતાની મારપીટ અને ઘરમાંથી હકાલપટ્ટી) તેથી મેં વધુ ને વધુ છોકરીઓ સાથે એવું જ કરવાનું નક્કી કર્યું હતું.'

પોતાની મોડસ ઓપરેન્ડી સમજાવતાં પેડ્રોએ કહ્યું કે, 'હું ગામડાનાં બજારોમાં નિર્દોષ દેખાવવાળી છોકરીઓને શોધતો ફરતો. તેમને હું ભેટની લાલચ આપીને ભરમાવતો. આ કામ હું ધોળા દિવસે જ કરતો, કારણ કે અંધકાર તેમના ચહેરા પરથી મૃત્યુની વેદના છુપાવી દે એ મને ગમે.' આનો અર્થ પૂછવામાં આવતાં પેડ્રોએ ઠંડા કાતિલ અવાજે કહ્યું કે, 'પહેલાં હું મારા શિકાર પર બળાત્કાર કરતો અને પછી આંખમાં આંખ મિલાવીને તેમનું ગળું ઘોંટી નાખતો.'

પોતાની નજર સામે જ જીવનનો અંત આવતો જોવામાં એ અનહદ આનંદ અને જાતીય આવેગ અનુભવતો. છોકરીના મોતથી તેની પાશવીલીલાનો અંત નહોતો આવતો. ઘણીવાર તે નાની છોકરીઓના મૃતદેહ સાથે ટી-પાર્ટીની મજા માણતો, વાતો કરતો અને ગેમ રમતો હતો, પરંતુ આ 'લીટલ ફ્રેન્ડ' જવાબ ન આપે ત્યારે એ કંટાળી જતો અને બીજા શિકારની શોધમાં નીકળી પડતો.

લગભગ ત્રણ વર્ષના ગાળામાં દર અઠવાડિયે નવથી બાર વર્ષની બે કે ત્રણ માસૂમનો ભોગ લેનારો લોપેઝ ભૂતકાળમાં સરીને બબડતો, 'તેઓ ક્યારેય ચીસ ન પાડતી... કંઈ જ અપેક્ષા નહીં... એકદમ જ નિર્દોષ...' કબૂલાતનામા મુજબ લોપેઝ મોટે ભાગે અગાઉથી ખોદી રાખેલી કબર પાસે છોકરીઓને લઈ આવતો. ક્યારેક કબરમાં અગાઉ મારી નાખેલી છોકરીની લાશ પણ પડેલી હોય. પેડ્રો રાતભર છોકરીઓ સાથે એકદમ મીઠી મીઠી વાતો કરતો, ફોસલાવતો, સૂર્યોદય વખતે તે બળાત્કાર કર્યા બાદ ગળું દબાવીને જીવ લઈ લેતો. માસૂમ

છોકરીઓની આંખમાંથી જીવનની ચમક ઝાંખી પડતી જોઈને એની વિકૃત જાતીય ઇચ્છા સંતોષાતી હતી. એ ક્યારેય રાતે હત્યા ન કરતો, કારણ કે અંધારામાં શિકારની આંખ જોઈ ન શકાય અને એના વગર હત્યા કરવાને એ જાનવર વેડફાટ માનતો હતો.

આ આઘાતજનક પાશવી કબૂલાતને સાચી માનવાનું પોલીસ માટે સરળ નહોતું. કોઈ માનવી આવું કરી જ કઈ રીતે શકે? પેડ્રો તેમને છોકરીઓની કબર સુધી લઈ ગયો. એક પછી એક કરતાં આઠથી ૧૧ વર્ષની ૫૩ છોકરીનાં શબ મળ્યા. ત્યારે પોલીસને એની વાત માનવી પડી. એકલા અમ્બોટામાંથી આટલાં શબ મળ્યા બાદ પેડ્રો વધુ ૨૮ જગ્યાએ લઈ ગયો, પણ ત્યાંથી એકેય શબ ન મળ્યા. જંગલી જાનવરો લાશ ખાઈ ગયા હોય કે લઈ ગયા હોય અને રહ્યાંસહ્યાં અવશેષ પૂરમાં તણાઈ ગયાની શક્યતા વ્યક્ત થઈ.

પેડ્રોના અપરાધની વધુ ને વધુ કમકમાટીભરી માહિતી બહાર આવવા સાથે લોકોએ એને 'મોન્સ્ટર ઑફ એન્ડીઝ' (એન્ડીઝ પર્વતનો રાક્ષસ)નું બિરુદ આપ્યું હતું.

પેડ્રો સામે ૫૭ હત્યાના કેસ નોંધાયા, ત્યારે તે વધુ કબૂલાતથી આ આંકડાને ૧૧૦ સુધી લઈ ગયો હતો. જેલના વડા વિક્ટર બાસ્કાનોના કહેવા મુજબ પેડ્રોના શિકારની સંખ્યા ત્રણસોથી વધુ હોઈ શકે.

પેડ્રો સામેના ખટલાની વધુ વિગતો બહાર આવી નહોતી, પણ તેને આજીવન કારાવાસની સજા થઈ હતી. પોતાના અપરાધ બદલ પેડ્રોને તલભાર પણ પસ્તાવો નહોતો. જેલમાં પત્રકાર રોન લેટનરને આપેલા ઇન્ટરવ્યૂમાં તેણે કહ્યું કે, 'જો હું ક્યારેય જેલમાંથી બહાર નીકળ્યો, તો કુમળી છોકરીઓની હત્યાઓ ફરી શરૂ કરવામાં મને આનંદ થશે.' આ હત્યાથી મળતા આનંદને લીધે તે સાચા-ખોટા કે સારા-ખરાબની લાગણી વીસરીને આગામી માસૂમ શિકારના ગળા પર પોતાના હાથ મૂકવાની આતુરતાપૂર્વક પ્રતીક્ષા કરતો હતો.

એ સમયે કોઈને ફિકર નહોતી કે પેડ્રોને ફરી હત્યા કરવાનો મોકો મળશે, કારણ કે ઇક્વાડોરમાં પેરોલ પર છૂટે તો પણ તેણે કોલંબિયા અને પેરુમાં કરેલી હત્યાઓ માટેના ખટલાનો સામનો કરવાનો હતો.

પરંતુ જેલમાં વીસ વર્ષના એકાંત કારાવાસ બાદ પેડ્રોને કોલંબિયા સરહદ પર છોડી દેવાયો હતો. ગણતરી કરી જુઓ કે ૩૫૦ કિશોરીઓ પર બળાત્કાર અને હત્યા બદલ ૨૦ વર્ષ એટલે ૨૪૦ મહિના જેલમાં રહ્યો એટલે કે છોકરીના મોત માટે કેટલી સજા થઈ? ૨૧ દિવસથી પણ ઓછી જેલ!

ત્યાર બાદ પેડ્રોનું શું થયું એ કોઈ જાણતું નથી. જોકે ઘણાને શંકા સાથે

આશા છે કે પેડ્રોના મોત માટે જાહેર કરાયેલા અનેક ઇનામને લીધે એનો ખાત્મો થઈ ગયો હોવો જોઈએ. જો એ હેવાન પોતાના દુશ્મનોથી બચી ગયો હશે અને જીવ્યો હશે, તો ફરી શેતાની કુકર્મને રવાડે ચડ્યો જ હશે.

સવાયા શેતાન પેડ્રો ઓલોન્ઝો લોપેઝની હેવાનિયતભરી કલંક કથા બે જીવનદાયી સત્ય કહે છે. એક કોઈ માતા ક્રૂર કે વિલાસી બનીને દીકરાને દાનવ ન બનાવે. બે કોઈ કિશોરી ક્યારેય અજાણ્યા માનવી પર લેશમાત્ર વિશ્વાસ ન કરે, કારણ કે માનવ અને દાનવ શબ્દ વચ્ચેનો નજીવો ફરક જીવનને મરણમાં બદલી નાખી શકે છે.

શેતાનના શબ્દો : આઈ એમ મૅન ઑફ સેન્ચુરી

ઇક્વાડોરની જેલમાં 'નેશનલ એક્ઝ્મીનર' માટે રોન લેટનરને આપેલા ઇન્ટરવ્યૂમાં કેટલાક અંશમાં પેડ્રો ઓલોન્ઝો લોપેઝની વિકૃતિ, પાશવીપણા, જંગલિયત, બડાશ અને શેખીના અનેક પુરાવા છે :

* આઈ એમ મૅન ઑફ સેન્ચુરી, મને કોઈ ક્યારેય ભૂલી ન શકે.
* માર્કેટમાં પગપાળા ફરતા-ફરતા હું એવા શિકારને શોધતો, જેના ચહેરા પર સૌંદર્ય અને નિર્દોષતા છલકતાં હોય. આવી ડાહીડમરી છોકરી પોતાની મમ્મી સાથે હોય. ઘણીવાર હું બે-ત્રણ દિવસ તેમનો પીછો કરતો, તે એકલી મળે તેની રાહ જોતો. હું છોકરીને અરીસો કે બનાવટી ઘરેણાં આપતો. પછી તેની માતા માટે કંઈક આપવાની લાલચે તેને ગામને છેવાડે લઈ જતો.
* હું તેને છૂપા સ્થળે લઈ જતો, જ્યાં તૈયાર કબર રાહ જોતી હોય. ક્યારેક ખાડામાં અગાઉના શિકારના શબ પણ પડ્યા હોય. હું તેમને પંપાળતો, લલચાવતો, આલિંગન આપતો અને સૂર્યોદય સમયે બળાત્કાર કરતો. સૂર્યપ્રકાશના પહેલા જ કિરણ સાથે હું ઉત્તેજના અનુભવતો. હું તેને સંભોગ માટે ફરજ પાડતો અને મારા હાથ તેના ગળા પર મૂકતો. સૂર્ય ઊગે ત્યારે હું તેનું ગળું દબાવતો.
* હું તેની આંખોમાં જોતો અને એમાંથી એક ચોક્કસ પ્રકાશ, તણખો અચાનક જતો રહેતો. મૃત્યુની ક્ષણ મોહક અને ઉત્તેજક છે. હકીકતમાં ખૂન કરનારા જ સમજી શકે હું શું કહી અને કરી રહ્યો છું.
* હું જેલમાંથી છૂટીશ તો ફરી એ ક્ષણનો અનુભવ કરીશ.
* છોકરીઓને મરવામાં પાંચથી પંદર મિનિટ લાગતી. હું ખૂબ કાળજી

રાખતો. તે મરી ચૂક્યાની ખાતરી કરવા માટે હું લાંબો સમય તેમની સાથે વિતાવતો. ક્યારેક તો હું ફરીથી તેનું ગળું દબાવી દેતો.

* તે ક્યારેય ચીસ ન પાડતી, કારણ કે કંઈ થવાની તેને અપેક્ષા જ ન હોય. તે ખૂબ નિર્દોષ હતી.
* મારા લીટલ ફ્રેન્ડ્સને કોઈકનો સથવારો ગમતો. મોટે ભાગે હું એક ખાડામાં ત્રણથી ચાર શબ રાખતો, પણ તેઓ હલનચલન ન કરી શકે એટલે હું કંટાળી જતો અને નવા શિકારને શોધવા નીકળી પડતો.

* * *

www.ingramcontent.com/pod-product-compliance
Ingram Content Group UK Ltd.
Pitfield, Milton Keynes, MK11 3LW, UK
UKHW041314190726
13845UKWH00025B/259

9 789395 339940